ஜான்போஸ்கோவின் இன்னொரு அத்தியாயம்

& பிற கதைகள்

ஐ.கென்னடி

யாவரும்
பப்ளிஷர்ஸ்

The views and opinions expressed in this book are the author's own. The facts contained herein were reported to be true as on the date of publication by the author to the publishers of the book, and the publishers are not in any way liable for their accuracy or veracity.

- ஜான்போஸ்கோவின் இன்னொரு அத்தியாயம் ● சிறுகதைகள்
- ஐ.கென்னடி © ● முதல் பதிப்பு : ஜூலை 2024
- Jāṉpōskōviṉ iṉṉoru attiyāyam ● Shortstories
- I.Kennady © ● First Edition : July 2024
- Pages : 302 ● Price : ₹ 380/- ● ISBN - 978-81-19568-07-9

Released by :

M/s. Yaavarum Publishers
24, Shop no - B, S. G. P Naidu Complex,
Dhandeeswaram Bus Stop
Opp: Bharathiar Park
Velachery Main Road
Velachery, Chennai - 600 042

90424 61472
yaavarum1@gmail.com
Url : www. yaavarum. com; www. be4books. com

All rights, including professional, amateur, motion pictures, recitation, public reading, broadcasting and the rights of translation into foreign languages are strictly reserved. No part of this book may be reproduced in whole or in part or utilized in any form or by any means electronic or mechanical, including photocopying, recording or by any information storage and retrieval system now known or hereafter invented, without the prior written permission of the author/ publisher.

சல்லியங்களை
சகிக்கும்
சக மனுசிக்கு!

நன்றி

என்.டி. தினகர்
சினு ராசா சிங்
கிருசுண கோபால்
தமிழ்வானம் சுரேசு
விக்டர் பிரின்சு

அங்கீகாரத்துக்கு எல்லாத் தகுதியும் கொண்ட ஐ.கென்னடியின் கதைத்தொகுப்பு

— தமிழவன்

நண்பர் ஐ. கென்னடி நடத்தும் காலகட்டம் என்ற இதழ் கன்னியாகுமரி மாவட்டத்திலிருந்து வருகிறது. அதன் பின்னாலிருக்கும் ஆளுமை அவர். கலாச்சாரம் ஒன்றை இதழ் ஒன்றின்மூலம் வெளிப்படுத்தும் அவருடைய திறமை, நானும் குமரி மாவட்டத்தவன் என்ற முறையில், என்னை மகிழ்வுக்குள்ளாக்கியது.

கதைத்தொகுப்புக்கு வருவோம். அவருடைய 'ஜான்போஸ்கோவின் இன்னொரு அத்தியாயம்' என்ற கதைத் தொகுப்பு மிகவும் வசீகரம் கொண்டதாகத் தெரிகிறது. குமரி மாவட்டம் மிகவும் வித்தியாசமானது. கல்குளம் விளவங்கோடு பகுதிகள் தனியான மொழிநடையைக் கொண்டவை. அந்த மொழிநடை பற்றி முக்கியமான மொழியியல் அறிஞரான ஆர்.கோதண்டராமன் ஒருமுறை என்னிடம் வியப்புத் தெரிவித்தார். பழைய தமிழின் - எங்கும் காணக்கிடைக்காத - புராதன வடிவங்கள், அப்பகுதியின் பேச்சில் மொழி என்ற அளவில், பாதுகாக்கப்படுவதாக அவர் நினைக்கிறார்.

இந்த அரிதான பேச்சு நடையில் ஐ.கென்னடி, தன்னுடைய மேற்குறிப்பிட்ட கதைத் தொகுப்பினை வெளியிட்டுள்ளார்.

இன்னொரு விஷயத்தையும், மறக்காமல் சொல்ல வேண்டும். நான் பிறந்ததிலிருந்து முதல் 15 ஆண்டுகள், இந்தப் பேச்சு நடையில் தமிழை உள்வாங்கி வளர்ந்தேன். எனவே, கென்னடியின் இந்த மொழி எனக்கு அத்துப்படி. வேடிக்கை என்னவென்றால் கடந்த 50 ஆண்டுகளாக இந்த மொழியை எதற்கும் நான் பயன்படுத்தவில்லை. ஆனால், கென்னடியின் வித்தியாசமான இந்த மொழி அதிகம் நாடார்களின் மொழி. பணிக்கர், முஸ்லீம்கள், தலித்துகள், வெள்ளாளர்களின் மொழி வேறு.

இந்த மொழி, மனிதர்களின் உள்ளையும் புறத்தையும் இணைக்கிறது. தமிழின் எழுத்துமொழி வேறு, தரப்படுத்தப்பட்ட எல்லாத் தமிழர்களும் பயன்படுத்தும் மொழி வேறு. இந்த மூன்று

மொழியும் எனக்குப் பேசமுடியும். நான் கதை, நாவல், எழுதுகையில் இன்னொரு கற்பனை என்கிற நான்காவது மொழிக்குச் செல்கிறேன். இவை என் அனுபவம் சார்ந்த விளக்கம்.

ஐ.கென்னடியின் இந்தத் தொகுப்பில் ஒரு சொல்கூட எனக்குப் புரியாமல் இல்லை. ஆனால், அவருடைய கதைமொழியில் வரும் அவர் கற்பனை ஒரு புதுவகை இலக்கிய ஞாபகத்தை எழுப்புவது கண்டு, எனக்கு வியப்பு. நூல் தலைப்பைக் (ஜான்போஸ்கோ....) கொண்ட கதை(கள்), கல்குளம் விளவங்கோடு தமிழில் ஒரு அதீத உணர்வைத் தருகின்றது/ன. கதைநாயகன் இடதுசாரி, உலக அறிவாளி, கிறிஸ்தவன், நண்பன், மனநிலைபிறழ்ந்தவன் என அமைத்து, பல தளங்களில் கதை சஞ்சரிக்கிறது. இலக்கியத்தின் மூல ஊற்று மனப்பிறழ்வு என்று உலக அளவில் ஒரு சித்தாந்தம் உண்டு. ஒருவிதத்தில் தத்துவமாகும் பக்திக்கும், இலக்கியத்துக்கும் இடையில் ஊடு செல்லும் பாதைகள் உண்டு. அரவிந்தர், யோகம் என்னும் மூச்சுப்பயிற்சி மூலம் பெறும் அதீத நிலைவழி தனது ஒரு காவியத்தை (சாவித்திரி) எழுதினார் என்பர். பாரதி அத்வைதத்தையும் அழகியலையும் பத்திரிக்கைக்கான நவதமிழின் சரளத்தையும் பிணைக்கிறார். இன்றைய வலதுசாரியின் எழுச்சிப் பின்னணியில் அவரிடம் சில மோசமான பண்புகளும் உண்டு. அதை விட்டு விடுவோம். பாரதிதாசன் இயற்கையின் விழிப்புநிலையையும் தமிழடையாளத்தையும் கலக்கிறார். குமரி மாவட்டத்தில் பிறக்கிறவர்களுக்கு மட்டுமே பிறப்பால் கிடைக்கும் வித்தியாசமான மொழியின் வீச்சு வேறுபட்டது. அதை இலக்கியத்துக்குரியதாக ஆக்கியிருக்கிற அசலான திறமையைக் கென்னடி கொண்டிருக்கிறார்.

ஒரு பெண் சர்ச்சில் பெருவாரி பாதிரி வழிபட்ட சனாதனிகளின் பிடிக்குள் (சனாதனம் கிறிஸ்தவத்திலும் உண்டு) நிற்காமல் மேரிமாதாவின் பிரதிமையில் இரண்டறக் கலந்து புரட்சி செய்கிறாள். இன்னொரு பெண் தன் திருமணம் உட்பட தன் குடும்பத்துக்குள் புகும் சர்ச்சின் ஆதிக்கத்தைத் தகர்க்க கோபக்காரியாக மாறி, ஆண் உலகத்தையும் ஆதிக்க உலகத்தையும் தன் பெண்மை மூலம் உடைத்தெறிய முன்வருகிறாள். பெண் கோபப்படக் கூடாது என்ற சமூக ஒழுக்கத்தைக் குமரியின் பொதுத் தமிழுக்குப் பழக்கப்படாத ஒரு அரைகுறை மொழி எனக் கருதப்படும் கதைஊடகம் மூலம் ‘கட்டுடைப்பு’ செய்து சாதனை புரிகிறாள். வயதான ஒருவர் தன் மனைவியைப் புதைத்திருக்கும் கல்லறைக்கருகில் தானும்

புதைக்கப்பட வெண்டும் என்று நினைக்கிறார். அவருடைய மகள்கள் நான்கு வழிப் பாதையாக அந்த நிலம் மாற்றப்படும்போது கல்லறை உடைத்தெறியப்படும் சாத்தியப்பாட்டையும் பொருளாதார மேம்பாட்டையும் தந்தையான முதியவரின் மனம்படும் பாட்டைப் பற்றிக்கவலைப்படாமல் மகிழ்ச்சியோடு முன்வைக்கிறார்கள்.

சர்ச், குமரித்தமிழ், கிறிஸ்தவம் இவை வாழ்வின் சாத்தியப்பாட்டின் பல தட்டுகளை உருவகமாக, இக்கதைகளில் முன்வைக்கின்றன.

புதியதாய் வரும் டீச்சர் தனக்குத் தரும் முக்கியத்துவம் (பைபிள் படிக்க வைத்தல்) மூலம் ஒருவன் புத்தெழுச்சி அடைகிறான். அதன் மூலம் வன்முறைக்குத் தயாராகிறான். இத்தகைய வன்முறை குமரி மாவட்டத்துத் தனித்தன்மையாய் படைப்புகளில் வெளிப்படுகிறது. குமரியைத் தாய்த் தமிழகத்தோடு சேரவும் வைக்கிறது.

காதல், சாதல், வாழ்வு, திருமணம், துக்கம் இப்படி இப்படி அவர்கள் ஒரு கூட்டம் மக்கள் வாழ்கிறார்கள். இந்தத் தமிழைக் கைவிட்ட மக்கள், நகரத்தமிழில் புதிய வாழ்க்கையைத் தேடி போனபிறகு, இந்தக் குமரித்தமிழும் இன்று மாறிக் கொண்டிருக்கிறது. இனி ஒரு காலத்தில் இந்த தமிழ் இருக்காது. வாழ்வின் பிரச்சனைகளும், இக்கதைகள் சில போல எளிமையானதல்ல.

நான் பெயர் சொல்லாவிட்டாலும் அங்கிருந்து எழுதும் பெரும்பாலும் எல்லோரின் எழுத்தையும் படிக்கிறவன் என்ற முறையில் அவற்றை அடையாளமாக்கி எனக்கு ஒரு பார்வை உண்டு. இன்னார் இன்னாரிடம் இது இது உண்டு என. அதற்குள் போகவேண்டாம்.

அதில் முதல்தரமாக எழுதுபவர் என கென்னடியின் இந்தத் தொகுப்பு அமைகிறது. தமிழகத்தின் பொதுத்தமிழ் இந்தத் தமிழையும் புறக்கணிக்காமல் அங்கீகரித்து இதுபோன்ற கதைகளின் அர்த்தத்தைப் புரிந்து கொள்ள வேண்டும். அப்படி தமிழக அளவிலான உயர் இலக்கிய அங்கீகாரம் பெறவேண்டும். இதன் மொழி இலக்கியத்தோடு இரண்டறக்கலந்த மொழி. பொதுத் தமிழகம் இதனை புரிய முடியவில்லை என்றால் எங்கேயோ ஒரு பலவீனம் இருக்கிறது என்றுதான் பொருள். சிலரின் adopted இலக்கிய மொழி மூலம் அவர்கள் பெற்ற வெற்றி பாசாங்குத் தன்மை கொண்டது.

வண்ணங்கள் பூசப்படாத கதையுலகு

— முனைவர். விசுனு குமாரன்

இந்த சிறுகதைத் தொகுப்பை வாசித்தபோது எனக்குள் பிரமிப்பு! காரணம் இந்த சிறுகதைத் தொகுப்பிற்குள் நுழையும்போது வேறொரு உலகிற்குள் வந்துவிட்ட உணர்வு. பொதுத்தமிழை முற்றிலும் ஒதுக்கி விட்டு முழுக்க முழுக்க கல்குளம் வட்டார மக்கள் மொழியில் கதைகளை நகர்த்திச் செல்லும் விதம் தனித்துவமாக உள்ளது. இதற்கு முன்பு கல்குளம் வட்டார மொழிநடை யிலான சிறுகதைகள் வெளிவந்திருந்தாலும் தேவைப்படும் இடத்தில்தான் அவை வட்டார மொழியைப் பயன்படுத்தின. ஆனால் இந்த சிறுகதைத் தொகுப்போ கல்குளம் தாலுகா வட்டார மொழியிலேயே முற்றிலும் கதைகளை விவரிப்பதோடு அம்மண்ணில் வாழும் கத்தோலிக்க கிறிஸ்தவ மக்களது பண்பாட்டை, பழக்கவழக்கங்களை அற்புதமாகப் பதிவு செய்துள்ளது. அந்தவகையில் முதல் சிறுகதைத் தொகுப்பு அநேகமாக இதுவாகத்தான் இருக்கும். கதை நிகழ் இடங்களாக தன் வாழ்விட வட்டாரத்தைத் துலக்கமாக அடை யாளப்படுத்தி, அங்குள்ள கத்தோலிக்க மக்களது வாழ்வியல் மற்றும் பண்பாட்டுக் கூறுகளை உள்படுத்தி அவற்றினூடாய் கதைகள் புனையப்பட்டுள்ளன. இக்கதைகளின் அமைப்பு ஒருவகையில் சங்க இலக்கியப் பாடல்களை நினைவுப்படுத்துகிறது. குறிப்பிட்ட திணையில் (குறிஞ்சி, முல்லை, மருதம்) கருப்பொருள்களைக் காட்டி, சொல்லவந்த விசயங்களைப் பேசுவது போலவே இந்தச் சிறுகதைகளும் உரிப்பொருள்கள் அதாவது கதையின் பொருண்மைகளைப் பேசுகின்றன. அந்த வகையில் நவீன காலத்தில் எழுந்த இந்த சிறுகதைகளைத் திணைக்கோட்பாட்டின்படியும் சிறப்பாக அணுக முடியும்.

கதைகளின் சிறப்பம்சமே கதைகளுக்குள் வட்டாரமொழி உயிரோட்டமாகத் திகழ்வதுதான்! மொழியியலாளர்கள் இந்த சிறுகதைத் தொகுப்பைச் சொற்குவை களாகவே பயன்படுத்திக் கொள்ளலாம். அந்தளவுக்கு வட்டாரத்திற்கே உரித்தான சொல்லாட்சிகளும் பொதுத் தமிழிலிருந்து திரிபடைந்தச் சொற்களும் தொகுப்பில் காணப்படுகின்றன. வார்த்தபாடு (நிச்சயத்தாம்பூலம்)

கொமருவ (பருவமடைந்த பெண்கள்) தள்ளைக்காரி (அம்மா), தானக்கேடு (ஏச்சு), வெகளம் (குழப்பமான நிலை), வியாலை (வேலை) என்பன போன்ற எவ்வளவோ சொற்கள் மாய்ந்தொழிந்து போயும் ஜ.கென்னடியின் கதையுலகுக்குள் மீளாய்வு பெறுகின்றன.

இக்கதைகளின் மையப்பொருண்மைகளாக தனி மனித பிரச்சினைகள் முதல் உலகளாவிய பிரச்சினைகள் வரை உள்ளன. ஏழைகள் தம் பெண்களைத் திருமணம் செய்து கொடுப்பதற்கான முயற்சி, காதல், இறப்பு, மனப்பிறழ்வு, குடும்ப உறவுகள், திருமண எதிர்பார்ப்புக்கள் என நீண்டு கொண்டே செல்கின்றன. அவ்வாறே மனிதன் இயற்கையை அழித்து வரும் உலகளாவிய பிரச்சினையையும் கோபமாக விவரிக்கிறது. இதுபோன்ற பொருண்மைகளை கல்குளம் வட்டாரக் கத்தோலிக்க வாழ்வியலிலிருந்து பேசும்போது கதைகளுக்கான தனித்துவமானது உயிராகிவிடுகிறதுதான் சிறப்பாகும்.

ஒவ்வொரு கதைகளில் வரும் மையப்பாத்திரங்கள் மிகவும் சாதாரணமான மனிதர்களே. அவர்கள் எதிர்கொள்ளும் பிரச்சனைகள் நீங்களும் நானும் அறிந்தவைதான். ஆனால் அவை தொடர்பாக கதைகள் நகரும் பாதைகள்தான் நமக்குப் புதிய விசயங்களையும் மக்களின் பண்பாட்டுக் கூறுகளையும் காட்டித் தருகின்றன.

ஜான்போஸ்கோ என்ற கதாபாத்திரம் இரண்டு சிறுகதைகளில் இடம் பெறுகிறது. மனப்பிறழ்வு கொண்டவன் ஆபத்தல்ல! மனத்தெளிவுடன் இருப்பவர்கள்தான் பேராபத்தானவர்கள் என்ற கருத்தைத் தெளிவுடன் விளக்குகிறது அவ்விரு கதைகளும். அவனது கூற்றாக இயற்கை வளங்களைப் பாதுகாக்க வேண்டும் என்ற கருத்து வலியுறுத்தப்படுகிறது.

“இந்த மண்ணும் மலையும் வளமாய் விரிஞ்சுக்கிடந்த காலமுண்டு. ஆனா இன்னு பாதி மலைய காணமுடியல... அரசியல் கள்ளன்மாருக்க கூட்டுக்காரனெல்லாம் சேர்ந்து வெட்டிப் பிளந்திட்டு வெட்ட வெளியாட்டு ஆக்கிப் போட்டிருக்கானுவ. கேக்கியதுக்கு நாதியில்ல... எத்தன எத்தன குளம் கடல் போல விரிஞ்சிக் கிடந்து. நாக்கறி பீக்கறி அரசியல்வாதி பயலுவ அதையும் விழுங்கிப் போட்டானுவ. மழை இல்ல. ஒழுங்கான காத்தும் இல்ல. எல்லாமே போச்சு” இது ஜான்போஸ்கோவின் குரல். அக்குரல் இவ்வாதாய சமூகத்தினின்று விலக்கப்பட்டதாகும்.

இச்சிறுகதைகளின் கதாபாத்திரங்களில் பெண் பாத்திரங்களும் கவனிக்கத் தக்கவர்கள். நமது சமூகத்தில் மதிக்கத் தவறும் வயதானப் பெண்களுக்கு இக்கதைகளில் சர்வசாதாரணமாக முக்கியத்துவம் தரப்படுகின்றன. பெண்கள் பற்றிய எல்லா சித்தரிப்புகளுமே நமக்குள் ஒரு பரிவுணர்வைத் தவறாது ஏற்படுத்துகிறது. ஜான்போஸ்கோ மனநிலை பிறழக் காரணமாக விளங்கும் அவனது காதலி மீது கூட நமக்குக் கோபம் வருவதில்லை.

கத்தோலிக்க மக்களே எல்லா கதைகளிலும் பாத்திரங்களாக உலவுகிறார்கள். அவர்களது பண்பாட்டு வாழ்வில் பாதிரியார்கள் இடம்பெறுவது போலவே, கதைகளிலும் தவறாமல் இடம்பெறுகிறார்கள். சமூகப் பிரச்சனைகளில் பாதிரியார் சமரசம் செய்வதாகவும், ஆனால் அவர்களது சமரசம் வசதி படைத்தோருக்கே சாதகமாகும் என்ற ஆதங்கத்தை வெளிப்படுத்துகிறார் ஐ.கென்னடி.

தற்போது மறைந்து வரும் வாழ்வியல் மற்றும் பண்பாடு சார்ந்த நிகழ்வுகளையும் ஒரு சேர பதிவு செய்திருப்பது இந்தச் சிறுகதைகளின் சிறப்பம்சம். உதாரணமாக அண்மைக்காலம் வரையில் வீடுகளில் நெல் தானியத்தை பானைகளில் அவித்து அவற்றை வெயிலில் உலரவைத்து, நெல்மணிகளை கொத்த வரும் கோழி, காக்கைகளிடமிருந்து பாதுகாத்து மூட்டைகட்டி ரைஸ்மில்களுக்குக் கொண்டு சென்று நெல்லைக் குத்தி அரிசியும் தவிடுமாக வீடுதிரும்புவது வாழ்வியலின் ஒரு பாகமாயிருந்தது. அதை “வீட்டின் பெறம்ம புளிச்சி மாவு நிழலில் நெல்லை அவிச்சு கொண்டிருந்தாள் தெரசம்மை...” என்ற வரிகள் நமக்கு நினைவூட்டுகின்றன. இது போன்ற பல சித்தரிப்புக்கள் நமக்குள் பழங்கால நினைவுகளை ஒரு ஆல்பம் போல நமக்குள் காட்சிப்படுத்தி பரவசப்படுத்துகின்றன.!!

கதைகளுக்கும் அப்பாலும் நம்மைச் சிந்திக்க வைக்கும் கருத்துக்கள் காணப்படுவது சிறப்பு!. கடவுள்கள், பேய்கள், இயற்கை, இயற்கை அழிப்பு பற்றி முன்வைக்கும் ஐ.கென்னடியின் கருத்துக்கள் நம்மைச் சிந்திக்கச் செய்கின்றன. “கடவுள்கள்தான் மலைகள் மற்றும் வயல்களின் அழிவுக்குக் காரணம் மலைக் குன்றுகளில் வசித்த குட்டிச்சாத்தான்கள், சொள்ள மாடன்கள், வாதைகள் ஏதோ ஒருவகையில் இயற்கையைக் காத்துநின்றன. ஆனால் அவைகளை அறிவியல் சாதனங்களால் விரட்டியடித்துவிட்டு கடவுள் நம்பிக்கையாளர்கள் இப்போது இயற்கை வளங்களைத் தங்கள்

நலனுக்காகச் சுரண்டுகிறார்கள். இந்த மண்ணும் மலையும் வளமும் கடலும் இன்றும் நன்றாக இருப்பதற்குக் காரணம் பூமியைக் காக்கிற பேய்கள். அந்த பிசாசுக் கூட்டம் இல்லாவிட்டால் கடவுள்களின் பிள்ளைகள் மொத்த பூமியையும் விழுங்கியிருப்பார்கள்". இது போன்ற பல்வேறு புதிய சிந்தனைகளை இந்த சிறுகதைத் தொகுப்பு தந்திருப்பது கவனிக்கத்தக்கது.

இதுபோலவே கதையிலுள்ள நையாண்டிகள் நம்மைச் சிரிக்கவும் வைக்கும். வசதியான குடும்பத்தில் மணமுடிக்க நினைப்போர் குறித்து "எங்காவது ஒத்த பொண்ண பெத்து வச்சிருந்தாலோ, வசமான எடமானாலோ, வாரி சுருட்டி விழுங்கிட்டுப் போறதுக்கு மாப்பிள்ளைப் பயல்களை பெத்து வச்சிருக்கிய கூட்டம் பல்கி பெருகிட்டதனால மேரிய போல பாவப்பட்ட தேவதைகளுக்கு எல்லாம் வாழ்க்கை வரம் ஒடனடியா அமையாது" என்று கிண்டலடிக்கும் வரிகள் கன்னியாகுமரி மாவட்டத்திலுள்ள பலரது பொதுபுத்தியை நினைவுப்படுத்துகின்றன.

கெட்டவார்த்தைகள் அல்லது ஏச்சுக்களைப் பலரது சிறுகதைகளும் நாகரீகமான சொல்லாடல்களால் பயன்படுத்துவதை நாம் அறிவோம். ஆனால் இக்கதைகளில் எதையும் தணிக்கை செய்யாமல் உள்ளதை உள்ளபடி அப்படியே பிரயோகிப்பதைக் காணமுடிகிறது. ஆனால் அந்த மொழிப்பிரயோகங்கள் கதைக்கேற்றவாறு பொருத்தமாக அமைந்துள்ளதைப் பாராட்டியாகத்தான் வேண்டும்.

அனைத்துக் கதைகளுமே எதார்த்த வாழ்வியலினூடாய் உயிரோட்டத்துடன் நகர்வதோடு வண்ணங்கள் பூசப்படாத வாழ்வையும், மொழியையும் உயிர்ப்பிக்கின்றன.

இவ்வாறு பல்வேறு பரிமாணங்கள் கொண்ட இந்த சிறுகதைகள் உண்மையிலேயே தமிழ்ச் சிறுகதை வரலாற்றில் புதிய வரவாகியுள்ளன. ஐ.கென்னடிக்கு மனமார்ந்த பாராட்டுக்கள். அவரிடமிருந்து இன்னும் பல படைப்புகள் வெளிவர சாதகமாகட்டும் காலம்.

கலக எழுத்தும் மொழியும்: ஐ.கென்னடி கதைகளை முன்வைத்து

— கீரனூர் ஜாகிர் ராஜா

ஐ.கென்னடியை எங்கே எப்போது எதன் நிமித்தம் சந்தித்தேன் என்கிற நினைவில்லை. அநேகமாக நாகர்கோயிலாக இருக்கும்; அல்லது தக்கலை? முன்பு நான் அடிக்கடி கன்னியாகுமரி மாவட்டத்துக்கு விஜயம் செய்பவனாக இருந்தேன். கடந்த ஜென்மத்துத் தொடர்பாக இருக்குமோ என்கிற சந்தேகமுண்டு மனதில். மீன்காரத் தெரு, கருத்த லெப்பை என்று வரிசையாக ஆண்டுக்கொரு நாவல் எழுத ஆரம்பித்த காலத்தில் அங்கிருந்த இலக்கிய நண்பர்கள் தூக்கி முத்தி என்னைக் கொண்டாடி மகிழ்ந்தனர். அப்போது என் சஹிருதயர் ரசூல் இருந்தார். இன்று ரசூலுமில்லை. அந்த நண்பர்களும் கலைந்து காணாமல் போயினர். வேறென்ன சொல்ல... வாழ்வின் விநோதம்தானே இது. அந்த காலகட்டத்தில் எல்லாம் இந்த ‘காலக் கட்டம்’ ஐ.கென்னடி என்னைச் சந்திக்க வில்லை. ஓடுமீனோட உறுமீன் வரும்வரை காத்திருந்தவர் போல ஒரு இடை வெளிக்குப் பின் என்னோடு இணைந்த ஐ.கென்னடி, எடுத்த எடுப்பில் ‘கீரனூர், நீர் ஒரு கலகக்காரர்’ என்றார். நான் திடுக்கிட்டு அவரை நிமிர்ந்து பார்த்தேன். ‘ஆறடி உயரம் ஆஜானுபாகுவான தோற்றம்’ என்றெல்லாம் வர்ணிப்பார்களே தமிழ்க் கதாசிரியர்கள், அப்படியிருந்தார் ஐ.கென்னடி. மொட்டையடித்து மண்டையில் மயிர் முளைக்க ஆரம்பித்திருந்தது. முகத்தை மறைத்திருந்த தாடியைச் செதுக்கி விட்டிருந்தார். இளக்காரமான ஒரு நகைப்பு. அது ஐ.கென்னடியின் பிரத்தியேகம்.

‘ஹெப்சிபாவின் புத்தம் வீடு நாவல் நாடார் x சாணார் என்ற இரு முரண்களுக்குள் இயங்குவதாக எழுதி நீர்தான் உடைத்துப் போட்டீர்’ என்றார் ஐ.கென்னடி மீண்டும். பிறகு ‘வாங்க கீரனூர்... ஒரு குலுக்கிய அறிமுகப் படுத்துறேன்’ என்று என்னைத் தன்னுடைய வண்டியில் ஏற்றிக் கொண்டார். ‘குலுக்கி’ என்பதற்கு முதலில் எனக்குப் பொருள் புரியவில்லை. அதுவரை நானறிந்திருந்த ஜெயமாலினி, டிஸ்கோ சாந்தி, அனுராதா, சில்க் ஸ்மிதா போன்ற ஒண்ணாந்தரக் குலுக்கிமார்களைக் கற்பனை செய்து கொண்டேன்.

வண்டி உறுமிக் கொண்டுபோய் ஒரு வேப்பமரத்தடியில் ஓய்ந்தது. அங்கே கடை பரப்பி நின்றவர் சோடாவுடன் நாரங்காய், பச்ச மிளகாய், உப்பு எல்லாம் சேர்த்து ஒரு குவளையில் போட்டு குலுக்கு குலுக்குன்னு குலுக்கி சர்பத் கொடுத்தார். அடடா... என்ன ஒரு சுவை.

"கொமரு காரியம் படிச்சேன். ஹா... என்ன ஒரு கதை. கீரனூர்... அடுத்த மாசம் ஸ்காட் காலேஜ்ல உங்க படைப்புகளப் பத்தி ஒரு கருத்தரங்கம் வச்சிரலாம் என்று அடுத்த வெடிகுண்டைப் போட்டார் ஐ.கென்னடி. சரி ஆர்வக் கோளாறில் சொல்கிறார் என்றுதான் அப்போது நினைத்தேன். ஆனால் சொன்னதுபோல செய்து காட்டினார். நாகர்கோவில் ஸ்காட் கிறிஸ்தவக் கல்லூரியில் 2018 — செப்டம்பரில் அந்தக் கருத்தரங்கம் நடைபெற்றது. பொன்னீலன் அண்ணாச்சியும், சொக்கலிங்கம் அண்ணனும் கலந்து கொண்டு பேசினார்கள். கல்லூரியின் அன்றைய முதல்வர் ஜே.ஆர்.வி. எட்வர்ட் அப்போது என்மேல் அன்பு பாராட்டியதை மறக்க முடியாது.

இதே ஸ்காட் கல்லூரிக்கு வந்து, க.நா.சு. பேசியதை சுந்தர ராமசாமி ஒரு கட்டுரையில் சுவாரசியமாக எழுதியிருப்பார். க.நா.சு. பேராசிரியர்களைத் தாக்கி ஆங்கிலத்தில் பேசினாராம். கோபமாகிப் போன கல்லூரி நிர்வாகிகளில் எவரோ ஒருவர் "க.நா.சு.வுக்கு தமிழில் எதுவுமே தெரியாது. ஆங்கிலத்தில் படித்து விட்டு வந்து இங்கு பேசுகிறார்" என்று விமர்சனம் செய்ய, அதற்கு க.நா.சு. எழுந்து "இங்குள்ள பேராசிரியர்களைப் பாருங்கள். ஆங்கிலேய பாணியில் கோட் சூட் அணிந்திருக்கிறார்கள். நான் வேட்டி சட்டை தான் உடுத்தியிருக்கிறேன். ஆங்கில மோகம் எனக்கா இந்தப் பேராசிரியர்களுக்கா என்று புரிந்து கொண்டிருப்பீர்கள்" என்றாராம்.

ஸ்காட் கல்லூரி கருத்தரங்கத்திற்குப் பிறகு கண்பட்ட மாதிரி எனக்கும் ஐ.கென்னடிக்கும் இடையில் தொடர்பு விட்டுப் போனது.

ஐ.கென்னடிக்கு நாகர்கோவில் இளைய படைப்பாளிகளுக்கு மத்தியில் 'சீனியர்' என்கிற இமேஜ் இருந்தது. பத்திரிகையாளராக, இதழாசிரியராக. இலக்கிய நிகழ்வுகளை ஒருங்கிணைப்பவராக அவர் இருந்தார். அவருக்கென்று ஒரு 'அரசியலும்', எழுதக்கூடிய வாழ்வியல் பின்புலமும் இருந்தது. இவ்வளவு இருந்தும் அவர் எழுதாமல் ஏதேதோ உதிரி விஷயங்களில் கவனத்தைச் சிதற

விடுகிறார் என்கிற உள்ளார்ந்த கவலை எனக்கு இருந்தது. நண்பர் சிவசங்கர் எஸ்.ஜே. போல பலருக்கும் இதே அபிப்ராயந்தான். இந்தக் காரணங்களாலும் நான் அவரை விட்டு விலகியிருந்தேன். நல்ல நட்பு எதையும் இழந்துவிடக் கூடாதென்பதில் அக்கறை கொண்ட நான், ஐ.கென்னடி மீண்டும் முகநூலில் நட்பழைப்பு விடுத்ததை ஏற்றுக் கொண்டேன். பிறகு போனில் அடிக்கடி பேசிக் கொண்டோம். கென்னடியின் போன் உரையாடல் மணிக்கணக்கில் நீளும்.

2023 அக்டோபரில் ஒரு நாவல் எழுதத் திட்டமிட்டு அந்நூலுக்கான களம் கன்னியாகுமரி மாவட்டம் கொல்லங்கோடு என்று நான் தீர்மானித்தபோது, என் பிராயத்தில் நான் வசித்த கொல்லங்கோடு பகுதியை மீண்டும் காண ஆவல் கொண்டேன். 2023 அக்டோபர் 16 ஆம் தேதி காலை நான் வடசேரி பேருந்து நிலையத்தில் இறங்கினேன். கென்னடி என்னை வரவேற்று, தன்னுடைய வாகனத்தில் அமர்த்திக் கொண்டு கொல்லங்கோடு நோக்கிப் பயணித்தார். அதன்பிறகு நடந்த திகிலூட்டும் சம்பவங்களை ஒரு கதையாகவோ குறுநாவலாகவோ தான் எழுதி ஆற்றிக் கொள்ள வேண்டும்.

இந்த சந்திப்பின்போது கென்னடி, தானெழுதிய 15 சிறுகதைகளையும், நாவலையும் (பிரசுரமாகாதவை) சுடச்சுட என்னிடம் கொடுத்தார். தக்கலை பவர் லாட்ஜ் 5—ஆம் எண் அறையில் அமர்ந்து நாட்டு மருந்துகளின் நெடி கமழக்கமழ நானவற்றை வாசித்து முடித்தேன். அதுவரை எனக்கு அறிமுகமாயிருந்த கென்னடியிலிருந்தும் மாறு பட்ட ஒரு ‘படைப்பாளி’ கென்னடியை அவற்றிலிருந்து நான் கண்டுகொண்டேன்.

நவீன கிறிஸ்தவ வாழ்க்கையை எழுதுகின்ற தமிழ்ப் படைப்பாளிகளின் எண்ணிக்கை மிகக் குறைவு. கடந்த சில நூற்றாண்டுகளில் தமிழில் இலக்கியத்துக்குத் தொண்டாற்றிய அயல்நாட்டுக் கிறிஸ்தவர்களின் பட்டியலைக் காண்கிறோம். இராபர்ட் தெ நோபிலி, வீரமாமுனிவர், பர்த்தலோமேயு சீகன் பால்க், ராபர்ட் கால்டுவெல், ஜி.யு.போப் என்பதாக வரிசை நீள்கிறது. இவர்களில் பெரும்பாலோர் மதம் பரப்பும் குருமார்களாக வந்திறங்கி, தமிழ் மொழி மீதான ஈர்ப்பினால் தமிழ் கற்று, தமிழ் ஆய்ந்து தமிழ் உலகம் என்றென்றும் நினைவுகூரத்தக்க அளவில் தம் பணிகளைச் செய்தனர்.

நவீன தமிழ்க் கிறிஸ்தவ வாழ்க்கையை எழுதிய எழுத்தாளர்கள் எனில், நான் கோவை வெங்கிட்டாபுரம் பகுதியிலிருக்கும் இந்திய கம்யூனிஸ்ட் கட்சி (சிபிஐ) சார்ந்த பூபேஷ்குப்தா மன்றத்துடன் தொடர்பிலிருந்தபோது அறிந்து கொண்ட எழுத்தாளர் ஆர்.எஸ். ஜேக்கப்பிலிருந்து ஒரு வரிசை ஆரம்பமாகிறது. அதையெல்லாம் தொடப்போனால் இந்த முன்னுரை (அ) அணிந்துரை விரிந்து திசை மாறிச் சென்றுவிடக் கூடும். எனவே நிறுத்தி நிதானித்து குறிப்பிட்ட சிலரை மட்டும் தொட்டு, கென்னடியிடம் செல்ல எண்ணுகிறேன்.

ஹெப்சிபா ஜேசுதாசன், தஞ்சை ப்ரகாஷ், ராஜ் கௌதமன், எக்பர்ட் சச்சிதானந்தம், பாமா, அழகிய பெரியவன், அசதா என்று கிறிஸ்துவ வாழ்க்கையை எழுதிய, எழுதிக் கொண்டிருக்கிற எழுத்தாளர்கள் உள்ளனர்.

ஐ.கென்னடியின் கதைகளை வாசிக்கையில், நாற்பதாண்டுகளுக்கு முன்னர் ஐசக் அருமைராசன் எழுதிய ‘கீறல்கள்’ எனும் நாவல் ஏனோ நினைவில் வந்தது. அதுவும்கூட நாகர்கோவிலுக்குப் பக்கம் ஒரு கிராமத்தில் நடப்பது போன்ற கதைதான். ஆதிக்க கிறிஸ்தவர்கள் அடித்தட்டுக் கிறிஸ்தவர்களை அடக்கி ஆள்வதை விமர்சிக்கின்ற அந்நாவல் அதன் உள்ளடக்கத்தால் வலுவான பிரதியாகவும், கூறுமுறையால் பலவீனமானதாகவும் இருந்ததாக வாசிக்கையில் உணர்ந்தேன். ஆனால் ஐசக் அருமைராசன் தொடர்ந்து தனது ஆக்கங்களின் மூலம் ஒரு கருத்தியலை நிறுவ முயற்சித்தபடியிருந்தார். அக்கருத்தாக்கம் ‘கிறிஸ்தவக் கம்யூனிசம்’. அவருடைய மறைவுக்குப் பிறகு தமிழில் அச்சொல்லாடலை உச்சரிக்கவோ, அவ்வாறான போக்கினைப் பின்பற்றவோ எவரும் இல்லை. எனக்கு ஐ. கென்னடியின் புனைவுகளை வாசிக்கும்போது, அவர் முன்வைக்கின்ற குமரி மாவட்ட கல்குளம் பகுதி கத்தோலிக்க கிறிஸ்தவ வாழ்வும், கதாமாந்தர்களும், அதன்வழி அவர் நிறுவ முயலும் அழகியலும் அவரை ஐசக் அருமைராசனின் நீட்சி என எண்ண வைக்கிறது. ஐசக் அருமைராசனிடம் தொழிற்படாத கலாபூர்வம் ஐ.கென்னடிக்கு இயல்பாகக் கைகூடி விட்டிருக்கிறது. ஐசக்கிடம் மொழியின் வசீகரமோ துள்ளலோ இல்லை. ஐ.கென்னடி ஒரு கதையை தன் விருப்ப மொழிநடைகளில் எழுதுகிறார்.

‘கென்னடியின் மரிப்பு காலமானது அடை மழையின் குளிர்கால நள்ளிரவு நாழிகையாயிருந்தது. தனுப்பும் வெறையலும் கொண்ட

நடுநிசியின் உறைதலானது எங்கும் வியாபித்திருந்தது. அவனது வழக்கமான உயிர்மூச்சை சரீரத்திலிருந்து பறித் தெடுத்துச் சென்ற மரண மிருகமானது அவனை அனக்கமற்றவனாக்கி சடலமாக்கியிருந்தது...'

இந்தப் பத்தியில் நவீன மொழியுடன் கூடிய குமரி வட்டார வழக்கும் விவிலிய நடையும் இணைந்து ஒருவித 'கலப்பு மொழி' உருவாகி விட்டிருப்பதை வாசகனால் அவதானிக்க இயலும். பல இடங்களில் வட்டார வழக்கும், விவிலிய நடையும் ஒன்றுடன் ஒன்று மோதிக் கொண்டு 'தளுக்கு' காட்டுகிறது. அது வாசிப்புச் சுவாரசியத்தைத் தருவதையும் மறுப்பதற்கில்லை. உரையாடல்களில் குமரி மாவட்டத்துக்கேயுரிய எள்ளலும் கோபமும் கலந்த கெட்ட வார்த்தைகள் சகஜமாகத் தெறித்து விழுகின்றன.

"அடி முண்ட.... யாரட்டி அறுக்கியா... பெலயாடி மோளே உன்ன சவுட்டி கிழிச்சி போடுவேன் வூட்டுல ஆளு இல்லண்ணா நல்லா ஒயத்திறியே பலவட்டர மூளி"

என்றெல்லாம், தங்கப்பன் கடையில் குடித்த மாம் பட்டை போதையுடன் தோமாயி கிழவன் ரோசம்மையைப் பார்த்து ஏசுகிறான். தொகுப்பெங்கிலும் இதுபோன்ற உதிரிப் பாட்டாளி வர்க்கத்தின் ஓலங்கள் ஒலித்தபடியே உள்ளன.

தெரசம்மை, செவத்தியாள், ஜான்போஸ்கோ, நெட்டை சாமியார் நேவிஸ், ஒதேசி குருசப்பன், தங்கமணி ஆசான், தாமஸ்—அஞ்சு குட்டி, ரூத்தம்மாள் — பவுலும்மை — சிலுவையம்மை, அம்புரோஸ் — தோமாயி — ரோசம்மை, அன்னம்மாளு, லூக்காயி கொத்தன் — யூதாயி, ஆக்னசு, எஸ்தர், குளோரி, அமலோற்பவம், காபிரியேலு, சவரியாயி, மேரி, மத்தியாஸ், பெர்னான்ட், கென்னடி என எத்தனை எத்தனை மனிதர்கள்... யாவரும் அச்சு அசலான குமரி மாவட்ட தமிழ்க் கிறிஸ்தவ வாழ்வின் வார்ப்புகள். மூன்றாம் நாள் கல்லறையிலிருந்து உயிர்த்தெழுந்த தேவகுமாரனைப் போல இவர்கள் தமிழ் இலக்கியப் பரப்பில் முதல்முறையாக — மேலெழும்பி வந்திருக்கிறார்கள்.

கென்னடிக்கென்று ஒரு அரசியல் பார்வை இருக்கிறது. அதை அவர் தனது உரையாடல் வழியாகவும் செயல்பாடுகளின் மூலமாகவும் முன்வைத்தபடியே இருக்கிறார். அவருடைய அரசியல் முற்போக்கு

அல்லது பிற்போக்கு என வகைப்படுத்தத்தக்கதா, தெரியவில்லை. ஆனால் அது உலகளாவிய மானுடச் சருமங்களின் மேல், இயற்கையில் மேல் விழும் தாக்குதல்களுக்கு எதிரானவை. இத்தொகுப்பிலுள்ள சில கதைகளில் அந்த ‘அரசியல்’ காத்திரமாகவே வெளிப்பட்டுள்ளது.

ஒரு உரையாடலின்போது (அன்று ஞாயிற்றுக்கிழமை) ‘ஏன் கென்னடி போன் எடுக்கவில்லை. சர்ச்சுக்கு போயாச்சோ’ எனக் கேட்டேன். ‘சர்ச்சுக்கெல்லாம் போறதில்ல’ கென்னடியின் குரலில் தீவிரமிருந்தது. நானந்தத் தீவிரத்திரியைத் தூண்டும் விதத்தில் ‘ஏன் ஒரு கத்தோலிக்க கிறிஸ்தவன் ஞாயிற்றுக்கிழமை சர்ச்சுக்கு போகலாம்தானே’ என்றேன். “சர்ச்சுக்குப் போனால் இஸ்ரலேருக்கு ஆதரவாயிட்டும் பாலஸ்தீனத்துக்கு எதிராயிட்டும் ஜெபிக்கச் சொல்லுவானுவ. நமக்கு அதில உடன்பாடு இல்ல கேட்டா...” கென்னடியின் பதில் இது. தொடர்ந்து நீளமாகப் பேசிக்கொண்டே சென்றார். அந்தக் குரலில் ஜான்போஸ்கோவின் கோபமும் குமுறலும் இருந்ததை உணர்ந்தேன். இத்தொகுப்பில் ஜான்போஸ்கோவைப் பற்றிய இரண்டு கதைகள் உண்டு. ஞானச் செருக்கினூடே குடித்து விட்டு விட்டேற்றியாகச் சுற்றிக்கிறங்கி எதிராளிகளைக் கண்டமேனிக்கு கெட்ட வார்த்தைகளால் ஏசித்திரியும் எரிமலை போன்ற போஸ்கோ தன் ப்ரியசகியான ரெஜினாவை நினைத்தால் பனிமாதிரி உருகிவிடும் தருணங்களை ரசிக்கத் தக்க விதத்தில் கென்னடி எழுதியிருக்கிறார்.

கென்னடி தான் சார்ந்த மதத்தின் மீதும் மதப் பிரசங்கிகளின் மீதும் தாட்சண்யமற்ற விமர்சனங்களை முன்வைக்கிறார். மனம் பிறழ்ந்த ஜான்போஸ்கோ எடத்துவா கோயிலில் பேய்விரட்டு சாமியார் அச்சன்குட்டி பிலிப்போசுவைக் கண்டதும் “பேய்... பேய் வந்திருக்கு. லூசிபர் பிசாசு... போ” எனக் கூவுகிறான். இந்த லூசிபர் பிசாசு இயேசு கிறிஸ்துவின் காலத்தில் பூமியில் திரிந்து மனிதர்களைப் பாடாய்ப்படுத்தி பிறகு அவராலேயே விரட்டப்பட்டவன். பத்துக் கட்டளை எரோணிமூசு வாத்தியாரும் கூட இன்னொரு ஜான்போஸ்கோ பாணி கதாபாத்திரம்தான். எதிர்க்குரல் எழுப்புகின்ற கதாமாந்தர்கள் எல்லோருமே பிறழ்ந்த மனநிலை கொண்டவர்களாகவே இருக்கிறார்கள். அல்லது அந்நிலைக்கு சமூகம் அவர்களைத் தள்ளி விடுகிறது.

நாகர்கோவிலிலிருந்து திருவனந்தபுரம் செல்லும் தார்ச்சாலையும்,

இடைப்படும் சின்னச்சின்ன ஊர்களும், விளைகளும் எனக்குப் பிடித்தமானவை, பரிச்சயமானவை. முக்கியமாகத் தக்கலை, மார்த்தாண்டம், களியக்காவிளை, பாறசாலை. இந்த நிலவியல் பரப்பானது இத்தொகுப்பில் பதிவாகியுள்ளதும், பூர்வ ஜென்மத்தில் நான் ஏதேனுமொரு குமரி மாவட்டக் கடலோரப் பகுதியில் பிறந்திருப்பேனோ என்கிற என் எண்ணமும், கென்னடியின் கதைகளை விரும்பி வாசிக்க வைத்தது. வாசகர்களும் கென்னடியின் கதை கூறும் அழகை ரசிப்பார்களென்றே நம்புகிறேன்.

வடிவரீதியாக இக்கதைகளில் பெரும்பாலானவற்றைச் சிறுகதை என்கிற மரபான சட்டகத்துக்குள் அடக்க முடியாது. குறுநாவல் தன்மையிலான கதைகளாகவே இவற்றைக் காண்கிறேன். அதற்கு விவரிப்பு முறையும், கதாபாத்திரங்களின் விசேஷ குணாதிசயங்களும் கூட காரணமாக இருக்கலாம்.

கென்னடி தொடர்ந்து இயங்கி, தமிழ்க் கிறிஸ்தவ இலக்கியத் தடத்தில் அழுத்தமான சுவடுகளைப் பதிக்க வேண்டுமென்று வாழ்த்துகிறேன் இத்தருணத்தில்.

xx

கதையும் / பக்கமும்

வார்த்தப்பாடு ... 1

மோட்சவிளக்கு ... 25

ஜாண்போஸ்கோவும் லூசிபர் பிசாசும் ... 44

ஜாண்போஸ்கோவின் இன்னொரு அத்தியாயம் ... 76

இடவாடு ... 88

கெட்ட குமாரத்திகள் ... 110

ரோசம்மையின் பெடக்கோழி ... 124

வியாகுலங்கள் ... 136

குருதி வழியும் பாடல்களும் மெசியாவின்
முகமும், அப்புறம் சிமிக்கிக் கம்மலும் ... 150

பத்து கட்டளை எரோணிமூஸ் ... 162

இது கிண்ணாரம் ஸ்டீபன்

ஸ்டெல்லா மேரி அத்தியாயம் ... 188

சிலுவைமேரிக்கும் சீற்றமுண்டு ... 202

பொன்னும் - குருசும் ... 216

வருத்தப்பட்டு பாரம் சுமந்தவள் ... 234

கென்னடி மரித்து விட்டாள் ... 248

வார்த்தப்பாடு

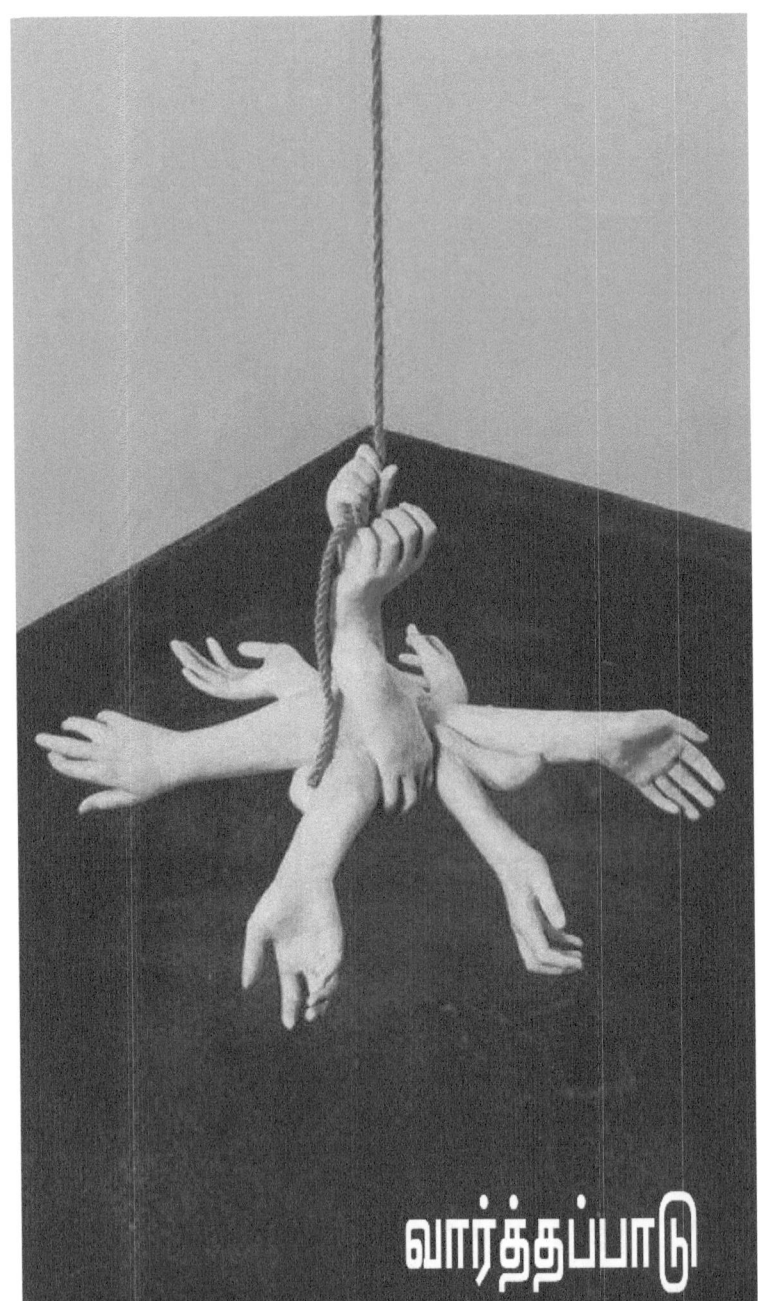

வெயிலு சாயத்தொடங்கிற்று, கெழக்குல இருந்து ஊந்து போன சூரியன் மேக்குல மையங்கொண்டு மஞ்சளும்-சொவப்பும் கலந்து ஒளிக் கற்றையாய் கக்கியது. முட்டாங்கியோடு பனவிளை கலுங்கில் குத்தவச்சிட்டிருந்த தெரசம்மை இருந்த எடத்த விட்டு எழும்பினாள். கெழக்கேயும்-மேக்கேயும் அண்ணாந்து பாத்தாள். கண்ணு மங்கி கூசியது. பனவிளை-மணலிமுக்கை கடந்து போவும் திருவனந்தபுரம் ரோட்டின் ஓரத்தில் ஒணந்து காஞ்சது சீரகசம்பா நெல்லு. உச்ச வெயிலில் பரத்தியது. இப்ப அந்தியாச்சி. மணியும் நாலாகியது போல சூரியனின் மஞ்சள் சொவப்பு கதிரொளி பாச்சல்கள் ஊதா வண்ணமாய் மாறத் தொடங்கியது. வெயில்ல ஒணந்துட்டிருந்த நெல்லில் ஒரு கைபிடியளவு எடுத்துக் கொண்டாள். உப்புக்குத்தி காலை வச்சி சவுட்டி நச்சி கொண்டாள். உமி பொடிஞ்சி போனதும் கறுத்த சம்பா வெளியேறியது. உங்ளங்கைக்குள் வாரி எடுத்து வச்சி ஊதினாள். காத்துல கலஞ்சி பறந்தது உமி. பொடி அரியை கொவுட்டுக்குள் போட்டு சவச்சாள்.

"அந்தோணியாரே... நல்லாயிருப்பீரு, ஆண்டவரே... இந்த கெதியத்தவள காத்திடும்..."

மணலிமுக்கு ஒலவமரத்து விருட்சத்தோடு வானம் பாத்து கூம்பி நிக்கும் அந்தோணியாரு குருசடியை பாத்து கும்பிட்டுக் கொண்டாள். கும்பிட்ட ரெண்டு கையையும் பிரிச்சி ஈரக்குலை உறங்கிதுடிக்கும் மாரில் ஒத்தினாள். நீலக் கண்டாங்கி சீலையின் முந்தானையை இடுப்போடு இறுக்கியவள் குனிஞ்சி நெல்லை வெளக்குமாறால தூத்து ஒதுக்கினாள் ரெண்டு குவியல் தேறியதும் நாறு பெட்டிகளில் வாரி நெறச்சாள். தொன்னச்சியான தெரசம்மையின் காதிரண்டிலும் சின்னதாய் வெள்ளக் கல்லு நட்சத்திரக் கம்மலு மின்னியது. கழுத்தில நாலரை பவுனு வடமாலை தாலிச்செயினு தொங்கியது. " இந்த கம்மலையும், வடமாலை தாலிச் செயினையும் எனக்க ஜீவன் போறவரைக்கும் தொடவே விடமாட்டேன்னு" எடுத்த சபதத்தோடு ஜீவிதத்தை இன்னுவரை நகர்த்துகிறாள். அதுக்கு காரணமும் உண்டு. தனக்க மாப்பிள்ளை தாவீது நாடான் கையால போட்டு விட்டதுதான் அந்த தந்தடத்தின் பின்குறிப்பாகும்.

மணலி முக்குக்கும் பனவிளை மெயின் ரோட்டுக்கும் இடையிலதான் தெரசம்மை தாமசிக்கும் வூடு. ஒட்டும், புளிச்சும் வறுக்க மாவும், செம்பருத்திவறுக்கை, புளின்னு வஸ்து முழுக்கவும் பரந்து நிக்கும் விருட்சங்களுக்கு பஞ்சமில்லை. வெறும் பதினஞ்சு சென்டுதான். தாவீது நாடான் மரிச்சி போன போது அவன் வச்சிட்டு போனது வீட்டடியும், விட்டுட்டு நாலு கொமரு மக்களும்தான்.

நாறுபெட்டிகளில் வாரி நெரப்பிய நெல்லை தலச்செமடாட்டு வச்சிட்டு ரெண்டு - மூணு நட நடந்தா வூடு வந்துரும். தூக்கி தாரதுக்கு யாராவது தெரிஞ்ச ஆளுவ வருதான்னு வடக்கும் தெக்கும் பார்த்தாள். கண்ணுக்கெட்டும் தூரத்தில குருசு வந்து கொண்டிருந்தான்

“லேல... மக்கா குருசு... இன்னு வேல இல்லியால...” காரியம் நடக்கணுமே அக்கறையாய் கேட்டாள் கிட்ட வந்துட்ட குருசுவிடம்.

“இல்ல அக்கா.... அந்தோணி கண்டுராக்கும் விளிச்சல்ல, ஒங்க வூட்டுல ஒடைஞ்சி கிடக்கிய காம்பவுண்டை கட்டியாச்சோ”

- குருசு திருப்பி கேட்டான்.

“இல்ல மக்கா... ரெண்டு மூணு செத்தைய போட்டு தான் அடைச்சிருக்கு... இந்த குட்டிக்கு, வார்த்தபாடு நடக்கியதுக்கு முன்னாடியே அத கட்டிரனும் பாத்துக்க...”

“நா... வேல இல்லன்னா வாரேன்...”

“ செரி மக்கா...”

“இந்த ரெண்டு நாறுபெட்டி நெல்ல தலையில தூக்கி வச்சிருடே....”

தெரசம்மையோடு அவனும் ஒரு பக்கம் பிடிக்க நாறுபெட்டி நெறைஞ்சிருந்த நெல்லை அவள் தலையில் தூக்கி வச்சான்.

“எம்மா... என்ன கனம் எக்கா... இத இனி செட்டிக்க மில்லுக்கு நடந்தா கொண்டு போறீய....”

“இன்னு இனி ஆருல கொண்டுபோறது...?”

தெரசம்மை நடக்க தொடங்கினாள். நாலஞ்சு நெல்லுமணியளை கொவுட்டுக்குள் போட்டு கொறிச்சாள்.

“லேய் குருசு மக்களே... கேட்டுட்டு போடே, பேச்சுவாக்குல ஓர்ம இல்லாம போச்சி. மூத்தவ குளோரி குட்டிக்கு நாள களிச்சி வார்த்தபாடு. நீ வந்து நின்னு நடத்தனும். சொக்காரனுவ எல்லாம் கூட மாட நிக்கனு மில்லியாடே...”

அவள் நடந்து கொண்டே அவனிடம் சொன்னாள்.

“எக்கோய்... நம்ம குளோரிக்கா... நாள கழிச்சின்னா

ஞாயித்து கெழமயில்லியா? எனக்கு வட்டம் வரைக்கும் போவணும்... கண்டுராக்கை வேற பாக்கணும்...”

“லேய் குருசு எனக்க வூட்டு அவசரத்துக்கு வரமாட்டியால, தவப்பன் இல்லாத கொமருவ... எனக்கு சொக்காரன் அருவக்காரன் நீங்க எல்லாம் நின்னு நடத்தாட்டு வந்தட்டி வருதட்டியால நடத்துவானுவ... அன்னு நீ வந்து நின்னுட்டு போல....”

-தெரசம்மை அவனை விட்டு துருசமாய் நடந்தாள். கண்ணுல இருந்து அவள் மறஞ்சதும் குருசுவின் நாக்கு துடிச்சது.

“கண்டார ஒழி சொக்காரி இவா.. மாப்பிள்ளை வூட்ட எனட்ட சென்னா நா என்ன பெயி வெலக்கவா போறேன்... நாற முண்ட பெரிய சொக்காரியாம். காரியகாரி. இவளுக்க மொவுளுவள பத்தி நமக்கு தெரியாதில்லியா...”

-தெரசம்மை போன தெசையை பாத்து தானக்கெடு மொனங்கலை கக்கியவன் உடுமுண்டை தூக்கி மடிச்சி கட்டினான். புளியமூடு செல்லத்துரை கடைய பாத்து நடந்தவனுக்கு இன்னும் ஒரு குப்பி மாம்பட்டை அவசியமாயிருந்தது

•••

புளியமூடு செல்லத்துரை கடை.

வியாலையெல்லாம் முடிஞ்சி சிமெண்டு கறை படிஞ்ச தேகத்தோடு கொத்தன்மார் கோஷ்டியாய் நின்னுட்டிருந்தனர். செல்லத்துரைட்ட ரெண்டு ரூவா அம்பது பைசாவ நீட்டினான் ஏனோக்கு. அத வாங்கி கல்லாப் பெட்டிக்குள்ளால அவன் வீசினான். சில்லறை பைசாய் சலம்பளாய் சத்தமெழுப்பியது. ஒரு பெரிய சர்பத் கண்ணாடி கிளாசில் தலக்குப்புற கமத்தினான் மாம்பட்டை குப்பியை. ஊதா நிறத்து கசாயமானது கிளாசை நெறச்சதும் ஏனோக்கின் கொதியாய் கெதிச்ச வாய்க்குள் துப்பலு ஊறியது. அதை உள்ளிழுத்துக்

கொண்டான். 'மடக்கு மடக்கு' அனக்கத்தோடு அன்னாக்கு கடந்து உள்ளிறங்கி போனது மாம்பட்டை கசாயம்.

"ஆ கொஞ்சம் ஆசுவாசமாச்சி, செல்லத்தொர செறுசாட்டு ஒரு துண்டு கருப்பட்டி துண்டு தாடே"

ஏனோக்கு செல்லத்துரையிடம் கெஞ்சினான்.

"கருப்பட்டி வெல எல்லாம் பயங்கர ஏத்தம் ஓய்... இப்படி குடுத்து குடுத்தே கருப்பட்டியும் தீந்து போவும்... நானும் சுன்னிய சுருட்டிட்டு கடைய இழுத்து மூடிட்டு போவ வேண்டியதுதான்.."

- செல்லத்துரை எரிச்சலடைந்தான்.

"தள்ளைய ஒழிய குடிச்சா போவமாட்டானுவ..." -தானக்கெடு மொனங்கலோடு துண்டு கருப்பட்டியை அவனிடம் நீட்டினான். ஏனோக்கு அதை வாண்டி வாயிக்குள் போட்டுக் கொண்டான்.

"அறுக்காதடே ஒரு அம்பது பைசாயிக்கு பொறிக் கடல தா"

அழுக்கு கறை படிஞ்ச அஞ்சு ரூவா தாளை எடுத்து நீட்டினான். அதை வாங்கி விரிச்சி பாத்தான் செல்லத்துரை.

"என்னத்த ஓய்... அழுக்கு நோட்டு. எந்த கொப்பன் வாண்டுவான்னு இஞ்ச கொண்டு வாரியளோ..."

செறஞ்சவாறு பொறிக்கடலையை முக்கோண பொதியாட்டு பேப்பர்ல மடக்கி அவன் கையில் அமுக்கினான்.

"இன்னாரும் பாக்கி சில்லற மயிரு. நாளைக்கு இஞ்ச வந்து தானக்கெடு போடபடாது... போவும் போவும் எடத்த விட்டு அப்புறம் போவும்.. அடுத்த ஆளுவள கவனிச்சனும் போவும் ஓய்..."

ஏனோக்கை வெரட்டாதக் குறையாத் துரத்தியடிச்ச

செல்லத்துரை மண்டைய சொறிஞ்சிட்டு யோர்தான் கொத்தனை பாத்து பேசினான்.

“என்னத்தலைய் வேணும்... நானும் பாக்கியேன்.... கொஞ்ச நேரமாட்டே ஒரு மார்க்கமாட்டு நின்னுட்டிருக்கிறீரு... என்னத்த வியாணும்.... செல்லும், இல்லன்னா கடய விட்டு அப்புறம் போவும்... சாயந்திரமானா ஒங்க எழவுல நிக்க முடியாது. போவும் ஓய் அப்புறம்”.

செல்லத்துரைக்கு சாயங்கால நேரமானாலே படபடப்பு வந்துரும். கடைக்கு முன்னாடி கொறஞ்சது அஞ்சாறு பேராட்டு வந்துட்டே இருப்பார்கள். அதனால அவனை அறியாமைலேயே கோவம் பொத்துசாடும். அவனது கடைய விட்டு திரும்பி நடந்தான். ஏனோக்கு கொத்தன். எதிரில் பட்டான் குருசு.

“ஓய் ஏனோக்கு அண்ணா... இன்னு எஞ்ச வேலையாக்கும். நாளக்கி ஏதெங்கிலும் உண்டான்னு கேட்டேன்”

“போல புண்டாமோனே... வியாலையும் மசிரும். தயழி கண்டுராக்கு இன்னு இருவது ரூவா கொறச்சிட்டான்...”

-அவன் வாய்க்குள்ளிலிருந்து குதிச்சது தானக்கெடு.

“ஓய்... கடைக்க முன்னாடி நின்னு அறுக்கபடாது. இந்த எடத்தவிட்டுப்போவும்”.

ஏனோக்கை விரட்டினான் செல்லதுரை

“லேய் குருசு அவர கூட்டிட்டு போடே...” -செல்லத்துரை கடையின் கல்லாவைத் தாண்டி ஒடம்பை நீட்டி முழங்கினான்.

“செல்லத்தொர... சும்மா கெடந்து துள்ளாதடே.... ரெண்டர ரூவாயிக்கு பட்டய குடிச்சிட்டு கொஞ்சம் போல கருப்பட்டி துண்டு கேட்டதிலிருந்தே ஒனக்கு புடுக்கு ரொம்பத்தான் துள்ளுது. அறுத்தெறிஞ்சி போடுவம்புல பெலயாடி மோனே... ஒனக்க கடைக்க

முன்னாடி உள்ளது கொப்பனுக்க எடமில்ல. சர்க்காரு ஸ்தலம். கொவருமெண்டு ரோடுல. மவனே வால முடிஞ்சா அடிச்சுப் பாப்பம்".

ஏனோக்கு கொத்தன் கொதி நிலையில் இருப்பதை மனசிலாக்கி கொண்ட செல்லத்துரை கடைக்குள் பம்மினான். ஏனோக்கின் கண்ணுவ ரெண்டும் சொவந்தது. அவனை செல்லத்துரையின் கடையை விட்டு இழுத்து போனான் குருசு.

"ஏனோக்கு அண்ணா சத்தம் போடாதேயும்... ஓய் செல்லத்துரை அண்ணா ஒரு ரூவாயிக்கு தேங்கா எண்ண குடும்".

ஏனோக்கு கொத்தனின் வலக்கையை பிடித்து இழுத்து நீட்டினான். அவனது உள்ளங்கைக்குள் செல்லத்துரை தேங்காய் எண்ணெயை சங்களவு கோரி ஊத்தினான். பரட்டை தலை கேசத்திலும் காது மடலிலும் பெரட்டி தேச்சவன், தொடையிலும், சாரத்தை ஒயத்தி குண்டியிலுமாட்டு தேச்சி தேச்சி சதையோடு கையை அடிச்சி சத்தம் எழுப்பினான்.

"வால... குருசு குளிச்சிட்டு வருவோம்"

அவனை இழுத்திட்டு போனான். ரெண்டு பேரும் ஞாறக்குழி குளத்தை பாத்து நடந்தனர். நீண்ட சப்பாத்து படிக்கட்டில் குருசு இருந்து கொண்டான். இடக்கையில் கெடந்த எச். எம். தொடலு வாச்சை பாத்தான். சாயங்காலம் ஆறுமணியாயிருருந்தது. சப்பாத்தை தொட்டு நின்ற மின்கம்பத்தின் ஒயரத்தில் தொங்கிய குண்டு பல்பு மஞ்சள் நிறத்து வெளிச்சத்தை குளத்து வெள்ளத்திலும் தரையிலுமாய் பரத்தியது. அந்த எடத்துக்கு அது சிம்னி விளக்கொளியாயிருந்தது. நேரம் இருட்ட இருட்ட மின்கம்பத்தின் குண்டு பல்பு பாச்சிய மஞ்சள் வெளிச்சமானது நீர் திவலைகளில் பட்டு நெளிந்தது. கைலியும், வண்ணாரம் மாடனும், தியாழிகளும் துள்ளி மறிஞ்சன.

“தாயேழிக்க மீனுவள பிடிச்சலாம்னா சமயம் கிட்டல பாத்துக்க... ஒரு நாளு பிடிப்பமால...”

- தலையில் தேச்ச பச்சை தேங்காய் எண்ணை ஒடுங்கிய கன்னக்குழி ரெண்டு பக்கமும் வழிஞ்சது. சாரத்த அவுத்துட்டே குருசுவைப் பாத்து பேசினான் ஏனோக்கு.

“ஓமக்கு ஜோலி மயிரு இல்லியா ஓய்... நியாரம் ஒரு பாடு ஆவுது... செனம் குளியும்...”

ஏனோக்கு கொத்தனை அவசரப்படுத்தினான் குருசு. இடுப்பு சாரத்தையும். கட்டம் போட்ட சட்டையையும் ஒடம்ப விட்டு கழட்டி போட்டு விட்டு வரிபோட்ட அண்டர்வேரில் நின்னுட்டிருந்த ஏனோக்கு கொத்தன் குளத்துக்குள் சாடினான்.

முங்கியும் எழும்பியும் குளிச்சவன் “தாயோழிக்க ஒடம்பு என்னச் சூடுடே....” குளத்துக்குள் இருந்தவனின் வாய் கூவியது. குளிச்சி முடிச்சி கரையேறியவன் தோர்த்தால தலையை தொவத்தினான்.

“செல்லத்தொர பயல பாத்தியாடே.... நாறபயல் நம்மகிட்ட காய்மாறத்த காட்டியான் பாத்தியா...?

“மணி எட்டாவுது. நியாரம் இருட்டியாச்சி. வாரும் போவம் இந்த எடத்த விட்டு”

தேகம் தனுப்பாகியும் ஏனோக்கு கொத்தனின் தலைக்கேறிய போதை குறையவில்லை. வீடடையும் நேரத்தில் மணி எட்டாகியிருந்தது. திண்ணையில் நீட்டி கட்டிய கம்பியில் தோர்த்தையும், தொவச்ச சாரம், சட்டையை ஒணர போட்டான். வராந்த சொவரோடு சாஞ்சி இருந்தவன் இடுப்பு பெல்ட்டு மணிபர்சில் இருந்து பீடிகட்டை எடுத்து அதில் இருந்து ஒரு பீடியை உருவி எடுத்து சுண்டுக்கிடையில் சொருவினான்.

“ஏட்டி மக்களே எஸ்தரே... அடுப்புல இருந்து கொள்ளிக்கட்டைய எடுத்துட்டு வாட்டி மக்கா...”

எளைய மொவளை வூட்டுக்குள்ளார தலையை நீட்டி கூப்பிட்டான். கெழங்கும், மீனும் வெந்துட்டிருந்தது. அந்த அடுப்பில் இருந்து ஒரு தீச்சுள்ளியை எடுத்து வந்து அவனை நோக்கி வந்தாள் எஸ்தரு. அழுக்குப் பாவாடையும் செம்பரும் போட்டிருந்த அவளை இன்னொரு பக்கம் இருந்த குருசு பார்த்தான். அந்த பார்வை ஒரு மாதிரியாயிருந்தது. அவள் சடங்காயி மூணு மாசமாகுது. அந்த பழைய பாவாடை செம்பரை மீறி குளோரியின் பருவசெழிப்பு குருசுவை குதறிப்போட்டது. அவனின் கிறுக்கு பார்வையில் கூனி போனவள், அடுப்பங்கரைக்குள் ஓடினாள். ஏனோக்கு கொத்தன் தீச்சுள்ளியால் பீடியை பத்தவச்சி நெஞ்சுக்குள் இழுத்து விட்டான். வாய்-மூக்கு வழியாய் புகைச்சுருள் வெளியேறியது.

“குருசே நம்ம கோயிலு திருநாளு முடிஞ்ச பெறவு கேரளாவுக்கு தங்கு வியாலைக்கு போலாமுன்னு இருக்கேன். இஞ்ச கெடந்து தாயோழி மரியேந்திரன் கண்டுராக்கு கூட போயி ஒரு மயிரும் பிரயோசனமில்ல. ஒழுங்காட்டு வியால கூலியும் தாரதில்லை. சேத்து தாரேன்னும், வாரத்துக்கு ஒருக்கா தரலான்னு செல்லி மனுசனுக்க ஜீவனமாத்திரம் எடுத்திரியான் பெலயாடி மொவன்..”

ஏனோக்கு கொத்தனின் புலம்பலை காதுக்குள் விட்டாலும் அதை அவன் செரியாட்டு மனசிலாக்க வில்லை. அவனுடைய எண்ணம் முழுக்கவும், பாவாடை, செம்பரில் வந்த ஏனோக்கின் இளைய மொவள் எஸ்தரு நெறஞ்சிருந்தாள்.

“லேல குருசு என்னத்தல மசுரு யோசன...”

“ஓ... ஆங் சும்மா கெடையும் ஏனோக்கு அண்ணே. ஆமா... இனி நீரு கேரளத்துக்குப்

போவும். ஓய்.!

ஓய்...

மூணு மோனுவளும் அங்கதானே கெடக்கியானுவ. போவும் போவும்"

எஸ்தர் நெனப்பால் ஏனோக்கு கொத்தனை பாத்து கெறக்கத்தோடு ஒளறினான் குருசு. நெனப்பு முழுக்கவும் எஸ்தர்குட்டியோடு தெத்திபின்னி கிடந்தது. பேருக்கு மாத்திரம் ஏனோக்கு கொத்தனின் பேச்சுக்கு காது கொடுத்தான். அவனுக்குள் கேரளம் பாலாவுல தங்கு வேலையின் போது தியேட்டரில் பார்த்த மலையாள படக்காட்சியானது ஓடியது. எஸ்தரு மழையில் நனஞ்சி தெறிக்கும் கொங்கைகளோடு நின்றிருந்தாள். நீண்ட தலைமுடி மழையில் கொலஞ்சி போயி கிடந்தது. இருவத்தெட்டு வயசு குருசு அவளைக் கட்டி புடிச்சி ஒரு படப்புக்குள் சாய்த்தான்.

"குருசே..."

ஏனோக்கின் அனக்கமானது பாலியல் வன்மத்தின் தோணலில் சுருண்ட குருசை படாரென திருப்பியது.. கண்ணிரெண்டையும் கசக்கினான். தேகத்து மயிர்களும் குறியும் தெறிச்சி புடைச்சிருந்தன.

"ஏண்ணே இப்படி சத்தம் போடியா, ஒனக்கு என்ன எழவாம்.."

வூட்டு நடையில இருந்திட்டு எழவுன்னு பேசாதல... பலவட்டர மொவன..."

"செரி செரி செல்ல வந்தத செல்லும்..." குருசு நிதானத்துக்கு வந்தான். ஆனாலும் எஸ்தரு இன்னும் கண்ணுக்குள் துறுத்திட்டிருந்தாள்.

"ஓய்... ஏனோக்கு அண்ணே.. நா ஒரு சங்கதி செல்லணும்... நம்ம கோயிலு திருநாளுக்கு முன்ன ஒம்ம கொக்காளுக்க மூத்த மொவளுக்கு வார்த்தப்பாடாம்...."

"அந்த மூளியா ஒனட்ட சென்னா?" ஏனோக்கு கொத்தனுக்கு தேகம் சூடாகியது.

“ஆமாஓய் இன்னு அந்திக்கு நெல்லு காய போடிய கலுங்கு ரோட்டுல வச்சிதான் சென்னாவ... சொக்காரன்-அருவக்காரனெல்லாம் நின்னு நடத்தணுமாம்.”

-ஏனோக்கு கொத்தனின் காதுக்குள் விசயம் முழுவதையும் நொழைச்சான் குருசு.. தெரசம்மையின் மொவளுக்கு வார்த்தப்பாடுன்னு கேட்டதும் ஒடம்பு முழுக்கவும் சூடாகியது. மாம்பட்டை போதை கிறக்கம் மண்டையை வெறிக்க வச்சது. ஏனோக்கு கொத்தன் கொதிப்பதைப் பாத்திட்டே திண்ணைக் கட்டிலிருந்து எழும்பி கொண்டான் குருசு.

“இருல... இஞ்ச ஆராக்கும் அந்த பலவட்டர மூளிட்ட பேச்சு குடுக்கியா? அந்த வம்சத்தோட சொந்தபந்த மெல்லாம் அறுந்து போயி வருசம் கடந்து போச்சி”.

- வெறுப்போடும் கடுப்பாகவும் பேசியவன் குருசுவின் மொகத்த ஏறிட்டும் பாக்காம குரலை தாழ்த்தினான்.

“ஆமா! லேல குருசே பாத்துஇருக்கிய மாப்பிள எந்த ஊராம் கேட்டியாடே”

“எனட்ட ஒண்ணுமே அவ்விய செல்லவே இல்ல. செல்லத்தொரைக்க கடையில வச்சே இத ஓம்மட்ட செல்லத்தான் வந்தேன். இப்ப இம்புடு நியாரம் ஆயிபோச்சி செரி ஓய்... நா போறேன். நாளைக்கு வட்டத்து கண்டுராக்கு வூட்டுக்கு போயிட்டு, அதுக்க பெறவு நாளக்கழிச்சி கொக்காளுக்க வூட்டுல நிக்கணும். மொத அவசரமில்லியா?”

-ஏனோக்கு கொத்தனிடம் பொறுப்புள்ளவன் போல பேசிட்டு திண்ணையை விட்டு இறங்கி நடந்தான். படிக்கட்டில் இறங்கியவன் திரும்பி வூட்டுக்குள்ள நோட்டமிட்டான். அந்த பழய ஓட்டு வூட்டுக்குள் இருட்டோடு சிம்னி விளக்கொளி வெளிச்சத்தில் கண்ணுல மீண்டும் தட்டுப்பட்டாள் எஸ்தரு. எதையும் மனசிலாக்கி கொள்ளாமலிருந்தான் ஏனோக்கு கொத்தன்.

முற்றத்தில் எறங்கி நடந்தவன் எதிரே வந்தாள் ஏனோக்கின் பெஞ்சாதி மரியாய்.

“மைனியே எங்கயாக்கும் பெயிட்டு வாறீயா? வூட்டுல காணவே முடியல”

“எங்கயும் போவலைடே... நம்ம சீட்டுக்காரி அன்னம்மாளு வூடு வரைக்கும் போயிட்டு வாறேன்... ஆமா இன்னு வியால உண்டா? இஞ்ச இருந்து வாறா? ரெண்டுவரும் சேந்து குடிச்சியளோ”

“ஐயோ மைனி ஒங்க ஆளுக்க கூட என்ன சேக்காதீங்க...”-அவன் பதறினான்.

“செரி செரி... எனக்க வூட்டுக்காரன் இன்னு வியாலைக்கு போனானா? தெரியுமா? மரியாயி கேட்டாள்.

“வியாலைக்கு போயிட்டுதான் வந்திருக்காரு”-குருசு தலையை சொரிஞ்சுட்டே பதில் சொன்னான்.

“வாடே வூட்டுல... கெழங்கும் மீனும் இருக்கு... தின்னுட்டு போலாம்.”

மறு பேச்சே இல்லாமல் குருசு அவளுக்க பெறமோடி மறுபடியும் ஏனோக்கு கொத்தன் வூட்டை நோக்கி நடந்தான். அவனுக்குள் எஸ்தரு குறுகுறுத்துக் கொண்டிருந்தாள். வூட்டு நடை திண்ணையில மஞ்சள் போட்டு விரவி மசக்கிய கிழங்கையும், சாளமீனு கூட்டையும் குழைச்சி தின்னுட்டிருந்தான் ஏனோக்கு.

“வால குருசு கெழங்கும் மீனும் முள்ளந்தலையும் கூட இருக்கு தின்னுட்டு போலன்னு சென்னதுக்கு போறேன்னு குண்டிய ஆட்டிட்டு போனா... இப்ப திருப்பி வந்திருக்கா? குண்டனி மூட்டி விட்டியோ?”

-கெழங்கை விரவிப்புட்டே குருசைபாத்து செறஞ்சான் ஏனோக்கு.

“ஓய் மசிற புடுங்குன வர்த்துவானம் பேசிட்டு இருக்கபடாது. நா என்ன ஓய்... குண்டனி மூட்டுக்காரனா...?

ஒம்ம ஜோலிய பாத்துட்டு இரும்..."- குருசுக்கு கோவம் பொத்துச் சாடியது.

அடுப்பங்கரைக்குள்ளிருந்து ஒரு பழைய சில்வர்தட்டில் மசக்கிய கெழங்கும் சாள மீனையும் கொண்டுவந்தாள் எஸ்தரு. திண்ணையில் இருந்த குருசுவின் கண்ணிரண்டும் அவளை குறி பார்த்தது. நெளிஞ்சி, வளஞ்சி இருந்து கொண்டான். அவள் அவனது பார்வையில் இருந்து விலகினாள். ஆனாலும் அடுப்பங்கரை ஓரமாய் நின்று அவனை பார்த்தாள். கருத்த சுருட்டை முடி சொவப்பு கலரில் குருசு சந்தமாட்டுதான் தெரிஞ்சான். ஆனாலும் வெள்ளமடி தொட்டு கெட்ட பழக்கம் அத்தனையுமுண்டு. அதெல்லாமே அவளுக்கு அவனபத்தி நல்லாவே தெரிஞ்ச சங்கதிதான்.

எல்லாத்தையும் மீறி ஒத்த கண்ணோட்டமாய் பாத்து கொண்டே நின்றாள். குருசுக்கும் மனசு கொமஞ்சி தீவனம் உள்ளுக்குள் எறங்காம எரணம் முட்டியது. எஸ்தரின் பெண்மை மொட்டு குருசுவை கண்டு துடிச்சது. பருவத்தின் கௌறல் அவளை சாமத்து ஒறக்கத்தின் நினைப்பில் குருசோடு பெனச்சது. அந்த இராக்காலம் முழுசும் எஸ்தரின் ஒறக்கத்தை குருசுவின் நெனப்பு பலிகொண்டது.

♦♦♦

வீட்டின் பெறம்ம புளிச்சிமாவு நிழலில் நெல்லை அவிச்சி கொண்டிருந்தாள் தெரசம்மை. அடுப்பங் கரைக்கு கிட்டதான் அடுப்புக் கூட்டி பெரிய அண்டாவுல நாலஞ்சி மரைக்காலு நெல்லையும் போட்டு அதுக்கேத்த படி வெள்ளத்தையும் கோரி ஊத்தியிருந்தாள். புளியஞ்சுள்ளி, கொதும்பு, கிளாஞ்சி, சில்லாட்டை, கதம்பை, மட்டையெல்லாம் எரிஞ்சி கனலாயின.

இன்னொரு பக்கம் அடுக்களை பெரைக்குள் சம்பா அரிச்சோறு பெரிய பானையில் வெந்தது. வீட்டை சுத்தி

புகை சுருள் பூதங்களாய் எழும்பி வளஞ்சி காற்றில் பறந்து கலந்தன. வெசர்ப்பு துளியில் தெரசம்மையின் தேகம் முழுக்கவும் நனஞ்சது. இன்னொரு அடுப்பில் ரசம், தயாராகியது. வெளியே ஊயாக்கிழவியும், அவள் மொவன் வைப்புக்காரன் மாக்கான்மெசியாவும் அவியல், பாயாசம், பப்படம் என்று தயாராக்கினர்.

“ தெரசம்மை எக்கோ... நீங்க இன்னும் இப்படி வெசர்ப்புல நனஞ்சா எப்படியாக்கும்... மாப்பிள்ளை வூட்டுக்காரங்க வாற நேரமாச்சில்லியா...?

-அடுப்பில் கொதிச்ச பாயாசாத்தை கௌறிக் கொண்டே மாக்கான் மெசியா தெரசம்மைய பாத்து குரலை விட்டான்.

“மெசியாவே... வார்த்தப்பட்டுக்கு சொக்காரன் அருவக்காரன் மாத்திரமல்ல சுத்தும் பத்தும் கூட வரும்... மொத அவசரமில்லியாடே..... அதனாலதான் வார்த்தப் பட்டுக்கே சின்னதா செலவு வச்சிட்டோ முன்னா நல்லாயிருக்கும்....”

“வார்த்தப்பாட்டுக்கெல்லாம் எதுக்கு தெண்டச் செலவு செய்யணும். எக்கோய்...”

தெரசம்மையிடம் பேசிட்டே ஆக்குபெரை ஜோலியில் கவனத்தை விட்டான் மாக்கான் மெசியா.

தெரசம்மையின் மூத்த மொவள்தான் குளோரி. பத்து முடிச்சிட்டு மேட்டுக்கடை பாப்புலர் இன்ஸ்டியூட்டுல ரெண்டு வருசமாட்டு டைப்புல லோயரும்-ஹையரும் படிச்சி தேறியிருந்தாள். இருவத்தேழு முடிஞ்சி இருவத்தெட்டு தொட்டு நிக்குது. இனியும் காலத்த கடத்த படாது. அடுத்தது கொமருவ ரெண்டு ரெடியா நிக்குது. ரெண்டாவது குட்டி பத்தோடு வீட்டுல இருக்கு. மூணாவது மொவா லிசிமேரி நெய்யூர் எல்.எம்.எஸ் பள்ளிக்கூடத்தில பிளஸ்டூ முடிச்சிட்டு டைப்புக்கு போறா. தெரசம்மையின் மூணு மக்களும் பாக்கியதுக்கு

சந்தம் குறையாத தங்கம்தான். ஆனாலும் அம்பது அறுவது பவுனு கேட்டில்லியா அவனவன் வாறான். குளோரிக்கு இப்ப முடிய போற சம்பந்தம் அஞ்சா வதாகும். இதுக்கு முன்னாடி நாலுபேரு பாத்துட்டு தெரசம்மையின் மொத்த இருப்பிடத்தையும் வாரி சுருட்டிட்டு போலான்னு இருந்ததுனால எதுவும் முடியல.

தெரசம்மையின் மாப்பிள்ளை தாவீது நாடான் கறுப்பு வெள்ளையாய் சிரித்து கொண்டிருந்தான் வீட்டுச்சுவரில். அவன் படத்தைப் பார்த்து தெரசம்மையும் மூணு மோளுவளும் வளைஞ்சி நின்றனர்.

“எம்மோ... வூட்டுக்க முன்னால பாரு... ஒரு பிளசரு காரு நிக்குது...”

மூணாவது மொவா லிசிமேரி முற்றத்துக்கு ஓடினாள். புதிய கண்டாங்சி சீலை உடுத்தியிருந்த தெரசம்மை வூட்டு நடைக்கு வந்து ரோட்டை பாத்தாள்.

“சம்மந்த வூட்டு காரனுவதான் வந்திருக்கானுவ. மனசுக்குள் அவசரம் முட்ட ரோட்டைப் பாத்து நடந்தாள். முற்றத்தில் குருசுவும், தெரசம்மையின் சொக்காரன் ஏனோக்கு கொத்தன், அவன் பெஞ்சாதி மரியாயி வந்தனர்.

“எல்லாரும் உள்ள போங்கடே... இப்ப வாரேன்...” -தெரசம்மை பிளசரைப் பாத்து ஓடினாள். பிளசரில் இருந்து பொண்ணு பாக்க வந்தவர்கள் எறங்கினர். ஒரு வேனுக்குள் இருந்தும் காஞ்சிபுரபட்டும் உடுத்தி, உருப்படியும் கழுத்துமாய் எறங்கிய பொம்பளையளும் தெரசம்மையின் வூட்டு முற்றம் வந்தனர்.

அவர்களோடு சந்தனகலர் சூட்டும் சூட்டுக்குள் சட்டையை எறக்கிவிட்டு கறுத்த இடுப்பு பெல்ட்டை இறுக்கி கட்டியிருந்த எட்வர்ட்டும் நடந்து வந்தான். குளோரிக்கு ஒறப்பிச்ச மாப்பிள்ளைதான் அவன். எல்லோருமாட்டு வூட்டை நோக்கி நடந்தனர்.

வைப்புக்காரன் மாக்கான் மெசியா பரிமாற வேண்டிய சோத்தையும், பப்படம், பாயாசம், அவியல் எல்லாத்தையும் தனித்தனி யானங்களில் வாரி கோரி வச்சான்.

"மாப்பிள்ளை வூட்டுக்காரனுவ படிச்ச குடும்பம் போல இருக்கு ஓய்..." குருசு மனசுக்குள் முட்டிய வேளத்தை ஏனோக்கு கொத்தன் காதுக்குள் கொட்டினான்.

"சும்மா கெடல... இவா எந்த கொழுப்புல இந்த சம்மந்தம் பாத்து வார்த்தபாடெல்லாம் நடத்தியா- வேதக்கார மாப்பிள்ள கெடச்சேலன்னா ரெண்டா மிசியன் காரனை பாத்துருக்கா... அகங்காரி"

-ஏனோக்கு தெரசம்மையை வாய்க்கு வந்தபடி வைதான்.

"அவசர வூட்டுலயாக்கும் இருக்கோம். ஓமக்க வக்கத்து போன வேளத்த எல்லாம் ஞாறக்குழி கொளத்தோட வச்சிடணும்.."

பெஞ்சாதிகாரி மரியாயி அவனை கடுப்பாய் கனைச்சி அடக்கினாள்.

"ஆமா! ஏனோக்கு அண்ணோய் சும்மா கெடந்து கலையாதேயும். மனுசனுக்கு மானக்கேடு உண்டாக்காம இரும்" - குருசும் சீறினான். ஏனோக்கு கொத்தனின் வாய் அடங்கியது. நடு வீட்டில் மாப்பிள்ளை எட்வர்ட்டும், அவனது தமக்கையாள் லூசியும் இன்னும் கூட பெறப்பு களும் சுத்தி வட்டமிட்டிருந்தனர். தெரசம்மை நெனப்பை போல வார்த்தபாடுக்கே வீடு நெறஞ்சிருந்தது.

"புது வாழ்க்கை கூடும் காலமே
தேவாதி தேவன் துணைபுரிவாரே
இணையும் உள்ளங்களே
இயேசுவின் பிள்ளைகள் நீங்களே...
இறைவன் நினைத்ததை
மனிதன் பிரிக்கலாகுமோ
புது வாழ்க்கை கூடும் காலமே"

மாப்பிள்ளை வீட்டாருடன் வந்திருந்த கொமரியளின் கீர்த்தனையில் கொண்டாட்டம் கூடியது. பாஸ்டர் பாக்கியமணி செயரிலிருந்து எழும்பி ஜெபம் ஏறெடுத்தார். அவருடைய செபமும், பெண்களின் பாடலாலுமாய் வூடு நெறஞ்சது. வெளியே முற்றம் முழுவதும் சொக்காரன். அருவக்காரனெல்லாம் வரத் தொடங்கினர்

புதுப்பொண்ணு கோலத்தில் சந்தன கலர் பட்டுடுத்திய குளோரி காப்பி தட்டை ரெண்டு கைகளில் பிடித்து வந்தாள். முதலில் மாப்பிள்ளை எட்வர்ட் முன்பு குனிந்து நீட்டினாள். அவன் ஒரு கப்பு காப்பியை எடுத்தான்.

“வாங்கம்மா.... பேச வேண்டியது ஏதாச்சும் உண்டுன்னா பேசி முடிச்சிடலாம் இல்லியா?”- பாஸ்டரின் கனத்த குரல் எழும்பியது.

“இந்த வூட்ட பொறுத்தவரைக்கும் எல்லாம் தெரசம்மைதான். மூனு குட்டியளுக்கும் தள்ளையும் தவப்பனுமாட்டு நின்னு வளத்து ஆளாக்கியிருக்கா... அதுக்கப்புறம் இந்த வீட்டடியும், ஏழு சென்டு வயலும் உண்டு. பெறவு சீதன பணத்துல வாண்டிபோட்ட புளியன்விளை தென்னை புரையிடத்தை கைமாத்திதான் இந்த காரியம் நடக்குது. சென்னது மாதிரி முப்பத்தஞ்சி பவுனும் ஒரு லட்சமும் கையில குடுத்திருவோம். வேற கொழப்பம் ஒண்ணும் இல்ல...”

தெரசம்மை சார்பில் மோயீசன் கிழவரு விஷயத்தை விளக்கினார். அவர்தான் தெரசம்மையின் நெருங்கிய சொக்காரர், சின்னையா முறை வரும். தெரசம்மை மோயீசன் கிழவரை சின்னையான்னுதான் விளிப்பாள். எம்பத்தெட்டு கடந்தும் பழுப்பு நிறக்கண்ணும், வெளிறிப்போன பஞ்சுகேசம் அடங்கிய தலையுமாய் காட்சியளித்தாலும் மனுசன் தேகத்தில் தெடம் கொண்டவராகவே இருந்தார்.

“எனக்க வூட்டுக்காரரு போனப்பெறவு ஆருட்டேயும் கையேந்தி நிக்காதவளாட்டுதான் இந்த ஊருல இருக்கியேன்-

ஆண்டவருக்க புண்ணியத்துல இந்த நல்ல காரியம் நடக்கட்டும்...”-தெரசம்மை.

“அதான் எல்லாம் ஆண்டவருக்க சித்தம் போல நடந்திருக்கில்லியா...”- பாஸ்டர் பாக்கியமணி குரல் புன்னகையோடு வெளிப்பட்டது.

“இது ஆண்டவருக்க சித்தமல்ல சாமி... ஒங்களுக்க இஷ்டம் போல வார்த்தப்பாடு நடத்துனா இங்க ஊரு, பங்கு கோயிலு எதுக்கு இருக்கு... நாங்க எல்லாம் பரம்பரையாட்டே வேதக்காரனுவாளாக்கும்...”

- ஏனோக்கு இடுப்பை சுத்தி கட்டியிருந்த கசவு முண்டின் துஞ்சிலை ஒரு கையால பிடிச்சி வச்சிட்டு தாறுமாறாய் பேசினான். தெரசம்மை வாயை தொறக்க வில்லை.

“ஏனோக்கோ.... அனக்கம் காட்டாம இருடே... நல்ல காரியம் நடக்கம்ப எடஞ்சல் பண்ணாதல....”- மோயீசன் கிழவரு சீறினார்.

“ஓ... எனக்க சின்னையா... எனக்கும் நீருதான் சின்...னை...யா... இந்த ரெண்டாமிசியன் சம்பந்தம் எதுக்கு... நாளைக்கு சாமியாரு, முடுதம் கேட்டா... நமக்கு ஒண்ணும் தெரியாது....ஆமா” -அவன் தள்ளம்பாறிட்டே ஒரு செயரில் படாரென இருந்தான். வெளியே நின்றவர்கள் எல்லோரும் “ரெண்டாமிசியன் காரனையா தெரசம்மை பாத்துருக்கா...?” முணுமுணுத்தனர்.

தெரசம்மையின் தேகமெல்லாம் வெசர்ப்பு துளிகள் நனைக்கத் தொடங்கியது. வெளியே செயரில் இருந்து ஔறிய ஏனோக்கை அவள் வூட்டுக்குள் கூப்பிட்டாள்.

“ஒனக்க வூட்டு சோத்த தின்னியதுக்கு ஒண்ணும் நா இஞ்ச வரல, நாள ஞாயிற்றுக்கிழம, என்ன நடக்கப் போவுதுன்னு பாரு....”

தெரசம்மை அவனை வக வைக்காம வூட்டுமுற்றத்தில் இருந்தவர்களையெல்லாம் சாப்பிட கூப்பிட்டாள்.

பாதிபேரு அந்த முற்றத்தை விட்டு வெளியேறத் தொடங்கினர்.

“இவா லேசுபட்ட மொவா இல்ல.... ரெண்டான் மிசியன் காரனையா மொவளுக்கு பாத்திருக்கியா போவோம் ஓய்...” - பத்து பதினைஞ்சி பேரோடு கூட்டமாய் அவசர வீட்டை விட்டு வெளியேறினர் சொக்காரன்மார். அதுவரை பவுறு கொண்டாட்டத்தில் இருந்த குளோரியும், அவளுடைய தங்கச்சிமார் மொகத்திலும் உள்ளுக்குள் பதட்டமும் பயமும் சூழத் தொடங்கியது.

♦♦♦

ஞாயிற்றுக் கிழமை

திருப்பலியை நிறைவேற்றி விட்டு முதல் சந்திப்பாய் தெரசம்மையை காண அவளது வீடு வந்து இருந்தார் கட்டசாமியாரு றைமண்டு. சகேயு தோற்றத்தில் குட்டையாய் இருக்கும் அவரை பலரும் கட்ட சாமியாருன்னும், சகேயுன்னும் விளிச்சியதுண்டு. முன்பல்லு வெளித்தள்ளியிருக்கும். ஊதா கலரு லோவையும் வெள்ளை இடுப்பு கச்சையும், காலி ரண்டிலும் கறுத்து புறுத்த பூட்சுக்குள் அடச்சி நிமிர்ந்து நடந்தாலும் அவரது கௌரமானது வேதாகமத்து சகேயு போல்தானிருக்கும்.

அவரோடு முடுதம் அற்புதம் , கோயில் கணக்கர் சவரியார் அடிமை, வின்சென்ட்-தே-பவுல் சபை வாலிபர்களும் வந்திருந்தனர். நடு வீட்டில் புகுந்த சாமியாரு றைமண்டு தெரசம்மையை குரல் எழுப்பி கூப்பிட்டார். அவள் அவருக்கு முன்பு கும்பிட்ட கையோடு வந்து நின்றாள்.

“ஒங்க மனசுல என்ன நெனச்சுட்டிருக்கிதீய... மொவளுக்கு நம்ம வேதத்துல சம்மந்தம் கெடைக்க லியாக்கும்... ஏன் இப்படி அவசரப்பட்டு முடிவு எடுத்தீய”

பங்கு சாமியாரின் குரல் கடுமையாகவே இருந்தது. நடு வீட்டை ஒட்டி இருக்கும் முறிக்குள் குளோரி சங்கடத்தோடு தவிச்சாள்.

“சாமி வந்த சம்மந்தம் ஒண்ணும் முடியல. எனட்ட கேட்டபடி வாரி குடுக்கியதுக்கு தாராளம் ஒண்ணுமில்ல... இது நல்ல சம்மந்தம் அதனால...”

“ஓ... அப்ப இந்துகார மாப்பிள்ளனாலும் நல்ல ஜோலிக்காரன்னா இருந்தால் வார்த்தபாடு முடிச்சிருவிய இல்லியா...”

தெரசம்மை முடிப்பதற்குள் அற்புதம் எகிறினார்.. சாமியார் றைமண்டு அவரை அமைதியாக்கினார். முடுதத்தின் குதிப்பு அடங்கியது. ஞாயிற்றுக்கிழமை தோறும் முடுதம் அற்புதமும், அவருக்க கூட்டுகட்டுக்காரன் எஸ்தாக்கும் சேர்ந்து கோயிலுல பூச முடிஞ்சதுமே பிராண்டி குடிச்சியது வழக்கம். இப்ப எஸ்தாக்கு கூட இல்லாததுனால தெரசம்மக்க முன்ன வாய் கொழுப்பை கக்கமுடியாமல் எத்தணிச்சார். கொவுட்டுக்குள் போயிலையும் கோரப்பாக்குமாய் வெத்திலை உருண்டை மண்டைக்குள் வெறியூட்டியது. வாய்க்குள் ஊறிய துப்பலை வெளியே துப்ப முற்றத்து பக்கம் எட்டி துப்பியவர் கண்களில் தள்ளாடியவாறு எஸ்தாக்கு வருவது தெரிஞ்சது. எஸ்தாக்கை கண்டதும் சாமி யாருக்கும் கொஞ்சம் மரியாதை வந்தது. கோயிலு கொடிமரம் அன்பளிப்பா குடுத்தது அவருதான். பங்கு மக்க எல்லாருக்கும் இது தெரியும். எஸ்தாக்குடன் ஏனோக்கு கொத்தனும் உண்டு. எஸ்தாக்கு வந்ததும் வராததுமாய் “ சாமியாரே என்ன முடிவு எடுத்திய...? கேட்டவாறு பழய கசேரியில் தள்ளம்பாறிட்டே இருந்து கொண்டார். முடுதம் அற்புதமும் அவருக்ககிட்ட போயி நின்று கொண்டார்.

தெரசம்மைக்கு பதட்டம் கூடியது மோளுவ மூணுவரும் முறிக்குள் அடைபட்டு தவிச்சனர்.

“இப்ப வார்த்தப்பாடு மட்டுந்தானே முடிஞ்சிருக்கு. அதோடு போட்டும்... வார்த்தப்பாட்டோடு இந்த சம்மந்தத்த நிறுத்தியது நல்லது”. அமைதியான அந்த சூழலை எஸ்தாக்கின் வர்த்துவானம் கிழித்தது. சாமியாரும் மற்றவர்களும் அவர் பேச்சை ஆமோதிப்பது போல மவுனமாயிருந்தனர். தெரசம்மைக்கு அனலில் குளிப்பது போல தேகம் கொதிச்சது. வெசர்ப்புக்குள்ளும், வெட்கத்துக்குள்ளும் அவள் முங்கி தத்தளித்தாள்.

“அம்மா ஒங்க நல்லதுக்குதான் சொல்லியோம்... வார்த்தைபாடுதானே முடிஞ்சிருக்கு... இதோட போகட்டும். இனும நம்ம வேதகாரன் பையன பார்த்து சம்மந்தம் முடிங்க... இதொன்னும் கொறைச்சாலன விஷயமில்லை... நீங்க சின்னக்குறிப்பிடம் தொட்டு எல்லாம் படிச்சவங்க... ஒங்க தகப்பனாரு பேரு விளங்குன களியல் பாட்டுக்காரரு. வீட்டுக்காரரும் நம்ம சப்பர பவனியில செலம்பாட்டம் ஆடக்கூடியவரு... எதுக்கு இப்படி முடிவு எடுத்தீய...மாத்தியிருங்க”.

சாமியாரு தனது ஆலோசனையை இலவசமாய் தெரசம்மையிடம் எடுத்துக் கூறிக்கொண்டிருந்தார். அவள் மவுனமாய் நின்றாள்.

“இவ்விய ரெண்டா மிசியன்காரன இஷ்டம் போல முடிப்பாவ.., நாளைக்கு இன்னொரு செட்டு இந்துக்காரன் மாப்பிள்ளைய பாப்பாளுவ. அதுக்கப்புறம் நம்ம கோயிலும் பங்கும் இருந்து என்ன மயிருக்கு...” முடுதம் அற்புதம் சந்தர்ப்பத்தை பயன்படுத்தி தானக்கெடு வர்த்துவானத்தை வெளியேற்றினார்.

“இஞ்ச பனவிளைக்குள்ள புகுந்திட்டானுவ. சாமுவேலு வாத்தியான்தான் அதுக்கு காரணம். நம்ம வேதகாரன்மாரையும், இந்துக்காரனுவளையும் ரெண்டான்மிசியன் ஆக்கனும்னு கோயிலு கட்ட தொடங்கியாச்சு. இனி பனவிளை அழிஞ்சி போவும்...” -பவுல் சபை நிர்வாகி புருட்டசு குதிச்சான்.

“செரிசெரி கூடுதலு பேசாண்டாம்... எல்லாரும் கெளம்புங்கடே...” எஸ்தாக்கின் பிராண்டி வாடை வீசிய வாய்க்குள்ளிருந்து கட்டளையாய் குரல் சாடியதும் தெரசம்மையின் வூட்டுக்குள்ளிருந்து எல்லோரும் புறப்பட்டனர்.

“சாமி ஒண்ணு நில்லுங்க..”. தெரசம்மையின் குரல் கேட்டு சாமியார் உட்பட எல்லோரும் திகைத்து அவளைப் பார்த்தனர். “கோயிலுக்க வரி பொத்தகத்தில இருந்து எங்குடும்பத்து பேரை நீக்கிடுங்க... இனும நாங்க ரெண்டா மிஷியன் தான்... வார்த்தப்பாடு முடிஞ்சதே அரைக்கல்யாணம் போலதான். ஓரப்பிச்சது ஓரப்பிச்சது தான். மாப்பிள்ளைய பொண்ணுக்கு பிடிச்சி போச்சி, பையனுக்கும் எம்பிள்ளைய நல்லா பிடிச்சி போச்சி அதனால யாரும் குறுக்க வராண்டாம்”.

அவளின் வாய்க்குள்ளிருந்து எழும்பிய இந்த வார்த்தைகள் எஸ்தாக்கின் மண்டைக்குள் குத்தீட்டியாய் பாஞ்சது. ஆனால் பேசமுடியவில்லை. முடுதம் அற்புதத்தின் தலை வெடிச்சி சிதறியது போலிருந்தது. சாமியாருக்கோ கள்ளுகுடிச்சவன் போல, தலச்சோறு கிறக்கம் கண்டது.. ஏனோக்கு கொத்தன் பறிகொடுத்தவன போல பதறி நின்றான்.

“இப்படிதான் மணலி அரக்கோட்டி பெருவட்டருக்க மொவன் கிறிஸ்டோபரை வளச்சி கொண்டு போனாள் கிரேசி வாத்திச்சிக்க மொவா. இன்னு அவனுக்க மொத்த பிருதும் ரெண்டான் மிசியனாட்டு மாறிப் போச்சு”. போதையிலும் மறக்காமல் முந்தைய கால சரித்திரத்தை ஓர்மையூட்டினார் எஸ்தாக்கு,

“பனவிளைக்குள்ள படம் போட்டு காட்டியும், செறுசுகளுக்கு சோப்பட்டி, சீப்பு பரிசு குடுத்தும் வளச்சிட்டு இருக்கியானுவ...” ஏனோக்கு ஒளறினான். கால்கள் இரண்டும் ஆட்டம் கண்டது. ஆனால் தெரசம்மையின் குரல் தீர்க்கமாயிருந்தது.

"என்னது சாமியார பாத்து பேசியதுக்கு ஒங்களுக்கு எப்படி தைரியம் வந்தது?"- முற்றத்தில் நின்று கொண்டிருந்த பவுல்சபையின் வாலிபன் வறீதையா துள்ளினான்.

"போல இந்த நடைய வுட்டு... தொட்டி பயல ஒன்னத் தெரியாதாக்கும்...."- குரல் வந்த பக்கமாய் எல்லோருடைய பார்வையும் திரும்பியது.

முறிக்குள் இருந்து வெளிப்பட்ட குளோரியின் குரல்தான் அது.

பங்குசாமியாரையும், வந்திருந்தோரையும் எதிர் நோக்கி வந்தாள் குளோரி. எவனும் அதை எதிர்பார்க்க வேயில்லை. அவளுக்குள்ளிருந்து முட்டிச்சாடிய வெக்கையின் வர்த்துவானம் வெறித்தனமாய் வெளியேறியது.

வெளிமுற்றம் நோக்கி அவள் வேகமாய் வருவதை கண்ட எவனும் அங்கில்லை இப்போது.

மோட்ச விளக்கு

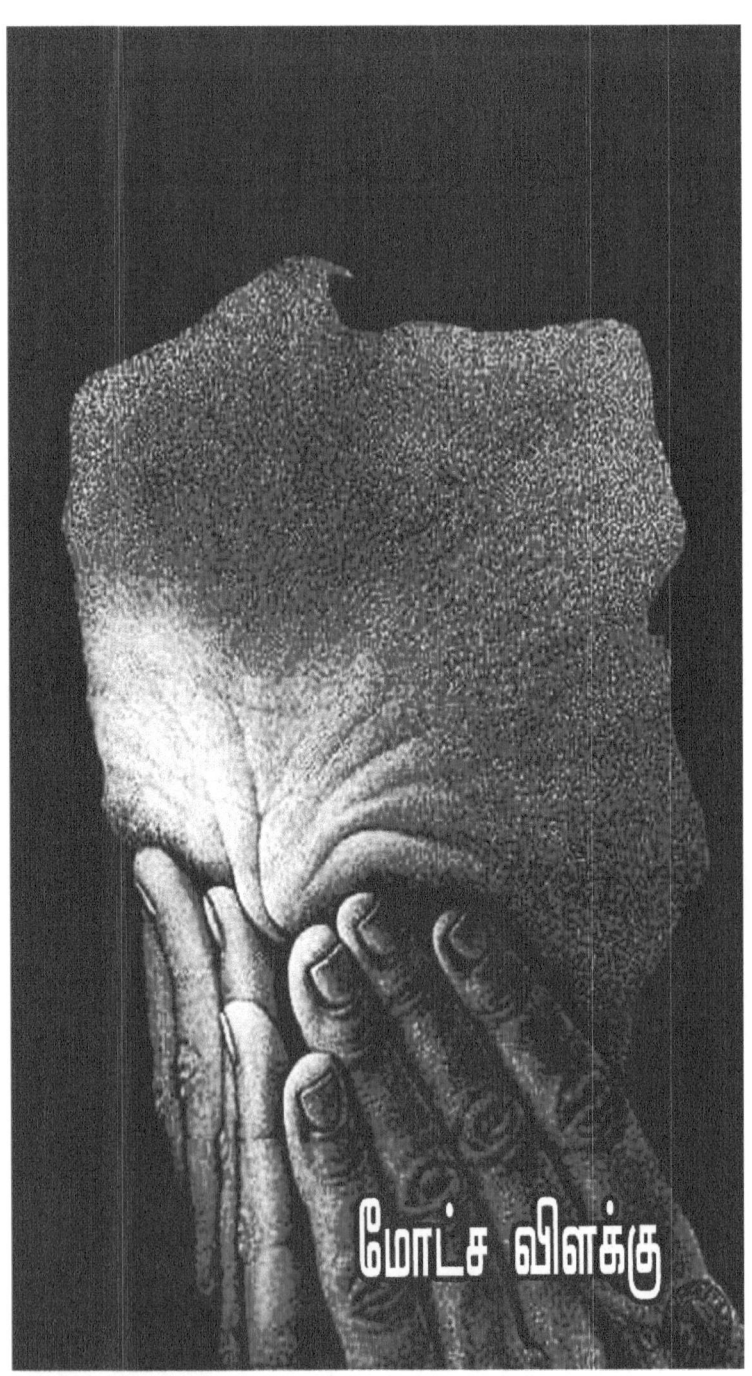

கண்டன்விளை அமலோற்பவம் வூட்டுக்க முன்னாடி செல்வராஜி ஓட்டி வந்த கறுப்பு பிளசர் நின்ன போது மணி உச்சை தாண்டியிருந்தது. வெத்தலை உருண்டையை கொவுட்டுக்குள் போட்டு சொதப்பிட்டே காருக் குள்ளிருந்து எறங்கினான் செவத்தியான். முழுக்கை சட்டைய மடக்கி சுருட்டி வச்சிருந்தான். சிங்கப்பூர் பூக்கள் சொரிஞ்சு கிடக்கும் பச்சை ரோஸ்கலர் சாரத்தை முட்டுக்கு மேல மடிச்சி கட்டிட்டே முற்றத்துக்கு வந்தான். வெத்திலையோடு பிராண்டியும் சேர்ந்து அவனை போதையாக்கியிருந்தது. அமலோற்பத்துக்க சின்னமொவள் முற்றத்து மண்ணை குழைச்சி ஒத்தைக்கு மாத்திரம் அச்சி குச்சி விளையாடிக் கொண்டிருந்தாள். செவத்தியானின் சொவத்த கண்ணி ரண்டையும் கண்டதும் வூட்டுக்குள்ளால ஓடி மறைஞ்சாள். ஏபல் உச்சைக்கு பள்ளிகூடம் முடிஞ்சி வந்தாள். எட்டாம் வகுப்பு படிக்கும் அவளை கண்டதும் செவத்தியானின் வாய்க் குள்ளிருந்து வேளம் வெளிபட்டது.

“மக்கா. கொம்மையை வரச் செல்லுட்டி, எனக்கு செணம் போவனும்...”

“மாமோய் நல்லா குடிச்சிட்டுதானே

வந்திருக்கிறீரு, வாரும், வாரும் அம்மேட்ட செல்லி குடுத்திட்டு..."

"போட்டி அப்புறம்... கொம்மைய விளிட்டி...."

கொவுட்டுக்குள் கிடந்த வெத்திலை உருண்டை ஊறலை முற்றத்தில் காறி துப்பினான். அது செந்நிற கறையாய் குரோட்டன்சு இலைகள் மீது பட்டு தெறிச்சது.

"எம்மோய் செவத்தியான் மாமன் வந்திருக்கு.." - சத்தம் போட்டுட்டே ஏபல் வூட்டுக்குள் ஓடினாள்.

"ஏளா... அமலோற்பவம்...." - திண்ணயில் இருந்தவன் சத்தம் போட்டான். பிராண்டி வாடை வெத்திலையோடு வெளியே வீசியது. வூட்டு திண்ணையில் கெடந்த பழைய கசேரியில் இருந்தவன், வாய்க்குள் தானக்கெடுவாய் முனங்கினான். எதுவும் வெளியில் கேட்கவில்லை.

அடுப்பங்கரைக்குள் அமலோற்பவம் ஞாயிற்று கிழமைக்கான தோசைக்கு ஊற போட்டிருந்த உழுந்தை ஒரு சில்வர் சருவத்தில் போட்டு நவுட்டி கழுவினாள். உழுந்தின் கருத்த தோலு உரிஞ்சி வெள்ளையானது. வெள்ளத்தில் அலசியெடுத்து இன்னொரு பாத்திரத்தில் தட்டி வச்சாள்.

"எம்மோ வீட்டு நடையில இருந்தே விளிச்சிட்டு வாரேன்... காது கேக்கலியாக்கும்... செவத்தியான் மாமன் வந்திருக்கு...."

-ஏபலை திரும்பி பார்த்தாள் அமலோற்பவம், "நல்லா குடிச்சி மறிஞ்சிருப்பான். கண்ணும் மூக்கும் தெரியாம வந்தானோ...?"

-அவள் பேசிட்டே திண்ணைக்கு வந்தாள். செவத்தியான் குடி வெறியில் தலை கிறங்கி ஒரு மாதிரியாய் கசேரியில் நெளிஞ்சிட்டிருந்தான்.

"எப்ப வந்தாடே அண்ணோ... இந்த வூட்டு நடையில கால் சவுட்ட மாட்டேன்னு சவாலு, சபதம் போட்டுட்டு

போன ரோசக்காரன் இல்லியா? குடி இந்த பக்கமாட்டு கொண்டு தள்ளிச்சோ"- அவள் நளியடிச்சே பேசினாள். செவத்தியான் அமலோற்பவத்தை நிமிர்ந்து பார்த்தான். கண்ணுவ ரெண்டும் மங்கி தலை கிறங்கத்தான் செய்தது.

"அதான் பிள்ள செல்லிச்சி... நல்ல குடியாக்கும் வாக்கு குடுக்காதன்னு.."

"இஞ்ச பாரு அமலோற்பவம்... நா ஒண்ணும் ஒனக்க வூட்டுல இருந்து கத பேச வரல. பதினொண்ணு மணி வாக்குல கெழவி மரிச்சி போனா... அத செல்லிட்டு போவத்தான் வந்தேன்..."

-அவன் கசேரியை விட்டு தள்ளம்பாறிட்டே எழும்பினான். அமலோற்பவம் ஒரு நிமிடம் கண்ணை மூடிட்டு திறந்தாள். கன்னத்தில் அழுகையின் கண்ணீர் துளிகள் உருண்டன. செவத்தியான் முற்றத்தை விட்டு ரோட்டை பாத்து நடந்தான்.

உச்சைக்கு போனவன் துட்டி வீட்டை நெருங்கிய போது இருட்டியிருந்தது. மணி பத்தரை தாண்டியது. பெட்ரோமாக்ஸ் லாந்தல் விளக்கொளியின் மஞ்சள் நிறத்து வெளிச்சமானது முற்றமெங்கும் பதிந்து கிடந்தது. பனை நாறு கட்டிலில் சவரியாய் கெழவி நீண்டு கிடந்தாள். தொண்ணுத்தெட்டு வயசு ஒடம்பு ஒணந்து சுள்ளிக் கட்டையாயிருந்தது. கன்னம் ஒட்டியும், கண்ணு ரெண்டும் குழி விழுந்தும் கடைசிகாலமானது அவளை முழுசாய் குலச்சியிருந்தது. சாவுக்கு முன்பு உடுத்தியிருந்த பழைய செவலை வண்ணத்துடன் கூடிய கண்டாங்கி சீலையோடு கண்மூடி கிடந்தவளின் கையிரண்டும் வெறகு கட்டை போல் மாறியிருந்தது.

தேகத்தில தெடமிருந்த காலம் வரைக்கும் ஒருநாளும் சவரியாய் கெழவி சும்மா இருந்ததே இல்லை. அம்பது நூறு மட்ட ஓல மொடஞ்சி அடுக்குவாள். ஆவாத ஓலையை இனிஞ்சி கட்டி ஈக்கிலு எடுத்து மூலச்சல் சந்தைக்கு கொண்டு போவாள். அவளுக்க பாட்டை

அவளே பாத்துட்டு ஓட்டுன ஜீவித காலம் முடிஞ்சி போச்சு. இனி அவள் மோட்சம் போறாளா? நரகம் போறாளா? ஆருக்குத் தெரியும். அவளுடைய ஜீவித காலம் எவருக்கும் தொந்தரவில்லாம கழிஞ்சது அம்புடுதான்.

ஒடம்புக்கு கொஞ்சம் முடியாம போனால் கூட ஆரையும் விளிச்சமாட்டாள். தக்கலை கொவருமெண்டு ஆசுபத்திரி குளுசையும் சொவப்பு ரோசு கலர் குப்பி மருந்தும் தான் அவளுக்கான காய்ச்சலுக்கும் - பீச்சலுக்குமான மருந்து.

"நாரோலு போயி பாப்பம்னு" ஒருக்கா கண்டன் விளை மொவா அமலோற்பவம் விளிச்சப்ப சவரியாய் சொன்ன பதில் இன்னு வரை நெசமாட்டிருக்கு.

"எதுக்கு செல்ல மக்கா... ஆசுவத்திரியள வானத்த பாத்து மாடி மாடியா கெட்டி வச்சிருக்கானுவ. கெதியத்து போறதுவளுக்கட்ட உள்ள காயியையும், பறிச்சிட்டு, ஜீவனையும் இல்லியா எடுத்திருயானுவ... இனி கொஞ்ச காலம் தானே. போட்டும். இந்த சர்க்காரு ஆசுபத்திரி எனக்குப் போதும்..."

பனையேறிமாருக்க பிருதுகள் எல்லாம் படிச்சி உத்தியோகத்துல வந்த பெறவு உசுரு மேல ஒரு மரியாதையும் இல்ல... நா பாக்கத்தானே செய்றேன் மக்களே...." சவரியாய் கெழவி பேசிய பேச்சு அமலோற்பத்தை யோசிக்க வச்சது. அதுக்கு பெறவு ஒரு நாளும் தள்ளை சவரியாயை அவள் வலிய வலிய ஆசுபத்திரியளுக்கு விளிச்சதே இல்லை. அமலோற்பவம் ஒணந்து குழி விழுந்த ஒட்டிய கொவுடோடு கிடந்த தள்ளை சவரியாயை பாத்துட்டே நின்னாள். அவள் சென்ன வேளம் ஓர்மையில் முட்டியது.

சவரியாய் கெழவியின் பனைநாறு கட்டிலை சொக்காரன் சொக்காரி அருவக்காரிமாரும், இன்னும் பெத்த மொவளுவளும் பிருதுகளும் சுத்தி வளஞ்சி நின்னு

ஒப்பாரி வச்சார்கள். சொக்காரி ஒருத்தி சவரியாயின் அந்தோணியார் பக்தியை குறிச்சி பாட்டாய் எடுத்து வச்சி ஒப்பாரி ஓலமிட்டாள்.

"ஓ... எனக்க செல்ல அக்காளே..." அந்தோணியாரே ஒம்மமேல எம்புடு பக்தியாயிட்டிருந்தா... அவள விட்டு வச்சுட்டு எனக்க உசுர எடுத்திருக்கலாமே.... ஆண்டவரே... ஓ..."

அமலோற்பவமும் அவளுடைய ஒடப்பரந்தாள்மார் ஞானசவுந்தரி, எளையவள் வாத்திச்சி மரிய நேசமும் முட்டாங்கியோடு இறுதி ஜெபத்தை ஏறெடுத்தனர்.

"வான மண்டலங்களில் இருக்கிற பரம பிதாவே. எங்கள் பாவங்களை மன்னியும். நாங்கள் பிறரை மன்னிப்பது போல எங்கள் பாவங்களை மன்னித்தருளும். உமது பரலோக ராஜ்யம் வருக..." அவர்களுடைய பெண் பிள்ளைகளும் கூட திருப்பி அந்த செபத்தை ஏறெடுத்தனர். அமலோற்பவத்தின் சின்ன பயல் கட்டிலுக்கு அடியில் கெடந்த சாம்பிராணிதிரி கூடுகளை பறக்கி அடுக்கிட்டே இருந்தான். கட்டிலில் சவரியாய் கெழவியின் தலைமாட்டிலும், கால் மாட்டிலும் மெழுகுவர்த்திகளும் சாம்பிராணி பத்தி திரிகளும் எரிந்துருகின. அவற்றில் இருந்து கிளம்பிய வாசம் சாவு வீட்டின் வாடையை உணர்த்தியது. சுருள் சுருளாய் எழும்பிப் போன சாம்பிராணி திரியின் புகையை அமலோற்பவம் மொவன் பிடிச்சி விளையாடினான்..

சவரியாய் கிழவியின் தலைமாட்டில் பழைய ஏற்பாடு விரிச்சி வைக்கப்பட்டிருந்தது. அதில் புலம்பல் அதிகாரம் 2-ல் 55வது வசனம், "படுகுழியினின்று உம் திருப்பெயரை கூவியழைத்தேன். என் குரலை கேட்டீர். எம் விம்மலுக்கும், வேண்டுதலுக்கும் உமது செவியை மூடிக் கொள்ளாதேயும்".

அந்த வசனத்தை காவியுடை தரித்துவந்த கன்னியாஸ்திரி ரீத்தம்மமாவும், எளம் கொமரி பொண்ணுவளும்

அவ்வப்போது சொல்லிக்கொண்டே கண் திறந்து பரமண்டல ஜெபத்தையும் ஏறெடுத்தனர். மழை பெஞ்சி ஓஞ்சிருந்த குளிர்காலம் என்பதால் தவளைகளின் சாமத்துப் பாட்டும் ஒப்பாரியும் கேட்டு கொண்டிருந்தது.

மறுநாள் விடிஞ்ச பெறவும் செவத்தியானுக்கு தலக்கிறக்கமும் கண்ணுமசங்கலும் குறைஞ்சபாடில்லை. பதினோரு மணிக்குள்ள சவரியாய் கிழவியை குளிப்பாட்டி மையப்பெட்டியில ஜோடிச்சு வச்சாவணும். அந்த ஓர்மையும் அவனுக்குள் குடஞ்சது. ஒருவாறு சமாளிச்சி கொண்டவன் லக்கும்- பிரேக்கும் இல்லாமல் லம்பி லம்பி நடந்தான். முற்றத்தில் இரும்பு செயரில் சொக்காரி ஒருத்தி செவத்தியானின் மொவள் பவுளியிடம் கதையளந்து கொண்டிருந்தாள். ஓடப்பரந்தாளின் மொவன் வர்க்கீசு கிட்ட நெருங்கினான்.

“மருமோனே... லேல ஆல்பர்ட்டு ரெண்டு மாமனாரு மாருக்கும் தந்தி குடுத்தியாடே....”

“எத்தன தடவ செல்லியாச்சி... நீரு போவும், அப்புறம் சும்மா இருக்க விடமாட்டாரு. ஆல்பர்ட்டு பயலுக்கு எரிச்சல். பவுளியிடம் கதையடிச்சலாம்னா கொள்ளிவாய் பிசாசு போல வந்து தடுக்கியானேன்னு அவனுக்குள் ஒப்புராளம்.

“லேல மக்கா.... இவனுவ வந்துதாம்புல அம்மைய அடக்கம் செய்யணும்... அம்மைக்க மொகத்தப் பாத்திட்டானுவான்னா காரியத்த முடிச்சிடலாமில்லியா... அதான் கேட்டேன்.

நீ கதய விடு... ஒனக்க எடையில நா எதுக்கு இடைஞ்சலாட்டு...” - செவத்தியான் அந்த எடத்த விட்டு நவுந்தான்.

சாவு வூட்டுக்கு வந்தோரெல்லாம் முற்றத்தில் கிடந்த பெஞ்சியிலும், செயரிலுமாய் நெறஞ்சிருந்தனர். சவரியாய் கெழவியின் சொக்காரன் அருவக்காரனெல்லாம் முற்றம்

முழுக்கவும் பரவியிருந்தனர். ஓசி வெத்திலை முழுக்கவும் தின்னு கொண்டிருந்தனர் குருசுமுத்துவும், நரையன் காபிரியேலும்.

“ஓய் சின்னையா குருசுமுத்து ஓசியாட்டு வெத்திலை தின்னது போதும், மையப்பெட்டி என்ன ஆச்சி”.

“பலவட்டரைக்கு பெறந்தவ பயலே மொதல்ல கொம்மைய குளிப்பாட்டியதுக்கு ஏற்பாடு செய்யுல...” காபிரியேலு வெத்திலையை சுருட்டி கொவுட்டுக்குள் வச்சி கொண்டே தானகெடு போட்டு வைதார்.

“ஓய் காபிரியேலு மாமா... ஓமக்க கிட்ட நா பேசல. எனக்கும் ஓமக்கும் ஆகாதுன்னு ஆச்சி. மோசமான வர்த்துவானம் விட்டா செத்த வீடுன்னு பாக்க மாட்டேன்... ஆமா”. - செவத்தியான் அடிபிடிக்கு தயாராகி சீறினான். வெத்திலை தட்டில் இருந்து பாக்கு, சுண்ணாம்பு, அங்குவிலாசு போயிலையோடு வெத்திலை சுருட்டை வாய்க்குள் நுழைச்சி கொண்டிருந்தார் குருசுமுத்து.

“நீ மனுசனாடே.... பெட்டிக்கு ஐநூறு ரூவா வரைக்கும் ஆவன்னு சென்னதுனால நா திரும்பி வந்துட்டேன். சும்மா கெடந்துட்டு கிணாட்டாம போவியால எரப்பாளி பயல...”

“ஓய் குருசுமுத்து சின்னையா... நீரு கையில இருந்து குடுக்க வேண்டியதுதானே.. பெறவு எடுக்கலாமிலியா ஓய்... என்ன மனுசன் நீரு...”

“போல ஜோலி மயிரை பாத்துட்டு... இவன் பெரிய சர்க்காரு உத்தியோகஸ்தன். கைமறியலுக்கு வாங்குன இரண்டாயிரத்துக்கே இன்னும் வழி இல்ல...”

-அவன் வாங்கிய பழைய கடனை ஓர்மையூட்டினார். அதக்கேட்டு நெளிஞ்சி வளஞ்சி கூனி குறுகிய செவத்தியான் அந்த எடத்தவிட்டு பைய்ய நழுவினான்.

“சும்மா கெடந்துட்டு ஔறிட்டு திரியான். நழுவாதல

நில்லு கொம்ம செத்தாச்சு... ஓங்கள மாடு மாதிரி வளத்தா... ஒரு மணிக்கூர்ல அம்பது நூறு மட்ட ஓல மொடைஞ்சாக்கும் மெட்ராசுல ஜோலிபாக்கிய ஒனக்க கொண்ணன் அருளப்பன படிச்ச வச்சி ஆளாக்கினா. ரெண்டாவது காரன் மரியான் இதுவரைக்கும் கெழவி கெடையில கெடந்ததில இருந்து ஒரு நாளாவது வந்து பாத்திருப் பானால...? எல்லாமே கொஞ்சம் கெழவிக்கும் கொப்பன் சவரிமுத்துவுக்கும் இருந்த பணக்கொழுப்பு..." குருசு முத்து தலையில் வெள்ள தோர்த்தை சுத்திக் கொண்டு வெத்துல துப்பலை தூ... என்று துப்பினார். நரைமுடி காபிரியேலு வெத்துல தட்டுல இருந்த சுருட்டு ரெண்டையும் எடுத்து வேட்டி மடியில் செவத்தியானுக்கு தெரியாம மறைச்சு வச்சி வேட்டியை இடுப்பை சுத்தி இறுக்கி கெட்டினார். இன்னொரு சுருட்டை சுண்டுக்கிடையில் வச்சி தீக்குச்சி அடிச்சி கொழுத்தி ஊதித் தள்ளினார்.

"லேய் செவத்தியான் நாங்க சொக்காரன்மாரு சென்னா ஓங்களுக்கு மண்டையில ஏறாது... மையப்பெட்டியை பிலிப்போசு இப்ப கொண்டு வருவான்... நா பெயிட்டு பெறவு வாறேன்". குத்த வச்சிட்டிருந்த நரையன் காபிரியேலு எழும்பி கொண்டார். வேட்டி மடியிலிருந்து ஒளிச்சி வச்சிருந்த சுருட்டு வெத்தலை பாக்கு, சில்லர ரெண்டு ஒரு ரூவா துட்டெல்லாம் தரையில் விழுந்தது. செவத்தியானுக்கு அவர்கள் சென்னது யாதும் காதுக்குள்ள ஏறல்ல. "ஓய் நின்னு எல்லாத்தையும் முடிச்சிட்டு போங்க... கெழவி எனக்க அம்ம மட்டும் இல்ல ஓய்... ஓமக்க சொக்காரி... ஓமக்கு கொக்கா ஓய்... ஓய் மாமா... என்ன பெத்த என் தள்ள ஓய்.... அய்யோ.... எம்மோய்... போயிட்டியே... எம்மோய் போயிட்டியே... எம்மோ...."

"லேய்.... என்னத்தல... கைய வுடுல... குடிகார தயோழி சென்னா கேக்க மாட்டானுவ ஓய்..". குருசுமுத்துவின் மேலவிழுந்து அழுத செவத்தியானை தூக்கி பிடிச்சி நெறுத்தினார் நரையன் காபிரியேலு. "செரி செரி அழாத..." ஒரு பெஞ்சியில் அவனை இருத்தினர். குடிவெறியில

செவத்தியான் சத்தம் போட்டு அழுது கொண்டிருந்தான். செவத்தியானுக்க மூத்த மொவள் மரிய தங்கம் தவப்பன நோக்கி வந்தாள்.

"லேய் செவத்தியான் இஞ்சபாருல தள்ளையஓழி ஒனக்க குடியும் நீயும்... லேல இஞ்சபாருல..." செவத்தியான் நிமிர்ந்து பார்த்தான். கருப்பட்டி பெருவட்டரு மதலை முத்து விரிஞ்ச நெஞ்சில் முளைச்சிருந்த நரைமுடியோடு புரண்டிட்டிருந்த தங்க குருசு செயினு பளிச்சிட அவன் தோளை தட்டியவாறு நெடும்பனையாய் அவனுக்கு முன்பு நின்னுட்டிருந்தார். "நா இப்பதான் வந்தேன்.. எப்பல செவத்தியான்", அவரை கண்டதும் எழும்பி குனிஞ்சி கொண்டான். "ஓமக்கு குடிச்சா வவுத்துக்குள்ள கெடக்காதா ஓய். நிமிந்து பாரும் பெருவட்டரு வந்திருக்காரு..." அரை தாவணியில் செவத்தியானை அதட்டிய மொவள் மரிய தங்கம் ரூபம் கண்டு கண்ணு மலந்து நின்னார் மதலை முத்து. "காலத்த பதினொன்னு மணிக்கு குடிச்சக் கஞ்சி வெள்ளம் கேட்டிருக்காள். குட்டி தண்ணிய குடுத்திருக்கு... குடிச்சிட்டிருந்தவ அப்படியே சாஞ்சிட்டாளாம்". செவத்தியான் கெழவியின் சாவை அவரிடம் விவரிச்சான்.

"செரி... செரி... நீ உள்ள போ... மரிய தங்கம். இப்ப கெழவிக்க அடக்க காரியம் எல்லாம் பாக்கணுமில்லியா.... சவக்குழிகாரன் தேவசகாயம் சிமித்தேரியில குழிய வெட்டிட்டு வரும் பளாக்கும் எனக்கு சங்கதி தெரியும்..." பேசியவாறு நின்று கொண்டிருந்த செவத்தியானுக்க முன்ன இருந்த பெஞ்சியில் அவர் இருந்து கொண்டார். கறுத்து புறுத்த ஒடம்பும் நரைமுடியும் அவரை முதிர்ந்ததொரு அத்துவாளியாட்டு காட்டியது. இடுப்ப சுற்றிக்கட்டியிருந்த பெரிய தோலுபெல்ட்டு மணிபாசுல இருந்து சார்மினார் சிகரெட்டை உருவியெடுத்து சுண்டுக்கிடையில் வைச்சுட்டு டக்கென்று லைட்டரை அடிக்கவும் சிகரெட்டு பத்தி கொண்டு புகைஞ்சது. உள்ளிழுத்து புகையை மூக்குலோடி விட்டவாறு, "ஒனக்க ரெண்டு கொண்ணன் மாருக்கும் விசயத்தை சொல்லி யாச்சாடே...."

“தந்தி குடுத்திருக்கு சின்னையா... எப்படியும் வந்து சேரும்போது... உச்ச கழியும் போல இருக்கு”

“செரி... செரி... அடக்கத்துக்க முன்னயாவது வரட்டும்... பூசைக்கு சாமிட்ட சொல்லியாச்சா- அதுக்கு பணமெல்லாம் கெட்டியாச்சாடே”

“எல்லாம் குடுத்தாச்சி... இனி அம்மைய குளிப்பாட்டி மையப்பெட்டியில வச்சனும்... இன்னும் பெட்டி வரல... பிலிப்போசு கொண்டு வருவான்னு குருசுமுத்து சின்னையா சென்னாரு...”

“வரட்டு வரட்டு.... இனும நீ ஔறாம குளிப் பாட்டியதுக்கு உள்ள ஏற்பாட்ட பாரு... நேரம் கடந்துட்டிருக்குல்லியா...” - கருப்பட்டி பெருவட்டர் மதலைமுத்து பேச்சிற்கு அடிபணிந்தவனாய் செவத்தியான் அவரிடம் இருந்து விலகி வூட்டுக்குள் போனான். மணலி முக்கு அந்தோணியாரு கோயில் கோபுரத்தில் இருந்து விட்டு விட்டு ஒலிச்ச துக்கமணியோசை ஊர் திசைகளைக் கலைச்சது.

ஓதேயி தொம்மந்திருமுத்து பெண்டுலத்து வடக் கயிற்றை இழுத்து இழுத்து மூச்சிரைத்து கொண்டார்.

உச்சை நேரம் நெருங்கியது. அப்போது வூட்டு முற்றத்து ரோட்டோரமாய் நின்ற ஆட்டோவில் இருந்து செவத்தியாய் கிழவியின் மூத்த மொவன் அருளப்பன் எறங்கினான். அவனுடைய கேசம் குலஞ்சி, கண்ணு ரெண்டும் சாமத்து யாத்திரையில் சிவப்பேறியிருந்தன. சட்டையும் சூட்டும் கசங்கியிருந்தது. ஒத்த ஆளாட்டு ஆறடி கௌரத்துல சுருட்டைதல முடியுடன் தவப்பனுக்க ஜாடையிலே இருந்தான். மெட்ராசுல குடும்பத்தோடு குடி போயிட்டான். வாத்தியாரு ஜோலி. பெஞ்சாதி சிநேகம்மாளும் அரசு பள்ளி கூடத்துல வாத்திச்சி. நல்ல செழிப்புண்டு. மூணு பிள்ளைய. பேரன் பேத்திய கண்டுட்டு அதுவளுக்க அவசரத்துல பங்கெடுத்துட்டு கண்ண மூடணும்னு சவரியாய் எவ்வளவோ

ஆசப்பட்டும் ஒண்ணும் நடக்காம போச்சு. பெத்தது எல்லாம் மலமாடு மாதிரி இருந்தும், சவரியாய் கெழவிக்கு நல்ல தீவனம் ஒண்ணும் ஜீவித காலத்தில கெடச்ச மாதிரியில்ல. எப்ப கெழவி ஒழிவான்னு செவத்தியானுக்க பெஞ்சாதி பரலோகமேரி சமயம் பாத்துட்டிருந்தாள். ஒரு வழியாய் அது நடந்து முடிஞ்சிபோச்சு.

அருளப்பன் மாத்திரம் ஒத்தைக்கு வந்ததை பாத்து சாவு வீட்டுக்கு வந்திருந்த சொக்காரன்,சொக்காரிய அருவக்காரனெல்லாம் முனுமுனுத்தனர். "பெஞ்சாதி காரியையும் பிள்ளையளையும் விளிச்சிட்டு வரலியே... என்னத்த குடும்பம்".

அந்த முனுமுனுப்பு எதையும் அவன் காதில் வாங்கி கொண்டதாய் இல்லை. ஒன்னுரெண்டு சொக்காரன் மாரெல்லாம் சேர்ந்து சவரியாய் கெழவி சரீரத்தை கட்டிலோடு தூக்கி கொண்டு முற்றம் வந்தனர். அங்கு கிடந்த கட்டில்ல வச்சுட்டு அக்கம் பக்கம் பார்த்தனர். ஊர் காரனுவ நாலுபேர விளிச்சனர். குட்டுவத்திலும், சருவத்திலும் குடம் குடமாய் வெள்ளத்தை கோரி ஊத்திக் கொண்டிருந்தனர். செவத்தியானுக்க மொவள் மரிய தங்கமும் குழிவெட்டி குறுங்கண்ணன் போவாசு கொத்தனின் பயலுவளும். இன்னும் சொக்கார பிள்ளையளும். "பாம்படத்தை கழட்டணும் ஆரும் வாறீயளா_" சொக்காரன் கிறித்துராய் குரல் எழும்பியது,.

"அதுக்குத்தானே இத்தனநாளும் காத்திருந்தேன்". உள்ளுக்குள் குரைச்சிட்டே ஓர்மையோடு ஓடோடி வந்தாள் செவத்தியானின் பெஞ்சாதி பரலோக மேரி. அவளை செறஞ்சான் அருளப்பன். ஓரக்கண்ணால பாத்திட்டு ஒப்பாரியோடு சவரியாய் கிழவி காதுல கெடந்த பாம்படத்தை பக்குவமாட்டு கழட்டி எடுத்தாள். அதை ஒரு கைலேஞ்சியில் மடக்கி பொதிஞ்சு எடுத்து கொண்டு வூட்டுக்குள் புகுந்தாள்.

"கெழவிய குளிப்பாட்டணும், எல்லாரும் அப்புறம் போவியளா.... சமயம் ஒருபாடு ஆவுது. சாமியாரு

வாரதுக்கு நேரமாச்சு"... - மறுபடியும் சொக்காரன் கிறித்துராய் குரல். எல்லோரும் ஒதுங்கிக் கொண்டனர்.

ஊர்காரனுவ நாலுபேர் மாத்திரம் ரெண்டு பழைய கண்டாங்கி சீலைய நாலுபக்கமாய் மறைவுக்கு பிடிச்சி நின்றனர். கட்டிலில் கிடந்த கெழவியின் தேகத்தில் இருந்து சீலையை உருவி எடுத்தாள் அம்மாளு. லக்சோனாவும், சந்திரிகாவும் அவள் ஒடம்பில் தேய்த்து கரைக்கப்பட்டன. வெள்ளத்தக் கோரி ஊத்தும் சத்தம் முற்றம் முழுக்கவும் கேட்டது. அம்மியில் அரைச்ச மஞ்சள் உருண்டையை செவத்தியானுக்க மொவள் மரியதங்கம் நீட்டினாள். அதை வாங்கிக் கொண்ட அம்மாளு சவரியாயி தேகத்தில் பூசி கழுவினாள்.. அடுத்து சந்தனமும், அதுக்கேத்த மணக்க சோப்புகளும் போட்டு வெள்ளமாய் ஊத்தி மொத்த ஒடம்பையும் சுத்தப்படுத்தினர்.

ஒரு மணி நேரத்துல எல்லாம் முடிஞ்சது. புது வெள்ளை சீலையில் சுத்தப்பட்டு, தலையோடு இழுத்து கட்டப்பட்ட கறுப்புத் துணி முகமாய் சவரியாயி கெழவியை மையப்பெட்டியில் நீட்டி வச்சனர். தயாரா யிருந்த பூமாலை ஆரங்களும், பூச்சரங்களும் அவளது சரீரம் முழுக்கவும் பரப்பப்பட்டது. மெழுகுவர்த்திகளும் சாம்பராணி திரியளும் உடனுக்குடன் கொழுத்தப்பட்டு வாசம் பரப்பின. வாசனை திரவிய பாட்டிலை முழுசாய் திறந்து தெளித்தனர் செறுப்பக்கார பேரன்மார். மரணத்தின் இறுதி வாசம் நாலாத்திசையும் வீசியது. அது துட்டி வீட்டின் வாசமாயிருந்தது.

கெழக்கு தெசையப் பாத்து வைக்கப்பட்டிருந்த மையப்பெட்டியில் சவரியாய் கெழவியின் தலமாட்டில் ஒன்றிரண்டு செபமாலைகளையும், ஒரு பழைய வேதாகமத்தையும் விரிச்சு வச்சாள் அமலோற்பவம்.

மணக்கும் பூமாலைகளோடும், வாசனைத் திரவியங்களின் நறுமணத்தோடும் சவரியாய் கெழவியை மோட்சம் நோக்கி அனுப்பி வைப்பதற்காய் தயாராக்கினர்

எல்லோரும். நெரிசலுக்குள் பிரான்டி வாடையுடன் புகுந்தான் குழியன் மரியான். அவளுடைய ரெண்டாவது மொவன், வாங்கிட்டு வந்த சென்ட் குப்பியின் மூடியை தொறந்து மொத்தமாய் சவரியாயி கெழவியின் மீது கமத்தி ஊத்தினான். அதன் வாசம் காற்றில் பரவி சுத்தி நின்றவர்களின் நாசி வரை தீண்டியது.

“எனக்க செல்ல அம்மோ... ஒங்கூட நானும் வருவேன்.... எம்மோ...” ஒப்பாரி எழுப்பியவனை கண்டுராக்கு காணிக்கை முத்து பிடிச்சி ஒதுக்கினார்.

“சாமியாரு வாராறு... அப்புறம் வெலகுங்க...”-ஓதேயி தொம்மந்திருமுத்து முன்னறிவித்தார். அவருக்கு பெறம பங்கு சாமியார் அந்தோணியப்பன் அடிகள் வெள்ளை லோவை ரூபமாய் வந்து கொண்டிருந்தார். மையப்பெட்டி அருகில் நின்றார். இறுதி ஜெபம் ஏறெடுத்து தீர்த்தம் தெளிச்சார். அதில் தனது தலையும் நனைந்தால் தெய்வ புண்ணியம் என்ற தோணலுடன் ஒவ்வொருத்தரும் தலை கமத்தி கும்பிட்ட கையோடு நின்றனர்.

“செரி செரி... வெலகுங்கடே.... மையப்பெட்டிய தூக்கணும், ஆரு வாறா...” - குருசுமுத்து அனக்கம் எழுப்பினார்.

“மோனுவ ஆரும் வராண்டாம்...”-அற்புதம் தடுத்தார். சவரியாயி கெழவியின் சொக்காரர்கள், செவத்தியான் மொவன் பிலிப்பு எல்லோருமாய் சேர்ந்து மையப் பெட்டியை தூக்கி தோளில் வச்சனர். ஒப்பாரியோடு இதுநாள் வரை வாழ்ந்த வீட்டை விட்டு மையப் பெட்டியோடு சவரியாய் கிழவி சடலமானது இறுதி திருப்பலிக்காய் தேவாலயம் நோக்கி நாலுபேர் தாங்கலில் தூக்கி செல்லப்பட்டது.

நெஞ்சோடு உத்திரியமும், செபமாலையும் சொமந்துட்டு ஞாயிற்றுக் கிழமை தோறும் பாவசங்கீர்த்தனம் செய்து நன்மை எடுப்பது சவரியாயி கிழவியின் வழக்கம். கடைசியாய் ஓஸ்திக்காய் அவள் சாவு படுக்கையில் கூட

விழவில்லை. அதுக்குள்ளேயே மரண மிருகமானது அவளை விழுங்கி விட்டது.

மணலி புனித அந்தோணியாரு தேவாலயத்து திருப்பலி பீடம் முன்பாய் மையப்பெட்டியில் நீண்டு கிடந்தது சவரியாய் கிழவி சரீரம். இறுதி திருப்பலி நிறைவேற்றும் மும்முரத்தில் பங்கு சாமியார் அந்தோணியப்பன் அடிகளாரின் பிரசங்கமானது தொடங்கியது.

"இம்மண்ணிலே மண்ணாலேயே தேவனால் ஊதப்பட்டு வந்த மனிதர்கள் மீண்டும் மண்ணுக்கே திரும்புகிறார்கள். வாழ்வின் இறுதி நாள் வரைக்கும் இறைவழிபாட்டோடு வாழ்ந்த சவரியாய் சரீரமும். இதோ இப்போது அவரது ஆத்மாவானது எல்லாம் வல்ல தேவனுடைய சமீபமாய் போகிறது. இந்த பூமியிலே வந்தவன் தாயின் கர்ப்பத்திலே இருந்து நிர்வாணியாய் வந்தான். வந்தது போலவே அவன் திரும்பப்போவான். உயிரோடிருக்கும் நாளெல்லாம் உண்டு, புசித்து, குடித்து படும் பிரயாசம் அனைத்தின் பலனையும் அனுபவிப்பதே நலமும், உத்தமுமான காரியமென்று நம்புகிறான். தேவன் சகலத்தையும் அதனதன் காலத்திலே நேர்த்தியாய் செய்திருக்கிறார். ஆதி முதல் அந்தம் மட்டும் செய்து வரும் கிரியை எதையும் மனுசன் கண்டு பிடியாமல் போகிறான். மகிழ்ந்திருக்க ஓர் காலமுள்ளது போல அழுவதற்கும் காலமுண்டு. நீங்கள் இருதயத்திலே சுத்தவான்களாயிருந்தால் பரலோக ராஜ்யம் சொந்தமாகும்" -வேதாகமத்தின் பிரசங்கியின் வசனங்களை உதாரணமாய் எடுத்துரைத்து பிரசங்கித்தார். இறுதி திருப்பலி நிறைவேறியதும் துட்டி ஊர்வலமானது சிமித்தேரி நோக்கி போனது.

•••

ஒலகத்த விட்டு சவரியாயி கிழவி மண்ணோடு புதைஞ்சுபோயி இன்னு ஏழாச்சு. மோட்ச விளக்கு வீட்டுல அவள் பெருமைகள் பேசும் சொக்காரிமாரும்,

அருவக்காரன்களுமாய் கூடியிருந்தனர். கடைசியாய் அவள் ஜீவன விட்ட பனைநாறு கட்டிலு திண்ணை ஓரத்தில ஒதுங்கி கிடந்தது. அதுல ஆரும் இருக்கவே இல்ல. ஆனால் அந்த கட்டில்ல கருப்பட்டி பெருவட்டரு மதனைமுத்து மாத்திரம் விலையுயர்ந்த தனது டர்க்கியை குண்டிக்க அடியில நாலா மடிச்சி விரிச்சிட்டு இருந்தார்.

குருசுமுத்துவும், நரையன் காபிரியேலும் அடுக்கள பக்கம் பெரிய சருவத்தில் வெந்து கொண்டிருந்த மலக்கறி அவியலை ஆப்பய போட்டு கௌறினர். குருசுமுத்து மலக்கறி ஒட்டிய ஆப்பைய எடுத்து நக்கி ருசிபார்த்துட்டு மீண்டும் வெந்துகொண்டிருந்த மரக்கறிக்குள் போட்டு குடைஞ்சார்.

நரையன் காபிரியேலு சோறு வெந்துட்டிருந்த பானை அடுப்பை ஊதி, மீண்டும் வெறகை எடுத்து அடுப்புக்குள் நூத்தி கொண்டிருந்தார். கருப்பட்டி பெருவட்டரு மதலைமுத்து முன்னாடி சுத்தியிருந்தனர். சவரியாயி கிழவியின் மோனுவ மூணுவரும் ஒருத்தனுக்கு ஒருத்தன் மோரக்கட்டைய பாக்காமல் பகை முகமாய் இருந்தனர்.

“மாமா... அம்மைக்க சாவுக்கு செலவான பணத்த நீங்கதான் முழுக்க செய்திருக்கீய...” - அருளப்பன் “நா வேற ஆருல ஒனக்க கொம்மைக்க தம்பி. சொக்காரந்தாம்புல கடைசியில உண்டு... சும்மா ஊர வுட்டுட்டு போனா போதாது”. மதலை முத்து இடுப்பு பெல்ட்டுக்குள்ளிருந்து கசங்கிய ஒரு பேப்பர் துண்ட எடுத்து அவனிடம் நீட்டினார்.

“கொம்மைக்க சாவுக்கும், அவள சிமித்தேரியில கொண்டு அடக்கம் செஞ்சதுக்கும் நா இல்லண்ணா எவன் செய்வான்... காறி துப்பியிருப்பானுவ ஊரு காரனுவ... அதுல ஒங்க மூணுவருக்குள்ள சண்ட நடக்க போறதும்... ச்சே என்னத்துல நெனச்சிட்டிருக்கிதிய....” கரகரத்த குரலில் மூணுவரையும் பார்த்து செறஞ்சார்.

“மாமா... அதயும் இதயும் பேசண்டாம்.... அம்ம செத்ததுக்கு நீங்க செலவாக்கின கணக்க இப்ப

சொல்லுங்க... எனக்கு நாளைக்கே மெட்ராசு போவணும்''. அருளப்பன் அவருடைய முகத்த பார்த்து பேசினான். "ஒனட்ட செலவாக்கினதை கேட்டாரா? பொண்டாட்டிக்க கூட ஒழிஞ்சி மெட்ராசுக்கு போனியே... இஞ்ச எதுக்கு வந்தா... ஒரு நாளு கெடயில கெடந்த கொம்மைய வந்து பார்த்திருப்பியால... ஞாயம் பேச வந்திருக்கான் பெலயாடி மொவன்'', செவத்தியான் தானக்கெடு போட்டான். "இஞ்ச மோட்ச வெளக்கு வீடாக்கும் சண்டையும் அடிதடியும் வியாண்டாம்.... அம்மைக்க பாம்படத்த வித்து அவளுக்கு ஆன செலவு கடத்த தீக்க வேண்டியதுதான். மூச்சுகாட்டாம அவனவன் இருந்தா சரி..'' -இரண்டாவது மொவன் குழியன் மரியானின் குரல் எகிறியது.

வழக்காடி கொண்டிருந்தவர்களிடையே புகுந்து தீர்க்கமாய் தன் முடிவை சொன்னான். "ஆ... நல்லாயிருக்கு... வந்துட்டாரு...ராசா.... தள்ள சாவ கெடக்கியா. இவரு கேரளத்த விட்டு ஒரு நாளு வந்து பாத்தாரா...? நானும் குட்டியளுமில்லியா பீயும் மோளும் வாரி கெடையில கெடந்தவள பார்த்தது... எங்களுக்கு கல்லியாண வயசுல ரெண்டு கொமருவ நிக்குது. செவத்தியானுக்க பெஞ்சாதி பரலோக மேரி படக்கென குதிச்சாள். "இங்க தேவடியா ஆட்டம் போட நா வரல்ல. அம்மைக்க பாம்படத்த வித்துதான் சாவு செலவ தீக்கணும்'' மூத்தவன். அருளப்பனும் குழியன் பேச்சுக்கு ஆதரவாய் பேசினான். "என்னல சென்னா தள்ளைய ஓழி, எம் பொண்டாட்டி தேவடியாளா''. பாஞ்சி வந்த செவத்தியானை பிடிச்சிக் கொண்டனர் கோயில் பிள்ளை மிக்கேலும். குருசு முத்துவும்.. "உடுங்க ஓய்... அவனுக்க பாளையகீறட்டு... பெண்டாட்டிக்க கூட படுக்க இவன் இருக்கபிடாது... தாயழி..'' அவர்களின் பிடியிலிருந்து திமிறியவன் அருளப்பனுக்கு எதிரே நின்றான். கூடப் பிறந்த அண்ணன் என்பதையும் மறந்து, அருளப்பன் சட்டைய பிடிச்சி சவுட்டித் தள்ளினான். அமலோற்பவம் அவனை ஓடி போயி தாங்கி பிடிச்சாள். "போட்டி தேவடியா

குட்டி...” அமலோற்பவத்தையும் சவுட்டி தள்ளினான் செவித்தியான். முற்றத்தில் போய் விழுந்தாள் அவள். அருளப்பன் கையில் ஒரு கல்லை எடுத்து செவத்தியான் மண்ட அடக்கி ஓங்கி அடிச்சான். ரெத்தம் தெறிச்சது. அந்த செங்குருதியானது கருப்பட்டி பெருவட்டர் மதலைமுத்துவின் வெள்ளை சிப்பாயை நனைச்சது. மோட்ச விளக்கு வீட்டுக்கு வந்த சொக்காரன் யோவேலு தக்கல போலீசுக்கு சைக்கிளை எடுத்திட்டு ஓடினான்.

“ஜீவனோட இருக்கும் போதே நீங்க அவள பார்க்கல... இப்ப எதுக்குல சண்ட போடுதீய...” சாவுக்கு ஆரும் நட்டபடாண்டா... பேசாம அவளுக்க பாம்படத்தையே வித்து செலவ செரிபண்ணுங்க...” அம்மாளு கெழவி சண்டை போட்டுக் கொண்டிருந்த செவத்தியாயின் மோனுவளின் வெகளத்தை செறுத்தாள்.

“அப்ப நாங்கல்லியா கெழவிய பாத்தோம்... எங்களுக்கு குட்டிய இருக்கு..”. செவத்தியானுக்க பெஞ்சாதி விட்டு குடுக்காமல் வாயாடினாள்..

“சும்மா கெடயுங்க... பாத்தேன் பாத்தேன்னு அழாதீங்க... அம்மைக்க வூட்டுல இருந்துட்டுதானே பாத்திய... அம்மைக்க பாம்படம் அம்மைக்கே போட்டு.... மாமா ஒரு வெல போட்டு நீரே எடும்...” - மதலைமுத்து பெருவட்டர் சுண்டுஒட்டு பிரியாமல் சிரிச்சார்.

அமலோற்பவம் தள்ளை சவரியாயின் பாம்படத்தை பெருவட்டர் மாமாகிட்டேயே எடுக்கச் சொன்னாள். சவரியாயி கிழவியின் நாறுகட்டிலில் பருத்த குண்டியுடன் ரெண்டு கையையும் ஊனிட்டு இருந்தவரின் முன்பு சவரியாயின் பிருதுகள் வளஞ்சி கூனிக் குறுகி நின்றனர். மதலைமுத்து பெருவட்டர் கண்ணுவ ரெண்டும் பழைய நாலுகட்டு ஓட்டு வீட்டையும், தனக்க முன்னாடி இருந்தவர்களையும் மேஞ்சது.

“எல்லாம் பாக்கலாம்டே...” ஒங்களுக்க கூட நா இருக்கேன். இப்ப ஒண்ணும் அவசர படாண்டாம்...”

-அவர் கட்டிலை விட்டு எழும்பினார். குண்டிக்க அடியில் போட்டிருந்த பாரின் டர்க்கியை மறந்துட்டு அங்கிருந்து புறப்பட்டார்.

“பதிமூனு சென்டு வூடும் ஒத்தியில இருக்கு... ஒத்தி ஒழிப்பிக்கேல.... கோயில்ல வந்து அடிக்கடி செவத்தி யானுக்க பெஞ்சாதி சொல்லுவா... நீங்க அவசரப்பட்டு சண்ட கிண்ட போடாதீங்க. அவரவர் பாடப் பாத்துட்டு போறது நல்லது”.

ஓதேசி தொம்மந்திருமுத்துவும், அருளப்பனும் மணலிமுக்கு அந்தோணியார் குருசடி ஒலவமரத்து மூட்டு நிழலில் நின்று மாறி மாறி பேசிக் கொண்டிருந்தனர்.

“வீட்டையும் ஒத்திக்கு வுட்டுட்டு இந்த பெலயாடி மொவன் என்ன செய்தான் ஓதேசியாரே... குடிச்சி அழிச்சி அம்மையையும் கொன்னுட்டு... அவனுக்க பொண்டாட்டி அன்னைக்கே வாயாடி ஓதேசியாரே... அவளாலதான் அவன் நாசமா போனான். செரி வூட்ட ஒத்திக்கு எடுத்தது ஆரு” ஓதேசியாரை பார்த்து கேட்டான் அருளப்பன். பேரச் சொன்னா, நீ ஒழிப்பிக்கப் போறியாக்கும்... பத்து இருவது வருசம் கழிஞ்சாச்சு... ஒண்ணும் முடியாது... மதலைமுத்து பெருவட்டரு லேசுபட்டவரும் இல்ல” ஓதேசியார் தொம்மந்திரு முத்துவின் பேச்சை கேட்டதும் அருளப்பன் வாய்க்குள்ளேயே வர்த்துவானம் முடங்கியது. அப்படியே நின்று கொண்டான்.

“பழைய பவுனு தட்டானுட்ட குடுத்து செரியா நெறுத்தியளா?” -சவரியாயி கெழவியின் பாம்படத்த கையில நாலஞ்சி தடவ தூக்கி தூக்கி பார்த்துட்டு பெருவட்டர் மதலைமுத்துவிடம் பொலபொலத்து பேசிக் கொண்டிருந்தாள் பெஞ்சாதிகாரி மகதலேனாள்.

“எனக்க ராசாத்தியே... எல்லாம் செரியா இருக்கும். கோயிலுக்கு நேரமாச்சில்லியா, போவாண்டாமா?”-ஞாயிறுதிருப்பலிக்கு அவளை அவசரப்படுத்தினார் மதலைமுத்து.. ரெண்டுவரும் திருப்பலிக்கு தயாராகினர்.

பீரோக்குள்ளிருந்து பெருவட்டர் மதலை முத்து புதிய சரிகை கரை போட்ட முண்டை எடுத்து இடுப்பில் கட்டினார். பெல்டை இடுப்பை சுத்தி பிணைத்து கொண்டு அஞ்சாறு 100 ரூபா தாள்களை பெல்ட் மணிப்பாசில் வச்சார். புதிய பாலிஸ்டர் சட்டையை போட்டு கொண்டு மகதலேனாவுடன் ஜோடியாய் வீடு விட்டு நடையிறங்கினார். முற்றத்தில் வரும்போது "ஏய் நில்லு... தோள்ல போடிய அந்த பாரீன் டர்க்கியை எடுக்கணும்..." கதவை பூட்டிக்கொண்டிருந்த மகதலேனாளிடம் கத்தினார். "ச்சூ சும்மா போவியளா... அந்த டர்க்கியதான் சவரியாயிக்க வூட்டுல மோட்ச வெளக்கு அன்னைக்கு குண்டிக்க அடியில போட்டு இருந்துட்டு அடிபிடி நடந்தவுடன் டர்க்கிய கூட எடுக்காம வந்துட்டியளே....? அவருடைய வெல கூடுன பாரீன் டர்க்கி காணாமல் போனதை ஓர்மையூட்டினாள் மகதலேனாள்.

"ஓ... அங்கதானா... வேற எங்கயும் போச்சோன்னு நெனச்சேன்...." மனசு முழுக்கவும் சவரியாயின் பாரம்பரிய வீடும் வீட்டடியும் பரந்து விரிந்து நீண்டு கிடந்தது. பச்சதாபம் ஏதுமில்லாமல் மொகரை முழுக்கவும் புன்முறுவல்கள்.

முற்றத்தை விட்டு ரோட்டுக்கு வந்தனர் ரெண்டுவரும்.

ஜாண்போஸ்கோவும்
லூசிபர் பிசாசும்

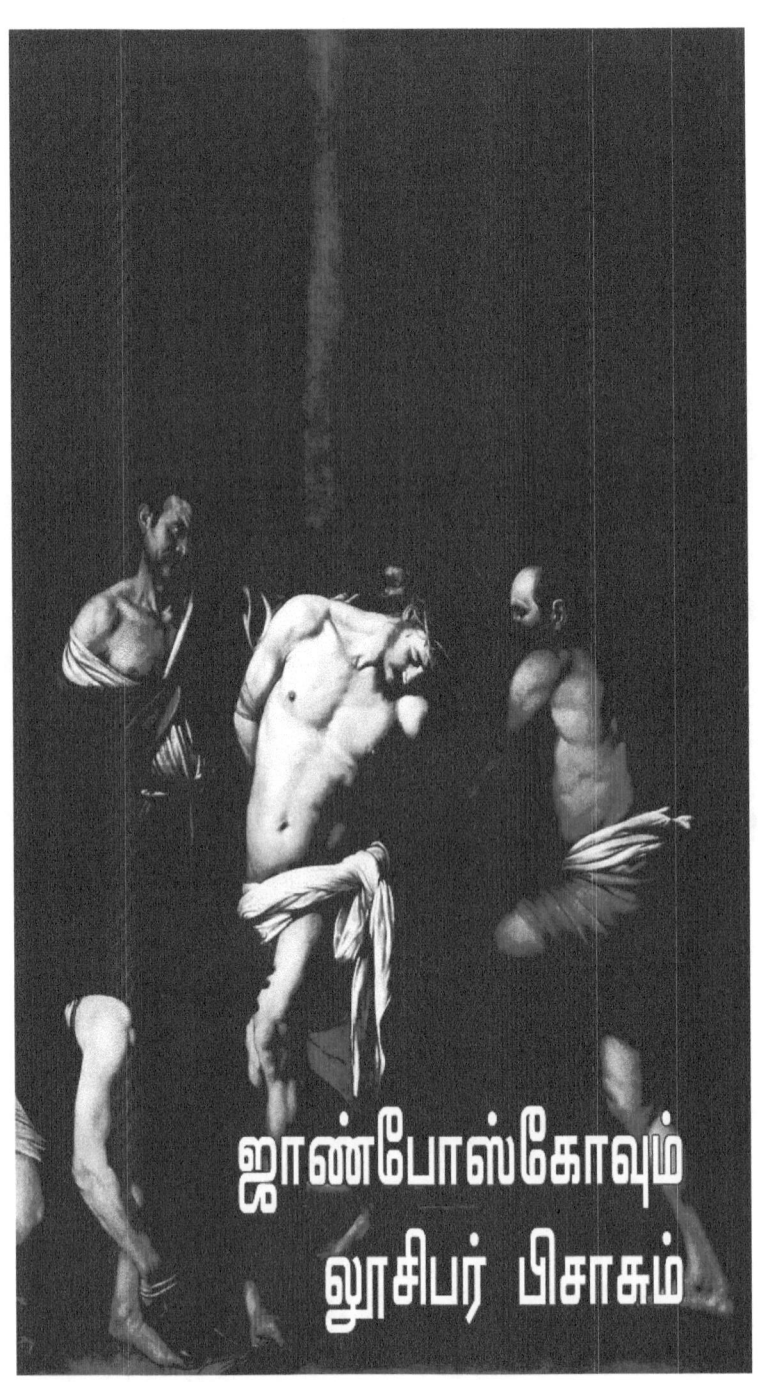

ஜாண்போஸ்கோவ பத்தி சொல்லியாவணும்!

திருவனந்தபுரம், தொடுவட்டி, களியக்காவிளைன்னு மேக்கு தெச பக்கமா போற பஸ்சுல எடப்பக்கமாட்டு ஜன்னலோரமாய் வெளிநோக்கி பார்வையை விடுவோருக்கு கண்டிப்பா அவன் கண்ணுல பட்டிருப்பான். முளகுமூட்டைத்தாண்டி கல்லுவிளை ரோடு பள்ளியாடி திரும்பும் போது அந்த குருசடி பக்கமுள்ள கல் படுக்கை யில்தான் அவனது கிடப்பும் இருப்பு மிருக்கும். கழுத்துல ஜெப மாலையும், உத்திரியமுமாட்டு தொங்கும் ஒல்லிச் சூக்கட்டை தேகத்தோடு கிடப்பவன் போட்டிருக்கும் சட்டையானது பொத்தலும்- பீத்தையுமாய் தொப்புளு வரைக்கும் தொறந்து கிடக்கும். கரண்டைக்க மேல அழுக்கு சூட்டும் போட்டுகிட்டு சுருட்டை தல முடியை கோதிட்டு பாட்டாய் புலம்புவான். அவனது ரூபம் எல்லோ ருக்கும் கிறுக்குபயல் என்றே அவனை அடையாளம் காட்டும். அப்படிதான் அந்த ஏரியாவுல அவனுடைய நட மாட்டமுமிருந்தது. கால் கரண்டையில்

முரட்டு இரும்புச்சங்கிலி பிணைக்கப்பட்டு இன்னொரு காலிலும் இணைக்கப்பட்டிருக்கும்.

அவனால் அதிக தொலைவுக்கெல்லாம் ஓடவும் முடியாது, ஒளிஞ்சி மறஞ்சிடவும் முடியாது. பாப்பவனுக் கெல்லாம் மரகழண்டவனாட்டும், வட்டனாட்டும்தான் அவனது திரிதல் இருந்தது. அந்த பக்கமுள்ள சாயாக் கடை முன்னால் போய் புலம்பிட்டு நிப்பான். கோவம் கொந்தளிச்சி சாட அனந்து கிடக்கும் வெண்ணியை கோரி அவன் தேகத்தில் வீசி விரட்டுவான் சாயபோடும் ஈவிரக்கமற்ற ஈனோக்கு மாஸ்டரு. இதனால வெந்துருகிப் போன தேகத்தில் தோலுருஞ்சி போவும்.

அந்த சுடுதண்ணி பட்ட புண்ணோடு தக்கலை கொவருமெண்டு ஆசுவத்திரி போனால் சாரோடு கம்பவுண்டரு சார்லசு தோலுரிஞ்ச அவனது சீரத்தின் பாகத்தில் நீலகலரு மசியை போல உள்ள மருந்து சாயத்தை கோரி தெளிச்சி ஊத்தியும், ஏதோ களிம்பையும், அதோடு பஞ்சால் தேச்சி தடவிட்டு விரட்டுவான். கம்பவுண்டர் சார்லசு போட்ட மருந்தில் தீப்புண்ணு இன்னும் கூடுதலாகி போவும். பல நாளு அழுகி பழுப்பு கக்கும். கல்லுவிளை ரோட்டோர மாய் நிக்கும் வாலாங்கொட்டை மரத்து கொப்பு இலையால எரியும் புண்ணை வீசிட்டே கல்லிருக்கையில் மலந்து கெடப்பான்.

நெஞ்சாங்கூடு எலும்பு தள்ளி, கையும் காலும் சூம்பி ஒட்டிய கன்னக்குழியோடு கண்ணுவரெண்டும் குழி விழுந்து பார்வை எப்பவும் அலைபாஞ்சிட்டேயிருக்கும். வானத்து மழையை பாத்து புலம்பி பாடுவான். இல்லன்னா தானகெடு போட்டு கெண்டைக்கு- மண்டைக்கன்னு அறுத்து தீப்பான். வெள்ளியோடு வியாகுல மாதாவின் வேதனைகளை பாட்டெடுப்பான். பள்ளிக்கூடம் போற செறுப்பங்க சுத்தி நின்னு பரியாசம் செய்து சிரிக்கும். அவன் பாடிட்டே இருப்பான். திடீரென குதூகலமாய்

கொட்டாரத்து ராஜாக்கள் மாதிரி நாடக வசனமெல்லாம் பேசி சிரிப்பான். ஆட்டம் போடுவான். வாலாங்கொட்டை மரத்து கொப்பு தழை இலையெல்லாம் கிரீடமாய் கொருத்து சிரசில் சூடி தாவீது இராசாவாய் வேடமெல்லாமிடுவான். அவனை கடப்போர் "கிறுக்குபயல்" என்று முறுமுறுத்து நளியடித்துவிட்டு போவர்.

•••

ஜாண்போஸ்கோ!

ஆச்சரியங்களோடு பிணையலானவன். அவனோடு கொண்ட சிநேகம் ரெண்டுவரையும் கூட்டாளியாய் மாற்றிய காலம் ஓர்மைக்குள் வந்து முட்டிய போது தான் இப்படி அவனபத்தி எழுதத்தோணியது.

மண்டைக்காடு பக்கமுள்ள இலக்குமிபுரம் கல்லூரியில் தான் அந்த எளம்பிராயக் காலமானது கழிஞ்சது. வரலாறு படிச்சவனும், கணிதம் பயின்ற நட்புல ஒட்டிக்கிட்டது அப்பதான். அப்பவும் கூட ஒல்லியாட்டு தான் இருப்பான். ஜெபமாலையும், உத்திரியமும் நீண்ட கழுத்துல அந்த காலத்துலேயும் தெத்தி கிடக்கும். பேய், பிசாசு பிடிச்சிட பிடாதுன்னு மொவனுக்கு தள்ளக்காரி ஞானம்மை போட்டு விட்டது என்பான்.

அவன் பேச்சைக் கேட்டு சிரிப்பும், கூடவே நளியடிப்புமாய் நேரம் போவும். செறுப்பத்திலேயே அப்படி போட்டு பழகிட்டான். அவனுக்கு மண்ட முழுக்கவும் மூளை. பரந்த நெத்தின்னா படிப்பு நல்லா ஏறும்னு ஜெரால்டு கதையளப்பான். அவன் சொல்லியது நேருதான் போல. ஜாண்போஸ்கோ கணக்குல சூரப்புலியாட்டாமாய் இருந்தான்.

ஒவ்வொரு செமஸ்டரிலும் பாடத்துக்கு எம்பது தொண்ணூறுக்கு, குறையாம மார்க்கு வாங்கி சதவீதத்தில சதம் அடிப்பது அவனுக்கு இலகுவானதாகும். இங்கிலீசுல புலியா இருந்தவன் கணக்குல சிங்கமாட்டு திரிஞ்சான்.

இலக்குமிபுரம் காலேஜில படிக்கும் காலத்துல ரெண்டு மூணு வரிசட்டையும், வலிய கட்டம் போட்ட அவனுக்கு பொருந்தாத சட்டையுமிட்டுதான் வருவான். கருப்பு, வெள்ளை, ஊதாகலரு, காக்கின்னு சட்டைக்கு சம்பந்தம் இல்லாத சூட்டும் போட்டிருப்பான். முழுக்கை சட்டையில ஒரு கைய நீட்டியும், இன்னொரு கை நீளத்தை கைமுட்டுக்கு மேல சுருட்டி மடக்கியும் வச்சிருப்பான். ரப்பரு செருப்புதான்.

சட்டை சாப்புல கொறஞ்சது நூத்தியம்பது ரூவாய் இருக்கும். நெனச்ச நேரத்தில காலேஜிக்க வெளியில் உள்ள மெம்பரு செல்லையன் கடையில போவான். உச்சை நேரத்து ஆகாரமாட்டு ரெண்டு மூணு தோசையும், பெட்டிக்கடையில போயி சர்பத்தும் குடிச்சிட்டு வருவான். இதெல்லாம் அவன் மாத்திரமில்ல, கூட போற கூட்டுகாரமாருக்கும் உண்டு. ஆருட்டேயும் காசு கொடுக்க விட மாட்டான்

நெடுநெடுன்னு ஆறடி கௌரத்தில நடக்கும் ஜாண் போஸ்கோவ, பாதிபேரு ஒல்லி குச்சி ஜானு-ன்னு விளிச்சியதுண்டு. செலபேரு லூசு பயல், கிறுக்கு போஸ்கோன்னும், பரிகசிப்பதுண்டு. அவன் சங்கடப் படுவான். சோறு தண்ணி இல்லாம காலேஜி பெறம உள்ள கொல்லாமரக்காட்டு நெழல்ல படுத்து கிடக்கியது அவனுக்கு பிடிச்சதாக்கும்.

கண்ண விட்டு காணாம போயிட்டான்னா அந்த கொல்லாமரக்காட்டுக்குள்ள போனால் போதும். மலந்து நீண்டு கிடப்பான். ஏதேதோ கை விரலை மடக்கி, நிமிர்த்தி சைகயால காட்டியவாறு அவனது செய்கையிருக்கும். காலேஜி முடிஞ்சி வூட்டுக்கு போவதுக்கு சாயங்காலம் ஆகிடும். அவனுக்க கூட நடந்தால் ஒலகம் பத்தியும், இரஷ்யாவுல பொதுவுடமை ஒடஞ்சது எப்படின்னும், கியூபாவுல பிடலை எவனும் ஆட்டவோ, அசைக்கவோ முடியாதுன்னு ஒருபாடு விசயங்களை அடுக்கிக்கிட்டே

போவான். அவன் பேச்சும், அதுக்கேப்ப கை, கால வலிச்சி, நிமித்தி உடல் மொழியில் சொல்லும் விதமும் மனசுக்கு பிடிச்சி போவும். அதனாலயே அவனோடு கூடிய நட்பு காலப்போக்கில் ஒட்டிஉறுகி போனது.

ஒரு முறை ஜாண் போஸ்கோவுடன் பேசிட்டே நடந்தபோது மழைக்கான அறிகுறி. காலேஜை விட்டு ரோட்டோரமாய் போனோம். பேசிட்டே வந்தவன் ஒடையார்விளை பக்கமாய் கூட்டிட்டு போனான். பிராந்திக் கடைக்கு முன்பு போனதும் இழுத்து செல்லப்பட்டேன். ஆளுக்கு மூணு நாலு மார்க்கோ போலோ பீர் பாட்டில்கள் மேசைக்கு வந்தன. பொட்டிச்சு குடிச்சோம். மரச்சீனி கிழங்கும், தேங்காய் எண்ணையில் வறட்டிய ஆட்டு மூளையும் கூடவே தின்னுட்டு முகத்தை தொடச்சி கொண்டேன். லகரியின் கிறக்கத்தில் கவலைகளற்று அந்த கணமானது மிதக்க வச்சது.

ஜாண் போஸ்கோ பேசினான். தத்துவமெல்லாம் அவன் வாய்க்குள்ளிருந்து சாடியது. ஒடையார் விளையில் இருந்து நடந்த கால்கள் திங்களாச்சந்தையில் வந்து ஓஞ்சது. வழிநெடுகவும் தானக்கெடு போட்டுட்டே வந்தவன் பஸ்டாண்டு வந்துதான் வாயைமூடினான். போதையின் பிடியிலிருந்து மீள முடியவில்லை. அஞ்சு கிலோ மீட்டர் தூரமாவது கால்கள் நடந்திருக்கும். செறையாய் இருந்தது எனக்கு. அன்று அவன் விடுவதாய் இல்லை. இப்படியேதான் அவனுடனான சிநேகிதமானது நீடிச்சது.

மூணாவது வருசம், அவனை தவிர்க்கவே முடியவில்லை. கையில இருநூறாம் பேஜ் நோட்டை சுருட்டி மடக்கி வச்சிருப்பான். அழுக்கு படிஞ்சிருந்த பாண்ட அழுக்கு சூட்டும், தொவைப்பு கண்டு பல நாளான சட்டையும் தான் அவனுக்கான வஸ்திரம். அன்னு ஒருநாளு இடியும் மின்னலுமாய் வானம் கிழிஞ்சு மழை பொத்து சாடியது. மூணு மூணரை மணிக்கெல்லாம் இருட்டு போல

சாயங்காலம் மாறிப்போனது. இலக்குமி புரத்தில இருந்து திங்களாச்சந்தை வந்து குலசேகரம் நோக்கி போற பஸ்சுல ஏறி கொண்டோம். திருவிதாங்கோடு நடுக்கடை சந்திப்புல பஸ்சு நின்னதும் எறங்கினோம். மழையோடு அங்குள்ள பிராந்திக் கடைக்குள் இழுத்துட்டு போனான். பாருக்குள்ள ஒரு மேசையின் முன்னால் எதிரெதிரே இருந்தோம். மழைக்குளிருல தேகம் வெறையலெடுத்தது. ஈரக்காத்தும், மழையும் நின்ன பாடில்லை..

“என்னல ஜாண் போஸ்கோ இந்த மழை காலத்துல எதுக்கு?”

“ஒனக்கு வெறையலு எடுக்குதில்லியா? இப்ப பாரு நிக்கும்... அந்த குளிர தீக்கியம் பாருல... ஒடம்பு குஷியா மாறும்புல, அதுக்குதான் இந்த மருந்து”

-கண்ணை உருட்டிட்டே வேளமாட்டு பேசியவன் “அண்ணே” என்று கூவினான். யாரும் பக்கம் வரவில்லை. எழும்பியவன் என்னை விட்டு அகன்றான். தலமுடி ஈரத்தில் நனைஞ்சி வெள்ளம் வழிஞ்சது ஒடம்போடு ஒட்டிக் கிடந்தது அவன் போட்டிருந்த அழுக்கு பாண்டை கட்டம் போட்ட சட்டை.

கைலாஞ்சியால் மொகத்தை தொடச்சி முடிச்சேன். அரைக்குப்பி ரம்மோடும், ரெண்டு சோடா குப்பிகளோடும் வந்து மேசை முன்பு கிடந்த செயரில் இருந்தான். ரம்மையும், சோடாவையும் கண்ணாடி கப்புல ஊற்றியவன், ஒரு குப்பி பீரையும் வரவழைச்சி கலந்தான். கட்டன் தேயிலை காபி மாதிரி டியூப் வெளிச்சத்தில் அந்த மதுக்கலவை செங்குருதி வண்ணத்தில் திராட்சை இரசமாய் மிளிறியது.

“லேல.... மக்கா இத பாத்ததும் ஒனக்கு கவிதை மயிரு வருமே... வரட்டு மக்கா.. இந்த மழையையும் நாம அடிக்கிற சரக்கையும் வச்சி ஒரு கவித எழுது.... ஆ... சாரிடே ... சொல்லு மக்கா....” என்னை பார்த்து நளியாடினான்.

என் பார்வை அவனைச் செறஞ்சது.

“என்னல செறஞ்ச பார்வை... கவிதை, கவிதை செல்லுடே....”

-மழைக் குளிரிலும் அவன் மனம் களிப்படைஞ்சது. எனது இருப்பு மவுனமாகியது.

“செரி... நா கவித தாரேன் பாரு....” அவன் தொடர்ந்து பேசிட்டேயிருந்தான்.

“மதுவானது கண்ணாடி கோப்பையில் இரத்த சிவப்பாய் மிளிர்ந்து துலங்கும், இறுதியில் அது உன்னை கொல்லும்”. சாலமோனின் நீதிமொழி வசனத்தை சொல்லி மீண்டும் செறயலை சீறப் பண்ணினான்.

“எப்படில....ஹா...ஹா...” வாய் விட்டு சிரிச்சவன் கண்ணாடி கப்பை எடுத்து சுண்டுக்கிடையில் வச்சி மொடக்கு மொடக்குன்னு குடிச்சான். அவனுடைய நீண்ட கழுத்தின் இடையே பொட்டி தள்ளியிருந்த குரல்வளை அங்குமிங்குமாய் அசைந்தது. நானும் கூட அவனோடு சேர்ந்து ஊத்திக் கொண்டேன்.

“லேய் போஸ்கோ... மயிராண்டி பயல... நீ இப்ப சொன்னது எந்த கொப்பனுக்க கவிதை... பைபிள்ல உள்ள சாலமோன் நீதிமொழிதானே. இந்தா நானும் திருப்பி ஒனக்குத் தாரேன்”- அவன் இடைமறித்தான்.

“கண்டு பிடிச்சிட்டியால...”

“திராட்சை இரசமானது அமளி பண்ணும். அதனால் மயங்குகிறவன் எவனும் ஞானவானல்ல’. இதுவும் சாலமோன் பாட்டுதானேல”.

“ஆமா புடுங்கி பயலே”

மீண்டும் ரெண்டுவரின் கப்புகளிலும் ரம்மையும், பீரையும், சோடாவையும் ஊத்தினான். கிழங்கும் மீனும் மதுவோடு தீவனமாகியது. போதையின்னா போதை அன்னு அப்படியொரு போதை. கண்ணு மண்ணு தெரியல. மழையில நனஞ்சிட்டே திருவிதாங்கோடு நடுக்கடை ரோட்டில வந்தோம். திருவனந்தபுரம் போர்டு மாட்டிய

கேரள பஸ்சை கை காட்டி செறுத்தோம். பஸ் நின்னதும் மழை ஈரத்தோடு அதில் ஏறினோம். அழகிய மண்டபம் தாண்டியும் மழை அடங்கியபாடில்லை. ஓட்டுனரின் பெறம உள்ள இருக்கையில் இடம் பிடிச்சிக் கொண்டோம். அந்த சீட்டோடு சாஞ்சி கிடந்தோம்

கண்டக்டர் வந்தார். "டிக்கெட்.... டிக்கெட்.... எவடையாணு... பற" -அவசரப்படுத்தினார்.

"எவட ஈ பஸ்சு போவுந்நோ அவட போ..."

-ஜாண் போஸ்கோவின் நாக்கு குளறியது.

"எந்து பரியாசம் கழிக்கின்னோ... இ பஸ்சு கோட்டயம் போற பஸ்சாணு..."

- மலையாளி நடத்துனர் சீறினார். மற்ற பிரயாணிகள் பரியாசமாய் எங்கள் பக்கமாய் தலைகளை திருப்பினர்.

"அப்ப கோட்டயம் ரெண்டு டிக்கெட்டு கிழிச்சணும்..."- அழுக்கேறிய ஒரு அம்பது ரூவா நோட்டையும், இருவது ரூவாய் நோட்டையும் சாப்பில் இருந்து எடுத்து ஈரத்தோடு நீட்டினான். முளகுமூடு தாண்டியதும் பஸ்சின் வேகம் கூடியது. வெள்ளியோடு வளையில் திரும்பி வியாகுல மாதா நுழைவு வாயிலை பஸ் கடந்தது. அதை கண்டவன் பிதா, சுதன், பரிசுத்த ஆவி அடையாளம் போட்டுக் கொண்டான்.

"இந்த மண்ணாங்கட்டி பக்திக்கு மட்டும் கொறச்சல் இல்லடே...."- எனது நாக்கு அவனைப் பார்த்து நீண்டது.

"இல்ல... மக்கா, எனக்க ரெஜினாகுட்டி தேவ மாதாவுகிட்ட பயங்கர பக்தியாக்கும்..."

ஜாண் போஸ்கோ மவுனமாகவே இருந்தான். அவனுக்குள் ரெஜினா சிறகடிக்க தொடங்கினால் மவுனமாகி விடுவான். அவனது எண்ணமெல்லாம் அவள் நெறஞ்சிருந்தாள். அவ்வப்போது ரெஜினா குறித்து கவிதை பாடவும் பழகியிருந்தான்.

“விடு மக்கா.... எனக்கு ரெஜினாவோடு ஒண்ணு சேரணும்... வாழ்ந்தா அவளோடுதான்....”

“மொதல்ல நீ மாறணும்.. ஒனக்க நடை உடையெல்லாம் மாத்திட்டு வாழ்க்கையில பெரிய ஆளாட்டு வரணும்... ஒனக்கு போதை மண்டையில ஏறுச்சுன்னா அவா வந்து ஒட்டிடுவாளே... கொஞ்சம் நிம்மதியா இந்த மழைய ரசிக்க வுடு...”

எரிச்சல் பட்டது மனம்

இடி மின்னலோடு பெய்த மழை தெவந்தபாடில்லை. அப்போது வெளியே தலையை நீட்டியவன் அந்த நுழைவு வாயிலை காட்டி பேசினான். அது வெள்ளியோடு வியாகுல மாதா தேவாலயத்துக்கு போவும் வழியாகும்.

“இங்கதான் அவளும், நம்ம காலேஜில படிக்கியாளே சாராளுமாட்டு வாரது...” வியாகுலமாதா தேவாலய நுழைவு வாயிலை காட்டி சொன்னான். நடத்துனர் அவனை நோக்கி சீறினார்.

“அப்புறத்துல கை நீட்டிச்சாண்டாம்”.

-அவனிடம் இருந்து விளக்கம் வெளி வந்தது. “ஆமா... அந்த சாராள் பொண்ணு ஒனக்கு சொக்காரியா... இல்ல நெருங்கிய சொந்தம் கிந்தமாடே”

“எதுக்கு கேக்கிய... ஒனக்கு அவளுக்க மேல லவ்வு உண்டோ... அவளுக்க தவப்பன் பழைய கச்சோடக்காரன் யோனாத்தான்னா. தக்கலை முழுக்கவும் தெரியும்...”

“போல... மயிர ஒனட்ட ஏதாவது வேளமாட முடியுமாடே..... நா கேட்டது சாராளை பத்தி... நீ அவளுக்க தவப்பனபத்தி எனட்ட அளக்கியா..” ஜாண்போஸ்கோவை செறஞ்சேன். அவன் மவுனமானான்,.

“ஓ... மழை கால மேகம்
ரெஜினாவோடு சேர்ந்து
ஒன்றாய் ஆடிபாடுவேனே...”

- சினிமா பாட்டோடு அவன் ஒளறியது பஸ்சில் இருந்தவர்களை உழிஞ்சி நோக்க வச்சது. பார்வையை வெளியில் வீசியபடியே மழையை ரசிச்சது மனம்.

அவன் பாட்டு நின்றபாடில்லை. தொடுவட்டியை தாண்டி இரவு களியக்காவிளையை கடந்து திருவனந்தபுரம் தம்பானூரில் பஸ் நின்ற போது மணி ஒம்பதரை தாண்டி யிருந்தது. கிழக்கே கோட்டையிலும், எம்.ஜி ரோட்டிலும் சுற்றி திரிந்த சாமத்து நேரமெல்லாம் "ரெஜினா... ரெஜினா..." என்று அவளைக் குறித்தே அதிகமாய் புலம்பினான்.

பழைய மெம்பரு பனிமயம் பேத்திதான் ரெஜினாள். ஜாண் போஸ்கோவின் அறிவுக் கூர்மையில் கிறங்கி போனவள், புனித சிலுவைக் கல்லூரியில் இரண்டாம் வருசம் படிச்ச அவளுக்கு கணிதத்தின் சூட்சம தாரங்களை ஒடச்சி நொறுக்கி மனசிலாக்கி கொடுத்தவன் தான் நம்ம ஜாண்போஸ்கோ. தேவாலயத்து நடுப்பூசை தருணங்களிலும், திருப்பலி பாடல்களின் போதும் சாமியார் அப்பத்தை தூக்கி கௌரமாய் வானத்தை நோக்கி பிடிக்கும் கணங்களில் எல்லோருடைய கண்களும் இறையோடு கூடி இமைகள் மூடி நிற்கையில் ஜாண் போஸ்கோ - ரெஜினாள் கண்கள் மட்டும் திறந்திருக்கும்.

பார்வைகளால் இருவரும் மனப் பாஷைகளில் பேசுவது அவர்களின் காதலின் மொழி! இருவரின் பார்வையும் மோதி அவர்களின் சினேகத்துக்கு தெம் பூட்டியது. அக்காலமானது ஜாண் போஸ்கோவுக்கு சுக காலமாயிருந்தது. ரெஜினாவின் தவப்பன் மெம்பர் எலியாசுக்கு நெட்டை சாமியார் நேவீசு மூலம் விசயம் போனது. சீறலும் செறையலுமாய் மாறியவன் கொலை வெறியனாகவும் உருமாறிப்போனான். அந்த சின மெல்லாம் ஜாண் போஸ்கோ மீது பாஞ்சது.

•••

அன்னு ஞாயிறு திருப்பலி முடிஞ்சதும்

நெட்டை சாமியார் நேவீசும், ஓதேசி குருசப்பனும் எலியாசு மெம்பரின் நடுவீட்டில் இருந்தனர். ஜாண் போஸ்கோவின் தள்ளக்காரி ஞானம்மை அழுக்கு சீலை முட்டாங்கியோடு தலகுனிஞ்சி அவர்கள் முன்பு நின்றிருந்தாள். மெம்பரின் வீட்டு அடுப்பங்கரையில் பொறிச்ச கோழி வாசமும், எண்ணெயின் கொதியலும் ஓதேயி குருசப்பனின் மூக்கு நாசியைத் தீண்டியது. நெட்டை சாமியார் நேவீசு நாக்கையும் துப்பல் நனச்சது.

"ஞானம்மை... ஒன்னோட மொவன் ஜாண்போஸ் கோவுக்கு இது தேவையில்லாத வேலை.... படிக்கிற காலத்துல.... அதுவும் மெம்பருக்க மொவளுட்டயா அவனுக்க கண்ணடிய காட்டியது..." வழுக்கை மண்டையை தடவிக்கொண்டே- அவளை பாத்து பேசியவரின் மூக்கு நாசிக்குள் பொறிச்ச கோழிவாசமும் கூடவே வரும் மேல் நாட்டு சரக்கு நெடியின் நெனப்பும் முழுக்கவுமிருந்தது.

-நெட்டை சாமியாரு விளக்கம் சொன்ன போது ஞானம்மை தலை பணிவாய் குனிஞ்சு தொங்கியது.

"இனும அந்த நாயை இந்த ஊருல நடமாட விட்டா மானம் போவும்"- அடுப்பங்கரையில் இருந்து பொறிச்ச கோழி தட்டோடு வெளிப்பட்ட மெம்பரின் பெஞ்சாதி எஸ்தாக்கியம்மாளின் மொகறையானது பேயறைஞ்ச மூர்க்கத்துடன் வர்த்துவானத்தை வெளியேற்றியது.

"ஞானம்மை... பரலோக ராஜ்யமானது பாவப்பட்டவர் களுடையது. நாமதான் இத சொல்லிக் குடுத்து வளக்கணும், - பொறிச்ச கோழிதட்டை பாத்து பேசினார் நெட்டை சாமியார் நேவீசு.

"நாயை அடிப்பானேன்.. பீய சுமப்பானேன்னு நா இருக்கியேன்.... தாயோழி பயல... சாமி நீங்க தான் வெலக்கி வச்சணும்..."- முறிக்குள் இருந்து விலை உயர்ந்த ஒயின் மது குப்பிகளை நெஞ்சோடு சேத்து வச்சிட்டு வெளி வந்த மெம்பர் எலியாசு சத்தம் ஞானம்மையை பயமுறுத்தியது.

“எல்லாத்தையும் சமாதானமாய் முடிச்சலாம்.... ஞானம்மை.... மெம்பரு எலியாசு நமக்கும், நம்ம தேவாலயத்துக்கும் நெறய செய்ய கூடியவரு... அவருட்ட போய் பகைச்சிக்க படாது. மொவன என்ன வந்து பாக்க சொல்லு...?”

நெட்டை சாமியாரின் கவனமெல்லாம் அழாத குறையோடு அங்கு நிக்கும் ஞானம்மையை அப்புறப்படுத்தி விட்டு விருந்து களித்துண்ணுவதிலேயே இருந்தது. ஓதேயி குருசப்பனும் ஊத்தாம்பெட்டி வயிற்றை தடவிட்டு நின்னான். “தாயோழிய சீக்கிரம் வெளம்ப மாட்டானுவளா? நாக்கு துடிச்சுதே, வயிறு கெதிக்குதே”- உள்ளுக்குள் குமுறலோடு ஞானம்மையை முறைச்சான்.

“என்ன ஓதேயி குருசப்பன்... ஒரு மார்க்கமாட்டு எதையோ நெனச்சிட்டு நின்னுட்டிருக்கிறீரு....”

“ஒண்ணுமில்ல... இந்த ஞானம்மையை இனி போவச் சொல்லலாமே... எதுக்கு இங்க விருதேன்னு நெறுத்தி வச்சுக்கிட்டு” - ஓதேயி குருசப்பனின் பேச்சு கிடுக்கத்தாடு வெளிப்பட்டது.

ஓதேயி குருசப்பனுக்குள்ளிருந்து என்னவெல்லாமோ வர்த்துவானம் கௌரத் தொடங்கியது. ஆனால் எல்லாமே மனப்பொந்துக்குள்ளேயே கோபாக்கினையாய் முடங்கியது.

“என்ன பத்தி தெரியாது.. தாயோழி பயலுட்ட கணக்கு குணக்கு எல்லாம் டியூசன் படிச்ச உட்டதுதான் தப்பு. இனி இவா படிச்சது போதும்.. இட்டக்குழி பெருவட்டரு மோயீசனுக்க பேரனுக்கு பிடிச்சிருக்கு. கல்லியா ணத்துக்கு ஆக வேண்டியத பாக்கணும்” - பிராண்டியை குடிச்சவாறு பேசிய மெம்பரு எலியாசு பாவமாய் நின்றிருந்த ஞானம்மையை கண்ணை உருட்டிட்டே செறஞ்சான்..

“எந்த தரவாட்டுல வந்து தாயோழி பய தலய

நீட்டுறான். தல இருக்காது''. தொண்ணச்சி எஸ்தாக்கி யம்மாளின் அடங்காத நாக்கும் நீண்டது.

"ஆமா.. இவா பெரிய மத்தவா, பாவபட்டதுவளையும், செம்மான், நாவியன், வண்ணான்மாரையும் அடிச்சி பிடிச்சி பறிச்சி போட்டதுலதானே வஸ்து விரிஞ்சி கெடக்கு. எனக்கு தெரியாதாக்கும்... தாயோழிமாருக்க தரவாட்டு குல பெருமை'' -ஓதேயி குருசப்பனுக்குள் கொந்தளிச்ச வர்த்துவானம் மீண்டும் உள்ளுக்குள்ளேயே ஒடுங்கியது..

"போதும்... நல்ல சம்பந்தம்னா முடிச்சிருங்க... காலத்தை எதுக்கு போக்கணும்''-நெட்டை சாமியாரு நேவீசு ஆதரவாய் பேசினார். எல்லோருமாய் குடிச்சி களிப்படைஞ்சனர். எஸ்தாக்கியம்மாளும் அவர்களோடு சேர்ந்து குடிச்சாள். அதை பார்த்து மறுகியவாறு அங்கிருந்து வெளியேறினாள் ஞானம்மை.

•••

ஞானம்மைக்கு பேடியும், ஈரக்குலை நடுக்கமு மாயிருந்தது.

வெளிதிண்ணை கட்டிலில் மலந்து கிடந்தான் ஜாண் போஸ்கோ. அவனுக்கு முன்பாய் நின்றான் ஓதேயி குருசப்பன். ஓதேயின் வேளம் எதுவும் அவனுக்குள் இறங்கவில்லை. "பொல்லாத பயலுவ.. இந்த மாடத்தோட வச்சி கொளுத்தி போடுவானுவ... வலிய தரவாடு மயிருன்னு பேசிட்டு திரியற ஒவ்வொருத்தனுக்க பெருங்குடும்பத்து பெருமைக்குள்ளாடி சோரை குடிச்ச சரித்திரம் உண்டு. இந்த பயலை ஒழுங்கா அடக்கி வை ஞானம்மை'' -தானறிஞ்சதையெல்லாம் ஞானம்மையின் முன்பு அனக்கமாய் விவரிச்சான் ஓதேயி குருசப்பன்.

"ஓய் ஓதேயி தாத்தா... ஒம்மள மாதிரி ஆண்டாண்டு காலமாட்டு அடிமையாட்டு அடங்கி போவ ஆலோசனை தாரீரு அதானே. பாகாலை வழிபடுற பேலியாளின் வம்சம்னு

தெரியும். என்னால ஒதுங்க முடியாது. பெயி செல்லும்”.

-ஜாண்போஸ்கோவின் திமிரு பிடிச்ச வர்த்து வானத்தை கேட்டதும் வெளக்குமாறோடு வெளிபட்டாள் ஞானம்மை. கட்டிலில் கிடந்த அவனை தாறுமாறாய் சாத்தினாள். அத்தனை அடியையும் வாங்கி கொண்டான்.

“என் ப்ரியமே நீ ரூபவதி
உன் முட்டாங்கியின் நடுவே
உனது கண்கள் புறாவை போலிருக்கிறது
உன் தலைமுடியானது கீலேயாத் மலையில்
தளை மேயும் வெள்ளாட்டுக் குட்டிகள்...
உனது இரண்டு ஸ்தலங்களும்
லீலி புஷ்பங்களின் வெளிமான்கள்
அது இரட்டைக் குட்டிகளுக்கு சமானம்”

“இந்த கிறுக்கன் ஒளறிட்டே கிடக்கட்டும். ஆரும் இவன கொன்னு போடட்டும்... நீரு போவும் ஓதேயி...” -ஞானம்மை ஒப்பாரியோடு வைது தீர்த்து சாபமிட்டாள். ஜாண் போஸ்கோவோ சாலமோனின் உன்னதபாட்டின் வசனங்களில் பிடிபட்டு ரெஜினாவோடு கூடிய தோணலில் பின்னிக்கிடந்தான்.

•••

ரெஜினாள் ஊரைவிட்டு போய் விட்டாள். எர்ணாகுளம் அல்போன்சாள் காலேஜி போடங்கியில் தங்கி படிக்க வைக்கப்பட்டாள். அவளை காணாமல் உருகி போனான் ஜாண் போஸ்கோ. ஆனாலும் ஊனோடும், உயிரோடும் ஊடுருவிபோன அவளை பிடுங்கியெறிய முடியாமல் வியாகுலபட்டுட்டு திரிஞ்சான். கிறிஸ்மஸ், ஈஸ்டர் நல்ல நாள்களில் கூட அவள் அவனது கண்ணில் படாமல் போனாள். அவன் நிலை குலைஞ்சி போனாலும் படிப்பில் கவனம் சிதறவில்லை.

ஜாண் போஸ்கோவை ஆற்று படுத்தி தேற்றுவதில் பொழுதுகள் கழிந்து போனதுண்டு. ரெஜினாவின்

நெனப்பில் இருந்து அவன் இரட்சிப்படைந்து மீட்படைய பேருதவியாய் இருந்ததெல்லாம் மது குப்பிகளும், தத்துவம் பொதிஞ்ச புத்தக குவியலும்தான். எக்கச்சக்கமாய் படித்தான். அதை பற்றி நெறைய பேசவும் செய்தான். ஆனாலும் முழுமையில் ரெஜினாளின் நெனப்பு அவனை விடுவிக்காமல் சிறை படுத்தியிருந்தது.

•••

திருவனந்தபுரத்தில் அவனுடைய கதையை விடாமல் பேசிட்டே நடந்தான். தம்பானூர் பஸ்டாண்டை ஒட்டியுள்ள ஸ்ரீ சாந்தி தியேட்டரில் சுரேசுகோபி நடிச்ச "ஜனாதிபத்யம்" படம். ஜாண் போஸ்கோவுக்கு பட போஸ்டரை பாத்ததும் தியேட்டருக்குள் நுழைஞ்சி படம் பாக்க தோணியது. ரெண்டுவரும் பால்கனி டிக்கெட் வாங்கிட்டு செக்கண்ட் ஷோ காட்சிக்கு புகுந்தோம். திருவனந்தபுரத்திலும் மழையடிச்சதால் நனஞ்சி ஈரமாயிருந்தோம். சட்டையும் பேண்டும் கொவுந்து போயிருந்தது. படம் முடிந்து வெளியேறியபோது நள்ளிரவாகிவிட்டது. மணி ஒண்ணாகியது. போதை கிறக்கம் கொஞ்சம் இறங்கியிருந்தது.

"இனி எப்படில வூட்டுக்கு போவம்... ஒனக்க வேண்டாத மெனக்கெடுத்த வேலையால..."- வாய் முறுமுறுத்தது.

"சும்மா கெடல... பஸ்சு உண்டு, நாரோலுக்கு போற பஸ்சு விடிய விடிய உண்டு. வாயை பொத்திட்டு வா..." -அவன் நிசாரமாய் பேசினான்.

"செரி நீ எப்படி போவா பன்ன பயலே"

"நா இஞ்ச பஸ்டாண்டுல படுத்துருவேன்"

"சும்மா எதையாச்சும் பேசுனா வாயில தானக்கெடு வந்துரும் ஆமா... எங்கூட வால, விடிஞ்ச பெறவு ஒனக்க வூட்டுக்குப் போலாம்"

அவன் சொன்னது போல நாரோலு போற கேரள பஸ்சு வந்தது. அதில் ஏறும் போது மணி நடுசாமம்

ஒண்ணரையாயிட்டு. தக்கலை பஸ்டாண்டுல எறங்கும் போது மணி மூணு.

"இனி விடிஞ்சிடும் கேட்டியா..."- அவனைப் பாத்து சொன்னேன்.

"அதனால நீ போடே மக்கா... நா எப்படியும் போய் சேர்ந்திடுவேன்"- அவன் பதில் சொன்னதில் நம்பிக்கை யில்லை.

"லேய் போஸ்கோ... ஒங்கம்மை பாவம்... தேடிட்டு காணும். ஏற்கனவே பிரச்சினை போவிருவியால"

"போயிரலாம்டே ... நீ போல, நாள பாப்பம்" அந்த விடியகாலை இருளில் ரெண்டுவரும் பிரிஞ்சோம்.

•••

காலமானது அது பாட்டுக்கு உருண்டோடி போனது. எல்லோருடைய பிராயங்களும் மாறியுமிருந்தது.

காலேஜி படிப்பெல்லாம் முடிஞ்சி போச்சி. அவனவன் ஜோலி தேடி ஓடிய காலமது. கல்லுவிளை ரோட்டு முக்குல சைக்கிள்ல வந்தான் ஜாண்போஸ்கோ, அவனிடம் எந்த மாற்றமும் இல்லை. எம்.எட் படிப்பதாய் சொன்னவன் அவன் தாமசிக்கும் வீட்டுக்கு கூட்டிட்டு போனான். ஓசரமான ஓர் தென்னை புரையிடத்தில்தான் அவனுடைய வசிப்பிடம். நெடு நேரமாட்டு கதை யளந்துட்டே இருந்தோம். படிப்பு, ஜோலி முன்னேற்றம் குறித்தெல்லாம் அது நீண்டது. அவனுடைய தள்ளை ஞானம்மை அவிச்ச நூறுமுட்டன் கிழங்கும், நெத்தலி மீனு கறியும் ரெண்டுவரின் முன்பு வச்சாள்.. வயிற்றை நிரப்பியதும் தேயிலை கடுங்காப்பியும் குடிச்சிட்டு, அவன் வீட்டின் நடை விட்டு இறங்கினேன். இப்படிப்பட்ட எனக்கும் அவனுக்குமான சந்திப்புகளை காலமானது பல தருணங்களில் ஏற்படுத்தியதுண்டு.

இன்னொரு முறை நானும் ஜெரால்டும் அவனைத் தேடி கல்லுவிளை ரோடு வழியாய் அவனது குடியிருப்பு

நோக்கி சைக்கிளை சவுட்டினோம். ஜாண்போஸ்கோ வீட்டில் இல்லை. தள்ளை ஞானம்மை வெள்ளத்தில் கொவுந்த ஓலைகளை முடைஞ்சி கொண்டு இருந்தாள்

"எம்மோ... போஸ்கோ பயல் இல்லியோ..."

"வாப்போ... அவன் குளிச்சியதுக்கு போனான். இப்ப வந்திருவான்... இருங்க மக்களே..."- ஞானம்மையின் கனிவு நேரத்தை கழிச்சது. "இத தின்னுட்டு போங்க பிள்ளே..."- ஞானம்மை ஒரு வட்டிலில் அவிச்ச பயிறும் காப்பியும் அனத்தி கொண்டு வந்தாள். அதை தின்னு தீர்க்கும் வரையிலும் ஜாண் போஸ்கோ வரவே இல்லை.

"ஒருபாடு நேரமாச்சி... ஒண்ணு போயி பாத்துட்டு வா மோனே... அந்த காட்டு குளத்துக்குத்தான் போனான்..."- ஞானம்மை சங்கடத்தோடு சொன்னாள். சைக்கிளில் குளம் கிடக்கும் திசை பாத்து போனோம். பாதி தூரம் போனதும் நீண்ட கழுத்துல தொங்கிய ஜெபமாலை, உத்திரியங்களோடு ஈரத்தோர்த்தை சுருட்டி போட்டுட்டு எதிரில் வந்தான்.

"என்னல குளிச்ச போனியா? இல்ல குளத்தங் கரையில தங்கப் போனியா...?" - அவனைப் பாத்து ஜெரால்டு கோவப்பட்டான்.

"ஆ... லேய் வாருங்க..."

-சிரிச்சுட்டே பேசினான். "இஞ்ச நம்ம ஊருல உள்ள பயலுவளுட்ட பேசிட்டிருந்தேன்".

"கம்யூனிசம், கியூபா பத்திதானே பேசியிருப்பா... வேற என்னத்த நீ பேசுவா... இங்க உள்ள பீமண்டையன் மாருக்கு ஒனக்க பேச்சு மனசிலாச்சின்னா போதும் "- அவனை பாத்து பேசிய போது, முகத்த வச்ச கண்ணு மாத்தாம பார்த்தான்.

"லேல... எடுத்த உடன ஒருத்தனுக்கும் மண்டையில ஏறாது... ஒனக்கும்தான். பாப்பம் போவ போவ

மனசிலாகும்”- அவன் நம்பிக்கையாய் பதில் சொன்னான்.

“ செரி... செரி... நா மதுரையில ஜோலிக்கு போறேன்.. அந்த உச்ச பேப்பரு கம்பெனிதான். ஒனட்ட சொல்லிட்டு போவத்தான் வந்தேன்...”

“ஒனக்கு வேற ஜோலியே கிடச்சலியா? ஒவ்வொரு நாளும் பொட்டச்சிமார வார்த்தையால நிர்வாணமாக்கி வன்முறை செய்ற அந்த பேப்பர் கம்பெனி ஜோலி மயிரா கெடைச்சி”.

“வேற என்ன மசிறு பிடுங்க... நிரந்தரமாட்டு அங்கேயே எவன் இருக்க போறான். கொஞ்ச நாளு.... இருக்கணும். அதுக்கு பெறவு சட்டம் படிச்சணும், இல்லன்னா எம்.பில் படிச்சிட்டு ஏதாவது காலேஜில ஜோலிக்கு போவணும். இதான் எனக்க இலக்கு”

“சக்கையா பிழிஞ்செடுத்துட்டு கையில ஒட்டாத சம்பளத்தை தாற மொதலாளி வர்க்கம். ஒனக்க சுய சிந்தனையையெல்லாம் தேஞ்சி போவ வச்சி பீமண்டை யாக்கி நாக்கிறி பீக்கிறியாட்டு எழுத வைப்பானுவ... அந்த பேப்பர பாத்தாலே தெரியுதே..” -அவன் எல்லாம் மனசிலாகி பேசியது வியப்பாகியது. வயிறு வளர்க்கும் பேச்சாளன் மாரையும், எழுத்தாளன் கூட்டத்தையும் கண்டால் அருவருப்பாயிருக்கும், ஆனா இப்ப வேறவழி. மனசுக்குள்ள அந்த ஜோலியால் அருவருப்புதான் வந்தது.

“செரி... போ... ஒனட்ட இருந்து ரெண்டுமூணு கவிதை, கதபுத்தகம் வரும்னு பாத்தேன்... ஆனா நீ போய் விழ போறது பீக்குழி சாக்கடையில”- அவனிடம் சலிப்பு தட்டியது.

“லேல ஜாண்போஸ்கோ... என்னதான் அவனுவளுட்ட ஜோலி பாத்தாலும் நமக்க மண்டையில இருக்கிறதை மொத்தமாட்டு இழந்துட மாட்டோம்... பேசினா பேசிட்டே இருக்கலாம். சரி பாப்பம்....”

-அவனுடைய வீட்டின் முற்றம் தொட்டு போவும்

ரோட்டில் இருந்து பிரிந்து கொண்டோம்.

நாலஞ்சி வருசம் கடந்து போனது. நெனப்பில் இருந்து ஜாண் போஸ்கோ அழிந்து போகவேயில்லை! அவனை பார்க்க முடியாதவாறு பணிச்சூழலானது கொத்தடிமை யாய் விலங்கு பூட்டியிருந்தது.

மதுரையில் உள்ள உச்சை பேப்பர் கம்பெனியில்தான் ஜோலி. கொத்தடிமையாய் பூட்டப்பட்ட அறை வாசத்துக்குள் மின் விசிறியோ, வெளிக்காற்றோ உட்புகாமலிருந்தது. நீண்டதொரு மட்டுப்பாவு தளத்தில் பத்து பதினைஞ்சி பேராய் மலந்து நீண்டு கிடந்தான்கள். ஒவ்வொருத்தனும் வெவ்வேறிடங்களை சேர்ந்தவனுவ தான். முகங்கள் ஒவ்வொன்றும் வெறுப்பும், விரக்தியு மாயிருந்தது. அவர்களை பார்த்தபோது சிறைவாசிகளின் நெனப்பு வந்தது. அந்த அறை வாசம் என்னையும் அவர்களோடு பிணைச்சி கொண்டது. அங்கு கிடந்த பத்து பதினைஞ்சி பேரில் ஜாண் போஸ்கோவின் ரூபத்தில் ஒருவனும் உண்டு. ஒரே மாசம் தான். மண்டைக்கு, கெண்டைக்கின்னு அறுத்து கிழிக்கும் அவனும் நானும் சிநேகிதர்களாகிட்டோம்.

அதுக்கப்புறம் லிஸ்பன் குமாரு, கனகு, ஜானு, ராஜி, சேகருனு நாலஞ்சி பேரு கூட்டுகட்டா கிட்டோம். லிஸ்பனுக்கு ஆங்கில புலமை ஜாஸ்தி. விசுவநாதான் தான் நம்ம கல்லுவிளை ஜாண் போஸ்கோ மாதிரி இருந்தவன். கணக்கு வழக்குல கிங் மேக்கரு வேறு. கைக்குள்ள ஒட்டாத ஊதியத்துனால அவ்வப்போது நடுராத்திரி ஒறக்கத்துல ஊளையிடுவான். அப்பவெல்லாம் வாய்க்குள்ள இருந்து தானக்கெடு சாடும். ஆனக்கொம்பு கொசுக்கள் தேகத்தில இரத்தம் உறிஞ்சும் காலத்துல கொறட்ட விட்டு கிடப்பவன்களுக்கு கோவம் வரும். கண்ணுறக்கத்திலேயே தாறுமாறாட்டு தானக்கெடு அவன் வாய்க்குள்ளிருந்து குதிக்கும். விசுவநாதனோ விடியகாலம் மூணரை மணி வரைக்கும் அறுத்திட்டே ஒறக்கம் வராம புலம்பிட்டு

கிடப்பான். அவனை ஜாண்போஸ்கோவாட்டே பாவிச்சிட்டிருந்தேன். நடு சாமத்தில ஒறக்கம் வராத கூட்ட மாட்டு எழும்பி இருந்து கதையளப்போம்.

விடியகாலம் சூரியனின் வெள்ளொளி பூமியில் விழும் முன்பே குளியலறைக்கு ஓடனும். துருபிடிச்ச பைப்பில பொத்துட்டு பாயுற உப்பு வெள்ளத்துல அரகுறையாட்டு குளிச்சிட்டு ஏழு மணிக்கு எழவெடுத்த பயலுவளுக்க முன்பு போயி இருக்கணும். காலத்த பசி எடுத்தா உப்பு சப்பு இல்லாம கிண்டி வச்சிருக்கிற உப்புமாவ தின்னு பசியாத்தணும். ராத்திரி பீத்தண்ணி பொத்துட்டு சாடும். விடுப்பு கிடுப்பு கேட்டா ஏற்கனவே பேய்பிடிச்சிருக்கும் செய்தியாசிரியன் குதிப்பான். ஏதோ ஒலகப் பேரு வாங்கின “பாரடைசு பேர்பபர்சு” மாதிரி வாயளப்பான். இருந்தாலும் அனக்கமில்லாம போவணும். இப்படிதான் போச்சி நாலரையாண்டு காலம்.

எடையில் லிஸ்பன் மாலை நேர வகுப்பு ஒன்றுக்கு போனான். நானோ சட்டக்கல்லூரி நுழைவு தேர்வு எழுதினேன். இரண்டு முறை எழுதிய அது மாலை நேர படிப்புக்கானது. இதெல்லாம் கம்பெனி கும்பலுக்கு தெரிஞ்சால் “சீட்டு” கிழிஞ்சிடும். கபாலி சொன்ன போது “கலெக்டரு உத்தியோகம் இல்லியே சாரு.... கொத்தடிமை ஜோலிதானே...” நாங்க நளியடிப்போம்.

“ஏம்பா அதுக்கில்ல, அரசு வேலைக்கெல்லாம் முயற்சி பண்ணுங்க.... எவனுக்கும் தெரியபடாதுன்னு சொல்றேன்”. ஆக்கபூர்வமனதாய் அவருடைய ஆலோசனை இருக்கும். இரவெல்லாம் எவன் எவனுக்கு எவ்வளவு சம்பளம் என்று வட்டமிட்டு இருந்து அவரிடம் கேட்டால் போதும். இந்திய ஜனாதிபதி தொட்டு கடைகோடி பஞ்சாயத்து பியூன் வரை வாங்கும் மாதச் சம்பளத்தை பட்டியலிட்டு விடுவார். எங்களுடன் சேர்ந்து அவரும் குமுறுவார். “நீங்க எப்படி சார் இந்த படு குழியில வந்து விழுந்தீங்க...” லிஸ்பன் கேட்பான்.

“இல்லப்பா சாருக்க ஒய்ப்புக்கு கொவர்மெண்டு ஜாப்புதான் அவரு தப்பிடுவாரு...”

“விசுவநாதா ஓமக்குச்சி... பெண்டாட்டிக்க கூட இல்லாம ஆக்கிட்டானுவளே... நா ஒரு இடம், அவ இன்னொரு இடம். இப்படியொரு நரக வேதனை. வேணுமாடா...? பேசாம போயிருலாம் போல இருக்கு” - அவர் பெருமூச்சை இழுத்து விடுவார்.

“ஏன் சார் டெஸ்குல இருக்குதிய... அதென்ன கைகூலி செய்தி, விளம்பர செய்தி”- நான் கேட்டேன்.

“அதான் ஒங்களுக்கு தெரியுமே. பெரியகுளம் சாமில்காரன் செய்தி எழுதினேன். அவன் விட்ட வக்கீல் நோட்டீசுக்கு நா போய் மன்னிப்பு கேட்டுட்டு அவன உத்தமன்னு மறுபடியும் எழுத வச்சிட்டானுவ.... கேடு கெட்ட பொழப்பு”.

“டேய் இங்க இருக்கிற ஒவ்வொருத்தனும் கண்ணுக்கு தெரியாத கண்ணிவெடி மாதிரிதான். தாயோழிய ஒருத்தனுக்கு ஒருத்தன் சூது, வாது, சூழ்ச்சி, வஞ்சக மனசோட எவன சாய்ச்சிட்டு மேல வரலான்னு தருணம் பாக்கிய எடமாக்கும் இந்த உச்சப்பேப்பரு கம்பெனி” நாறப்பயலுவ.

-உச்சப்பேப்பரு விசுவநாதன் அமைதியாய் பேசி முடிக்கும் போது கொதிநிலையாய் மாறினான்.

“என்னத்த பேசி என்ன” அவன் கொட்டாவியோடு அலுத்து கொண்டான்.

“விசுவநாதா சாப்பிட வாடா...”- லிஸ்பன்குமார்

“எதுக்கு... தாயோழிமாருக்க புளிக்குழம்பு குடிச்சி விவரம் வரலியாக்கும்.... போப்பா. போயி படுப்பியா?- அவன் சலித்து கொண்டே கோரம்பாயை விரிச்சி நீட்டி போட்டு கொண்டு அதில் மலந்தான்.

நாலர வருசமாட்டு மதுரையில் மயிர புடுங்கிட்டிருந்த

சமயத்துல திடீர்னு எடமாத்தம். அது பிராஞ்சிக்கு மாத்திரம்தான். செய்தியாசிரியன் வாய் கிழிச்சான்.

“என்னப்பா பிராஞ்சி சந்தோசத்த காணோம். நீங்க செய்தியாளனாட்டு பாண்டிக்கு போறீய... பிரமோசன் போய்...”

“தாயோழிமாரு பிரமோசன் மயிரு. கூதிய அறுத்து இல்லியா சம்பளம் தர போறானுவ தேவடியா மக்க”-உள்ளுக்குள் இப்படித்தான் வர்த்துவானம் துடிச்சடங்கியது.

“பிராஞ்சீசு போயித்தான் ஆவணும்...” போங்க என்னோட நல்வாழ்த்துக்கள். மீண்டும் வாய்க்குள்ளிருக்கும் பல்லெல்லாம் தெரிய இளிச்சான். அந்த செய்தி பிரிவில் ரெண்டுவரை தான் மதிச்சது மனது. எல்லையப்பனையும், கருணாவையும். இதில் எல்லையப்பன் எப்போதும் “ஜெண்டில்மேன்” என்றழைப்பதற்கேற்ப எதுக்கும் பணிஞ்சு போவாத கல்லுள்ளிமங்கனாயிருந்தேன்.

“அங்க எல்லாம் மொள்ளமாரி, கேடு கெட்டவன் மாருதான் பொழைச்ச முடியும். வஞ்சகக் கூட்டம். வேற எங்காவது தப்பிச்சி போயிருங்க...”-லிஸ்பனுக்கும் எனக்கும் வழிகாட்டியாய் இருப்பார் கருணா. வெள்ளை சபாரி சூட்டுதான். எப்போதும் அவருடைய அடையாளம்.

பாண்டிச்சேரிக்கு போனபோது கூழையன் மீனாட்சித் தான் எடிட்டராம். முன்பல்லு மூணு வெளியே தள்ளிட்டு, நரச்சும் - கறுத்ததுமான தலைமுடியை ஈரத்தோடு வாரி சீவியிருந்தான். கன்னம் ரெண்டும் கொட்டபாக்கு போல வீங்கியிருந்தது. மஞ்சகற படிஞ்ச பல்லைக் காட்டி இளிச்சான். ஆளு மாத்திரம் குட்ட இல்ல, குணமும் கூட குறுகி போன வஞ்சகதனம் கொண்டவன் என்று எட்டாவது மாசத்திலேயே மனசிலாகியது. சாயங்காலம் அலுவல் முடியும் நேரத்துல கண்ட கண்ட ஏரியா எரப்பாளிமாரு எழுதி குறிச்சி கிழிச்சதையெல்லாம் குப்பையாட்டு வாரி குவிப்பான் எனக்கு முன்னாடி.

அதையெல்லாம் ஒழுங்குபடுத்தி செய்திக்கான தரமாட்டு மாத்தி முடிக்கும் போது மணி ஆறு கழிஞ்சிடும். கூழையன் ஊத்தி வயத்த தள்ளிட்டு சக்கோட்டையாய் வருவான். அம்புடு நேரமும் மேலாளன்னு ஒரு கிறுக்கு கூதி பயிலுட்ட போயி அவனவனை வத்தி வச்சிட்டுதான் கொல்லி மட்ட மோட்டார் சைக்கிள்ல வீட்டுக்கு கிந்திட்டே போவான். கூழையனுக்கு என்மேல் எப்பவும் கடுப்புண்டு. தீத்து கட்டணும்னு எதிராட்டே பேசி சதி செய்வான். அவ்வப்போது தலைநகரத்து முதன்மையாளன் கொள்ளி வாய் கோவாலிடம் போனில் ஊதுவான். ஏற்கனவே அவனை ஊதி ஊதித்தான் இப்படியொரு சீட்டை பிடிச்சான் என்று அறிந்து காறிதுப்பினேன்.

மந்திரி மாருட்டேயும், எம்.எல்.ஏ-க்கள் கிட்டேயும் இருந்து நல்லநாள்படி, அன்பளிப்பு, கைகூலி வாங்கி குடுக்காத கோவத்தில் விடாமல் சாடிட்டே இருந்தான். அவனை எதுத்து பேச திராணி இல்லாமல் இல்லை. அவனுக்க மண்டைய ஒரு நாளு பிளக்கனும்னு நெனச்சதுண்டு. ஆனா எல்லாத்தையும் அடக்கிட்டு ஒடுங்கி கொண்டேன்.

அப்பவெல்லாம் பாண்டிச்சேரியில் குப்பி குப்பியாய் பீர் குடிச்சிட்டுத்தான் அவனுக்கு முன்பு உட்கார்ந் திருப்பேன். அது சரியில்லை, இது சரியில்லை என்பான். வழக்கமான பீக்கிறி செய்தியையெல்லாம் மடக்கி வீசுவான். திருப்பி எடுத்து வீசுவதுக்கு தோணும். ஆனால் உள்ளில் இருந்து தடுப்பு வரும். அவனுக்கு வெளியில் இருந்து கைக்கூலி அன்பளிப்பு வாங்கி குடுத்தால் தான் அடங்குவான் என்றறிந்தேன். அவனை விட்டு ஓட எத்தனித்தேன். அதுவும் நடந்தது. எட்டு மாசத்தில் சேலம் நோக்கி இரவோடு இரவாக அடுத்த எடமாற்றம். அங்கும் பொருங்கொள்ளையனாய் கல்லாயை தொறந்து வச்சி கொண்ட ஒருவன், வேறு வழியில்லை. பணிக்காலம் உருண்டோடியது.

இடையிடையே உச்சப்பேப்பரு விசுவநாதன் பேசுவான். அவன் போனில் பேசும் போதெல்லாம் “ஏண்டா நீ இன்னும் விட்டுட்டு போவலியா...?”

“இவ்வளவு பேசுற நீ விட்டுட்டு ஏண்டா போவலை...?” நான் திருப்பி கேட்டேன்.

“பிராஞ்சி இந்த ஆபிசுக்கு ஒனக்க எம்.ஏ. படிப்பு எல்லாம் தேவை இல்ல. கள்ளத்தனம் மொள்ளமாரி குணம் இருந்தா போதும்... அதனால எடத்த காலி பண்ணு...”

“உச்ச பேப்பரு விசுவநாதா... லிஸ்பன் போயிட்டான். நீ போறேன்னு சொன்னாய்... இப்படி சொல்ல கூடியவனுவதான் கடைசி வரைக்கும் ஒட்டிட்டு கொத்தடிமையாட்டு கெடக்க போறானுவ.” -விஸ்வநாதனுக்கு நான் சொன்னது மண்டையில் ஒறைக்கவில்லை.

“யோவ்... நீ ஜோசியம் எல்லாம் சொல்லாதப்பா”

“ஊருக்குப் போனியா? ஏதாவது விசேஷம் உண்டா?”

“உண்டுடே தங்கச்சி கல்லியாணம் போயிட்டு வரணும்”

“அதுக்கு லீவு கேட்டியா?”

“மூணு நாளு உண்டு முடிஞ்சா நீயும் வாயேன்”

“அட... விடுப்பா... போயிட்டு நல்லபடியா வா.

“இல்லன்னா ஒழுங்கா வராம இரு...”

அவனோடு பேசினால் மனசு குசியாவதுண்டு. ஏன்னா இடைக்கு இடையே மண்டைக்கு கெண்டைக்கு அறுத்திட்டே இருப்பான். உள்ளுக்குள்ள சிநேகம் பூத்து நட்பில் கொண்டாடும் குணமுடையவன்.

•••

மணலிமுக்கு ரோடு

வேப்பும், புளிச்சி மாவும் சாமத்தில் அலங்கார மின்னொளியில் பூத்து ஜொலிச்சது. அம்மை நட்டு வளத்திய செம்பருத்தி வறுக்கை பிலாவும், அயினியும் கூட

உருண்டை உருண்டையான மின் விளக்குகளை ஜிமிக்கிகளாய் சூடிக் கொண்டு பல வண்ணமாய் ஒளி சிந்தின. மொட்ட விளை பந்தல் ராசையனின் கை வண்ணத்தில் வீட்டு வெளிமுற்றமெங்கும் பந்தல் பெரை பரவியிருந்தது. கூட்டுக்காரன்மார் ஜெரால்டு, குட்டன், ரத்னம், இன்னும் வகுப்பு தோழன்மாரும் வந்து கொண்டேயிருந்தனர். ஜெரால்டு, குட்டனோடு ரெண்டு மூணு பேர் பீர் குப்பி உடைக்க விரும்பி வெளியில் புறப்பட்டோம். அப்போது தான் ஜெரால்டு ஞாபக மூட்டினான்.

“நம்ம போஸ்கோவுக்கு கார்டு குடுத்தியாடே”

ஜாண் போஸ்கோவின் வீட்டுக்கு அவனை காண கல்யாண சீட்டுக்கட்டோடு போனபோது, அவன பத்தி அறிஞ்சதும் மனசுக்கு மர்க்கமாயிட்டு. அவனுடைய வீடு இடிஞ்சி பாழடைஞ்சி கிடந்ததும், அவனது வீட்டடியை புது புது மட்டுப்பாவு பெருங்கட்டடங்கள் விழுங்கி இருந்ததும், சிலுவையில் அறையப்பட்டது போலானது.

அவனுடைய நிலமானது அழகான தென்னை புரையிடம். அதை கடந்து தெளிஞ்ச நீரோடை பாயும். கல்லூரியின் விடுமுறை காலங்களில் அந்த வாய்க்காலில் நண்டும், தியாழியும் பிடிச்சி விளையாடியதுண்டு. முழுக்கவும் ஓலையால் வேயப்பட்ட குடிசை வீடு. வீட்டின் ஓரம் குழிமுண்டான் பிள்ளையை விரல்கள் கொண்டு தோண்டுவோம். தண்ணி பிள்ளையும், குழி முசல்களும், ஜீவ விருட்சங்களாய் உயிரோடிருந்த அவனது பூமி அவனிடமிருந்து பறித்தெடுக்கப் பட்டிருந்தது. பண முதலைகளின் வாழ்விடமாய் காரும், மோட்டார் சைக்கிள்களுமாய் அவ்விடம் முழுக்கவும் மாற்றம் சூடியிருந்தது அந்த உயிர்த்தேசம். இருப்பினும் மனமானது ஜாண் போஸ்கோவை தேடியது. பெட்டிக்கடை கிழவர் ஒருவர் எனது நடமாட்டம் கண்டு விசாரிச்சார்.

“ஆர தேடுதிய பிள்ளே... அங்கையும் இங்கையுமாட்டு கெறங்கிட்டு திரியிறீய...”

“ஒண்ணுமில்ல... இந்த மேட்டுல ஜாண்போஸ் கோன்னு...”

“அந்த மரக்கழண்டவனையா? அவன் இப்ப இஞ்ச கெடையாது... மெம்பருக்க சொந்தகார பயலுவ அடிச்சி போட்டானுவ... அன்னு கண்டது. அதுக்க பெறவு எங்க ஒழிஞ்சானோ”

அந்த கிழவன் கூட ஜாண்போஸ்கோவை எளக்காரமாய் நளியடிச்சான். மவுனமாகியது மனம்.

“என்னத்த பிள்ளே யோசிக்கிதிய... அவன்தான் கிறுக்கு பயலாச்சே... அவனஎல்லாம் ஒரு கூட்டுக்காரனாட்டு தேடி வந்திருக்கிதியளே...”

“வாயை அடக்கும் ஓய் மண்ணாங்கட்டி! கிறுக்கு புறுக்குன்னு... ஒமக்குதான் கிறுக்கு பிடிச்சிருக்கு... ஒரு ஆளப்பத்தி எப்படி பேசணும்னு தெரியணும் என்னா? வசம் உள்ளவனுட்ட சேர்ந்து சூப்பிட்டு திரிய படாது...”

கொந்தளிச்சு போய் வார்த்தைகளை சூடாய் எடுத்தெறிஞ்சேன். கெழவன் வாயை பொத்திக் கொண்டான். ஒரு நிமிடம் கழிச்சி மீண்டும் தொறந்தான். அப்பவும் எளக்காரமான பேச்சு தான்.

“அந்த கிறுக்கு பயலத்தான் ஊரு மெம்பருக்க ஆளுவ அடிச்சி மண்டைய ஒடச்சி போட்டானுவன்னு செல்லியேன். எனக்க வேளத்த மனசிலாக்காம சீறி பாயுதீய பிள்ளே இவனுக்க கதையே வேற. அதான் வந்தது வினை... மண்ட ஒடஞ்சி தக்கல கொவருமெண்டு ஆசுபத்திரியில் தான் கெடந்தான். அதுக்க பெறவு என்ன ஆனான்னு தெரியாது. இஞ்ச அவன் கெடையாது... தள்ள ஞானம்மை கெணத்துல வுழுந்து மாண்டு போனாள். வூடு இப்படி மங்கட்டையா போச்சி”. ஜாண் போஸ்கோ குறிச்சி கிழவன் சொன்ன விவரமெல்லாம் நெசமா யிருந்தது.

70 ♦ ஐ. கென்னடி

கொஞ்ச நேரம் அங்கயே நின்னிட்டிருந்தேன். அவனுக்கு கொடுக்க வேண்டிய கல்யாண சீட்டோடு வீடு திரும்பினேன். பேரறிவுக் கூர்மையுள்ளவனாட்டும், படிக்கும் காலத்திலேயே மார்க்ஸ், ஏங்கல்ஸ், மாவோ பிடல் காஸ்ட்ரோ, சேகுவரா எல்லோரையும் விளம்புவனாகவும், மத வாத அடக்குமுறைக்கும், முதலாளித்துவ மேட்டிமைக்கும் எதிரானவனாயிருந்த ஜாண் போஸ்கோ எங்கு போயிருப்பான். "இனி இங்க கல்யான வீட்டுல தேடுனா எங்க வரப்போறான்..." மனசுக்குள்ள அவனை தேடிபோனபோது அறிஞ்சி கொண்டதெல்லாம் மனசுக்குள்ளாடி வந்து முட்டியது. கூட்டாளிமாரெல்லாம் ரோட்டில் பேசிக் கொண்டிருந்தோம்.

"என்னல... எந்த நெனப்புல நடக்கியா? நம்ம ஜோன்போஸ்கோவ பாத்தியான்னு கேட்டேன்" -ஜெரால்டு சிந்தனையை கலைச்சான். " ஆ... ஆமாடே...."

அப்போது மணலி முக்கில் இருந்து ஒல்லியான உருவமொன்று ஓடோடி வந்தது. அது அவனா? எனது கண்ணிரண்டும் கூராய் உழிஞ்சு நோக்கியது அவனேதான், அதே ஜெபமாலை பின்னலோடு தெத்தி கிடக்கும் சகாயமாதா உத்திரியங்கள். எங்கள் முன்பு வந்து நின்றான் ஜாண் போஸ்கோ. நாங்கள் ஏதோ பேச அவன் ஏதேதோ பேசினான். ஈவிரக்கமற்ற இக்கொடுங்காலத்தில் இருதயமில்லாதவர்களால் அவன் நிலை குலைக்கப்பட்டிருப்பதை கண்டு அதிர்ந்து போனோம்.

உண்மையிலேயே செலபேரு சொன்னது போல அவன் புத்தி பேதலிச்சே காணப்பட்டான். வாத்தியாரு ஜோலியிலிருந்து விலக்கப்பட்டதாட்டும், ரோட்டிலும், கடை திண்ணையிலும் ஒறங்கி கிடப்ப தாட்டும் அறிந்து கூடுதலாய் அவன பத்தி தெரிஞ்சி கொண்டபோது அவன் குறிச்ச சங்கடமானது இருதயத்தில் முள்முடி சூட்டியது. அவனிடம் பேச எத்தனிச்சது மனம். ஆனால் அவன் இருளோடு மறைந்து போனான்.

ஏதேதோபாடி. இத்தனை யாண்டு காலத்துல ஜாண் போஸ்கோவுக்கு நடந்தது என்ன? என்பதை மனசறிஞ்சி ஈ ர க் கு ை ல துடிச்சி குடைஞ்சி அவன் பாடுகளை அறிந்தது.

•••

மனமும், புத்தியும் பேதலிச்சி போன ஜாண்போஸ் கோவை தள்ளை ஞானம்மையும், ஒடையகாரனுவளும் சேர்ந்து எடத்துவா கோயிலுக்கு கொண்டு போயுள்ளனர். அங்க பத்து பதினைஞ்சி நாளு தங்கியுள்ளான். அப்போது தான் பேய்விரட்டு சாமியாரு பிலிப்போசு குட்டி அச்சன் அவன் தங்கியிருந்த முறிக்குள் புகுந்தார். அரவம் கேட்டு ஒறங்கி கிடந்தவன் முளிச்சி கொண்டான். அவனை நோக்கி அச்சன் குட்டி பிலிப்போசு நெருங்கினார். வெள்ளை லோவை தரைவரை தொட்டு இழுத்தது. இடுப்பை சுத்தி கட்டிய கறுப்பு கச்சை கயிறும், நெஞ்சோடு தொங்கிய பெரிய வெங்கல குருசுமாய் அவருடைய அடையாளமிருந்தது. அவருடன் வந்த ஓதேயி குஞ்சப்பன் தீர்த்தம் அடங்கிய சில்வர் குவளை கிண்ணத்தை அச்சனிடம் கொடுத்தான்.

ஜோண் போஸ்கோ அவர கண்டதும் “பேய்... பேய்.... வந்திருக்கு லூசிபர் பிசாசு ஓ... போ....” என்று கூவினான். அவனுடைய சத்தம் கேட்டு ரெண்டு மூணு பேரு வந்து அவனை அமுக்கினர். அவர்களுடைய பிடிக்குள்ளிருந்தவன் மீது சாமியார் அச்சன்குட்டி தீர்த்தம் தெளிச்சி பிசாசை விரட்டும் ஜெபத்தை முனங்கினார். கண்களை மூடி நின்றவரை பார்த்து “லூசிபர் பிசாசே என்னை விட்டு அப்பாலே போ...” ஜாண்போஸ்கோ கூச்சலிட்டு சாமியாரை விரட்டினான்..

“இவன்ட தள்ளை எவடையாக்கும்?” பிலிப்போசு குட்டி அச்சன் ஞானம்மையை தேடினார்.

சாமியார் கேட்டதும் அவருக்கு முன்பு நடுங்கி வந்து நின்னாள் ஞானம்மை.

"இவனோட அகத்துண்டு லூசிபர் பிசாசு மனசிலாயோ"

மலையாளத்தோடு தமிழும் கலந்து பேசினார் அவர்

"லூசிபர்ன்னா ஆரு..." அவள் மனசிலாகாமல் கண்ண தொறந்து நின்னாள்..

"அது அன்னு ஆண்டவர் இயேசு காலத்திலேயே இவிட பூமியில திரிஞ்சவன். மனுசனோட ஜீவிதத்த நாசமாக்கும் கெட்ட ஆவியாக்கும் லேகியோன் கூட்டத்தோட சகாவு" அவர் பதிலுரைத்தார். எல்லோரும் அவரை புரியாமல் பார்த்தனர். "ச்சீ... போல சாத்தானே வெளியே..." ஆரயாக்கும் லூசிபர்ன்னு சென்னா? நீ பெயல்செபூப், லேகியோன் ஒன்ன விட மாட்டேன். அவன் ஊளையிட்டுக் கொண்டே பேய்கூட்டங்களின் பெயர்களையெல்லாம் அடுக்கினான். அச்சன் குட்டி சாமியார் அவனை செறஞ்சார். போல அண்டி கிறிஸ்து பாகாலை வழிபடியவனே போ" அவருக்கு அச்சம் ஏற்பட்டது. ஜோண் போஸ்கோ அவரை விடாமல் வெரட்டினான். "என்னல செறயலு மயிரு" நீ அண்டி கிறிஸ்துன்னு எனக்கு தெரியும் போ. மரியாத கெட்டு போவும்" அதுக்கு பெறவு அவ்வளவுதான் கிடுகிடுத்து போன சாமியார் அங்கு நிற்கவில்லை. அந்த முறியை விட்டு வெளியேறினார்.

இராசாவூருக்கு கொண்டு போனபோது கொடி மரத்துல கட்டி வச்சி விளக்குமாறு அடியும், கசையடியும் கொடுத்தும் அவனுடைய புத்தி பேதலிப்பு குணமாகலை.

"ஏசுவோட காலத்துல அவன் பிடிச்சிருந்த மனுஷனுவள்ட்ட இருந்து அவனை விரட்டினார். அப்ப லூசிபர் லேகியோன் பிசாசு கூட்டம் பெருந்திரள் பன்றிகளுக்குள் புகுந்து கடல்ல போய் விழுந்து முங்கி மாண்டு போனதுண்டு"

ஞானம்மையிடம் ராசாவூருக்கு வந்த மண்டைக்காடு புதூர் ஜார்ஜியம்மாள் விளக்கினாள். ஜோண்போஸ்கோவின் காலில் இரும்பு சங்கிலி விலங்கிடப்பட்டது.

வீட்டின் முன்புறத்தில் ஒரு தென்னையில் அவன் கட்டப்பட்டிருந்தான். அது அவனுடைய கொடுங் காலமாகும். கொஞ்சம் சரியானதும் சங்கிலி பூட்டை திறந்து விடும்போது எங்கெங்கோ சுத்தி திரிஞ்சான். வீட்டில் கிடந்த ஜெபமாலை, உத்திரியங்களையெல்லாம் தள்ளை ஞானம்மை அவனுடைய கழுத்தில் ஏற்றியிருந்தாள்.

கல்லுவிளை குருசடி பக்கம் கிடப்பான். அவனுக் குள்ளிருக்கும் லூசிபர் பிசாசு முளிச்சி கொள்ளும் போது ஒரே தானகெடுதான். அப்படி அவனுக்குள்ளாடி இருந்து வெளிச்சாடும் வர்த்துவானம் எவனையும் விட்டு வைப்பதேயில்லை. வழியில் யாரையும் போவ விட மாட்டான். முளமூட்டுக்கும் வெள்ளிகோட்டுக்கும் ஓடுவான். சின்ன பள்ளி பிள்ளைய பயந்து போவும். நடு ரோட்டில் போய் பஸ்களுக்கு முன்னாடி நிப்பான். சாயாக்கடை தோறும் நிக்கும் போது அனந்த வெள்ளத்தை ஈவிரக்கமின்றி அவன் தேகத்தில் ஊற்றும் கொடு மனம் கொண்டோரும் உண்டு. அவனை அங்கிருந்து எங்கையாவது கொண்டு விட்டுடனும்னு ஒவ்வொருத்தனும் நெனச்சிட்டி ருந்தது பலிக்கவில்லை. ஜாண் போஸ்கோ கிறுக்கனாய் திரிஞ்ச காலகட்டத்துல அவனை பார்த்தேன். அடையாளமோ ஓர்மையோ இல்லை. தானக்கெடு போட்டான்.

ஒரு ஞாயிற்றுக் கிழமையன்னு ஜெரால்டும் நானும் கல்லுவிளை குருசடி பக்கம் போயிருந்தோம். அவனை பெயர் சொல்லி விளிச்சோம். கண்டு கொள்ளவில்லை. வெள்ளிகோடு வியாகுலமாதா, முளகுமூடு தேவா லயங்களின் மணியோசை மாறி மாறி ஊர்த்திசையெங்கும் எதிரொலிச்சது. அவன் அந்த நீண்ட கல்லிருக்கையில் மலந்து அண்ணாந்தபடி கெடந்தான். திடீரென எழும்பியவன் தானக்கெடுவாய் ஔறிகொட்டினான்.

தேவாலய திருப்பலிக்கு போவும் ஆம்பளைய பொம்பளைய எல்லோரும் அவனை பார்த்து நளியடிச்சி சிரிச்சிப் போவதை விட, அவன் பக்கத்தில் நின்றிருந்த

எங்களை பார்த்து பரியாசம் செய்தனர். மெம்பரும் அவனது பெஞ்சாதி எஸ்தாக்கியம்மாளும் மொவள் ரெஜினாவோடு ஆலயம் நோக்கி அவனை கடந்தனர். அவள் புதுப்பெண் கோலத்தோடு உருப்படியும், பட்டும் உடுத்தப்பட்டவளாயிருந்தாள். ஜாண் போஸ்கோ பக்கமாய் ரெஜினாளின் தலை திரும்பவில்லை.

ஆண்டு ஆண்டாண்டுகளாய் உருண்டோடி விட்டன.

பழைய அடையாளங்களை ஒவ்வொன்றாய் குலைத்து விழுங்கும் கொடுங்காலத்தில் புது வண்ணத்தில் எழும்பி நிற்கிறது நிழற்குடையும், பெருங்குருசடியும். ஊழம் பாறைக்கு கொண்டு போனதிலிருந்து அவனும் இல்லை. அவன் படுத்துறங்கிய கலுங்கும் அங்கில்லை. ஆனாலும் கல்லுவிளையை கடக்கும் போதெல்லாம் மறக்காமல் தேடுகிறது பழைய சிநேகிதன் ஜாண் போஸ்கோவை. ●

ஜாண்போஸ்கோவின்
இன்னொரு அத்தியாயம்

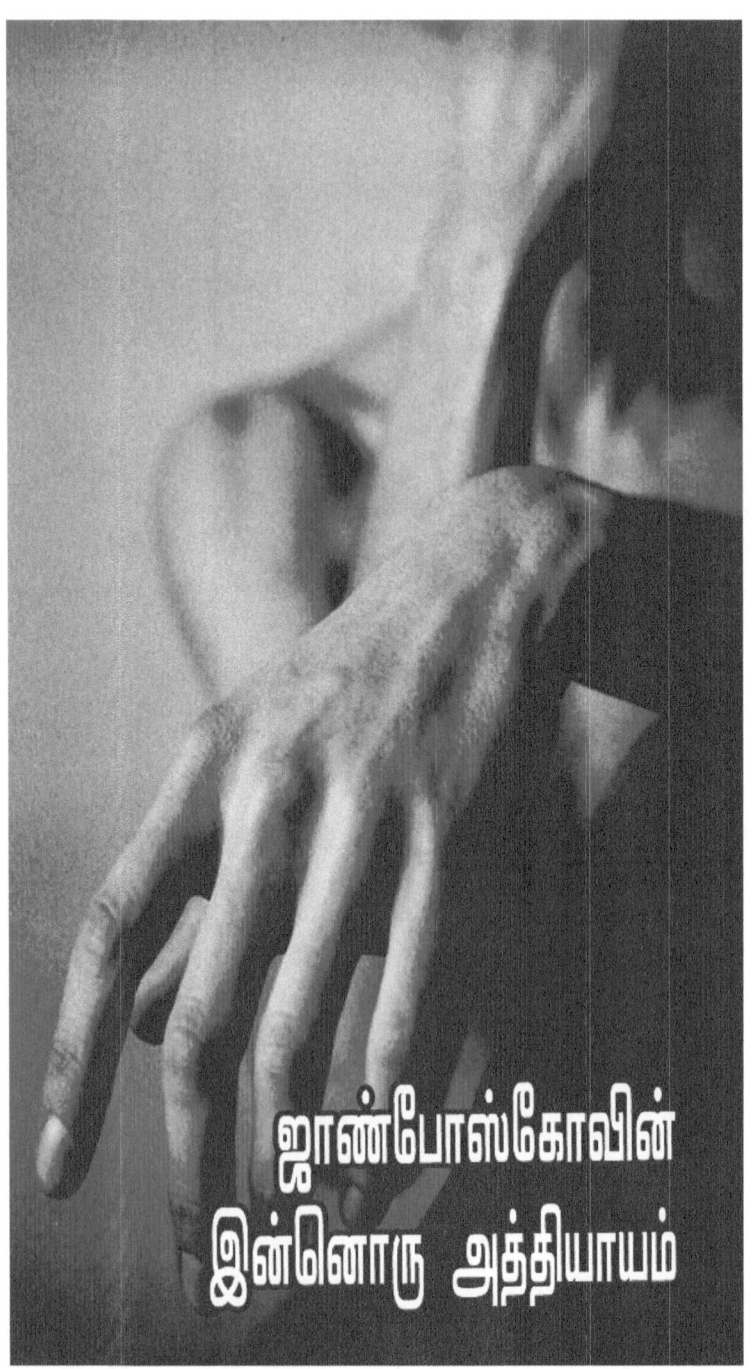

மரக்கொப்புகளில் தெத்தி பின்னிக் கிடக்கும் சர்ப்பத்தோடு ஆதிதேவதை ஏவாள் கொணஞ்சி சிரிச்சி களிப்பாள். ஆப்பிள் துண்டை கடித்துக்கொண்டு நீண்ட தேகத்தோடு தெறிக்கும் முலைகளோடு, சிங்கார தோட்டமெல்லாம் நிர்வாணமாய் துள்ளிச்சாடி திரிவாள். அவள் எச்சில்பட்ட மிச்சமான ஆப்பிள் துண்டை முடங்கி சுருண்டு கிடக்கும் ஆதாமுக்கு கொடுத்த கணம் தாது புஷ்டி அதிகரிச்சு. அவன் அவளோடு சயனிப்பதையும் புணர்தல் காட்சியாக்கியிருப்பான்.

புடைக்கும் நரம்புகளோடு எழுந்தாடியவன் ஏவாளோடு விடியற்காலம் வரைக்கும் சம்போகமாயிருந்தான். இன்பங்களின் புணர்தலில் பின்னி கிடந்தது அந்த மனுச ஜோடி. ஜாண் போஸ்கோவின் கைவிரல் இடுக்குகளின் கரித்துண்டிலும், கலர் சாக்கோட்டிகளிலும் வெட்டவெளியில் நிர்வாணமாய் கிடப்பர்.

நெடுஞ்சாலையோரம் விட்டால் தேவாலயத்து மதிலுகளிலும், தக்கலை

பள்ளிக்கூடத்து காம்பவுண்டிலும், கொவர்மென்டு ஆசுபத்திரி சொவத்தி லுமாய் விடிஞ்சதும் வரையத் தொடங்கி விடும் அவனது கைவிரல்கள். நீண்ட கழுத்தில் தொங்கும் ஜெபமாலை மணிகளும், குருசும் ஓத்தரிக்கும்போது உத்திரியங்களை இடக்கையால் தூக்கி தோப்பியத்து கழுத்தோடு போட்டுக் கொண்டே சித்திரத்தில் கவனமாய் இருப்பான். பள்ளிக் கூடம் போவும் செறுப்பங்கள் வாய் பாத்து நிக்கும்.

இது ஜாண் போஸ்கோவின் இன்னொரு அத்தியாயம்.

நெடுங்கழுத்து முழுக்கவும் தொங்கும் ஜெபமாலையும், உத்திரியமும். கால் கரண்டை எலும்பு முட்டிக்கிடக்கும் இரும்பு விலங்குகளின் தடையும் எழுப்புவதுண்டு தாளம். அதோடு வியாகுல மாதாவின் பாடுகளை பாட்டாய் ஒலிக்கும் நீண்ட அவனுடைய நாக்கு. அவன் பாட்டில் சாமத்து அனக்கம் குலைவதுண்டு. நாய்களின் குரைப்பு களோடு ஜாண் போஸ்கோவின் பாட்டும் சாமத்து காத்தோடு கலந்தொலிக்கும். அவனோர் ஓவியக்காரனும் கூட. தீச்சுள்ளி, கரிகோலிலும், சாக்கோட்டிகளும் கொண்டு நீண்டு போவும் திருவனந்தபுரம் தேசிய நெடுஞ் சாலையின் மீதாய் அவன் தீட்டும் ஓவியம் எல்லோரையும் அதை நோக்கி நிற்க வைக்கும்.

“போங்கல... போங்க புள்ள... பள்ளிக்கூடத்துக்கு நேரமாக்சு... ஓடுங்கல....” அவனுக்குள்ளிருந்து வெளிச்சாடும் குரல் கேட்டு அதுவ ஓடும். அப்போது “ஓ... சிறுக்கன் கிறுக்கன்...” என்று ஊளையிடுவதுண்டு. தக்கலை ஆசுபத்திரி காம்பவுண்டில் ஆதியாகமத்தின் அதிகாரம் குறித்து வண்ணச் சாக்கோட்டியில் சித்திரம் வரைபவன். கூடவே வசனமும் எழுதுவான்.

ஓவியம் தீட்டுவதில் கூட கணிதத்துக்கு முக்கிய இரண்டு பங்குண்டு. அது இல்லாமல் வரையப்படும் ஓவியம் உயிரற்றதாயிருக்கும், என்பது ஒரு காலத்தில் ஜாண் போஸ்கோ சொன்ன சூத்திரம். இலக்குமிபுரம்

கல்லூரியில் முதலாண்டு படிக்கும் போது ஒரு வீட்டுக்கு பிளானே போட்டு குடுத்தான் என்பதன் பின்னணி குறிச்சி அவன் பேசிக்கிட்டே போனான்.

ஜாண் போஸ்கோ அதிகாரத்தை வெறுப்பவன். இறையதிகாரத்தையும் அவனது மனம் விட்டு வைக்கவில்லை. விலக்கப்பட்ட கனியுண்டு புணர்தலில் கூடிய ஆதாம் - ஏவாளை கூவி அழைத்தார் எல்லாம் வல்ல யாவே. அத்தியிலை கொண்டு நிர்வாணம் மறைத்து ஆதாமும்-ஏவாளும் விருட்சங்களுக்கிடையே ஒளிந்து இருந்தனர்.

"ஆதாமே... ஏவாளே... நான் அழைப்பது கேட்க வில்லையா? எங்கே இருக்கிறீர்கள். வெளியே வாருங்கள்"

"ஏன் உமக்கு முன்பு எல்லாம் வெளியரங்கமாயிற்று. எதுவும் மறைவில்லை என்றீர். எங்களை கண்டு பிடிக்க முடியவில்லையோ" -ஏவாளின் பகடியான குரல் யாவேக்கு கோவமூட்டியது.

"ஆதாமே.. என்ன தவறு செய்தாய். புசிக்க வேண்டாம் என்று நான் கூறிய விலக்கப்பட்ட கனியுண்டாயோ...?"

"இதெல்லாம் ஒமக்கு தெரியாதா?" - ஏவாள் கத்தினாள். ஆதாம் கிடுங்கி போய் கிடந்தான்.

"ஆண்டவரே... நீர் உண்டாக்கிய இந்த ஸ்திரிதான் எனக்கு அந்த கனியை தந்தாள்"... ஆதாம் நடுங்கிக் கொண்டே பேசினான்.

"ஆமாம் நான்தான் கொடுத்தேன். அந்த சர்ப்பம் தந்த விலக்கப்பட்ட கனி உண்டதால் காதலில் புணர்ந்தோம்"- ஏவாளின் பேச்சு நிற்கவில்லை.

•••

யாவே மவுனம் காத்தார்.

பின்பு மீண்டும் அவரது குரல் ஒலித்தது.

“ஆதாமே... நீ உன் இணையாளின் பேச்சை கேட்டு விலக்கப்பட்ட கனியுண்டதால் சபிக்கப்படுகிறாய். ஏதேன் எனும் சிங்கார தோட்டத்தில் இருந்து உங்களை விரட்டியடிக்கிறேன். வெளியேறுங்கள்...” யாவே-யின் குரலில் கடுஞ்சினம் கூடியிருந்தது.

ஆதாமும் - ஏவாளும் ஜோடியாய் செடிகொடி மறைவில் இருந்து வெளிப்பட்டனர். “இந்த சிங்கார தோட்டம் மட்டுமல்ல. இனி உலகமே எங்கள் வசம் இப்போது உமது முகத்தைக் காட்டும்” ஏவாள் திமிறாய் பேசினாள்.

யாவேயிடமிருந்து பதில் இல்லை. நன்மை-தீமை அறியதக்க பேரறிவு பெற்றவர்களாய் ஆதி ஜோடி காதல் கொண்டு ஆடிபாடி திரிந்தனர். உலகம் முழுவதும் அவர்களின் பிருதுகளால் பல்கி பெருகியது.

விஞ்ஞானமும், புதுபுது கண்டு பிடிப்புகளாலும் மானுடம் தழச்சது. பொறுக்க முடியாத இறையாளர்கள் பகுத்தறிவு விஞ்ஞானிகளை கொலையாடினர். ஆனாலும் புதிது புதிதாய் வந்து கொண்டிருக்கும் அறிவியலாளர் களிடம் மதமும் இறையாளர்கள் கோட்பாடும் தோற்று கொண்டே போனது. ஓயாமல் பிரசங்கிப்பான் ஜான் போஸ்கோ.

“இவன் வாஜகம் அடிக்கிற லூசு பயல். அவன சுத்தி நின்னு கேக்குறியளே....” -ஒருவன் அவனை குமைத்து கொண்டு நவுந்து போனான். ரெண்டு மூணுவரு சேர்ந்து அவனை பிராண்டினோம்.

“ஜான் போஸ்கோ... கறாம் புறாம்னு இருக்கபடாது. கீறுக்கு மாறுன்னும் பேசப்பிடாது. நீ சொல்வது சூத்திரத்தின் அடிப்படையில இருக்கணும்... அதெப்படி ஓவியத்துக்கு கணக்கு அடிப்படைஆவும்? இந்த எடத்த விட்டு அனங்காம செல்லுடே....”

-செல்வம்தான் இப்படியொரு கிடுக்கிய போட்டு பேசினான்.

“லேல... கீறுக்கு மாறு, கிறிச்சான் மறிச்சான், கறாம்புறாம், அழிச்சான் குழிச்சான், அச்சி குச்சி”

-அவனின் ஆச்சரியமூட்டும் ஓவிய சூத்திரம் கேட்டு அவனவன் வாயை பிளந்து முண்டகண்ணால அவன் மீது பார்வையை பாச்சியதுண்டு.

வேளிமலையும், தரைமட்டமாக்கப்பட்ட சித்திரங்கோடு, வெண்டலியோடு மேற்கு தொடர்ச்சி மலையும் அவனது கரித்துண்டிலும், கலர் சாக்கோட்டியிலும் வெட்டுபட்ட நிலையில் உயிர் பிச்சை கேட்டு துடிக்கும். காப்பாற்றுங்கள் என்று குளங்கள் கதறியதுண்டு வெட்டிமுறிச்சான் வெள்ளரி ஏலா, முக்கம்பாலா, இரணியல் வள்ளியாறு என பாழ்பட்டு கிடக்கும் எல்லா வளங்களின் அவலம் கண்டு வியாகுலத்தோடு ரோட்டோரத்திலும், அரசு பள்ளி சுவர்களிலும் வரைஞ்சி வரைஞ்சி ஒஞ்சியிருப்பான். லெவலு அத்தவனாய் அலைஞ்ச காலங்களிலெல்லாம் அந்த ஓவியங்கள்தான் அவனது வருகையை அந்த எடத்தில் அடையாளப்படுத்தியிருக்கும்.

ஞாயிறுகளில் அதிகதிகமாய் கல்லுவிளை முக்கிலும், மணலியிலும் அவனது சிங்காரத் தோட்டமானது பூச்சொரிந்து கிடக்கும். அத்தோடு புதிய பூமியின் மலர்ச்சியும், அதில் ஓநாயும் ஆட்டுக்குட்டியும் குழைவதும், சிங்கத்தின் பிடரிமயிர் பிடிச்சி விளையாடும் பாலகனும் தேவாலயத் திருப்பலி முடிந்து செல்வோரின் தரிசனமாயிருக்கும். நெடுஞ்சாலையோரத்தில் கமந்து கிடந்தும், காம்பவுண்டு சுவர்களில் நிமிர்ந்தும் குனிந்தும் அவன் வரையும் ஓவியமெல்லாம் காலம் கொய்து போனவைகளின் அத்தாட்சியாயிருக்கும். அல்லது எதிர் காலத்தில் இவ்வுலகம் இப்படி இருக்கும் என்பதன் அடையாளமாயிருக்கும்.

பெரும்பாலும் பாரச்சிலுவையில் ஆணிகள் அறையப் பட்டு தொங்கி கிடக்கும் இயேசு கருத்த ரோட்டில் காட்சியாகும் போதெல்லாம் சில்லறைத் துட்டுகளை

வீசிபோவோருண்டு. அவன் அதை பறக்குவதில்லை. அந்தியிருட்டும் காலத்தில் சிதறி கிடக்கும் அக்காசுகளை குடியன்மார் கூட்டி பறக்கி எடுத்து போவது வழக்கமாயிற்று. அதைப் பார்த்து நிழல்குடை இருக்கையில் சாஞ்சி கிடக்கும் ஜான் போஸ்கோ சிரிப்பான். எந்த குடியனும் அதை வகை வைப்பதில்லை.

ஒல்லி சூக்கட்டை தேகம் தொட்டு நீண்டு நிக்கும் கழுத்தும், ஒட்டிய வயிறுமாய் தேகமெல்லாம் அவனது உடுப்பு அலங்கோலமாய் கலைந்து கிடக்கும் ரூபத்தோடு தான் திரிவான். பெட்டி கடைகள் தோறும் தொங்கிடும் உச்சை பத்திரிகைகளின் போஸ்டர்களை உற்று பார்ப்பான். தினம் ஒரு பெண்ணை வன்புணர்ச்சி செய்யும் வார்த்தைகள் அடங்கிய அந்த போஸ்டர்களை கண்டால் அவனுக்கு வயிற்றுக்குள் தீமூட்டும் நெருப்பு எரியும். தன் பலத்தைக் கூட்டி உச்ச பேப்பர் போஸ்டரை இழுத்து எடுத்து நங்குற-புங்குறவென கிழிச்செறிவான். தொண்டக் குழியில மூச்சை இழுத்து விட்டுட்டே "தாயோழிய..." என்று தானக்கெடு போடுவான்.

"நாட்டுல வேற சங்கதியே இல்ல தாயோழிமாருக்கு... என்னைக்குப் பாத்தாலும் ஒரு பொட்டச்சியையும் விட்டு வச்ச மாட்டானுவ.." -பட படவென பொட்டித் தெறிக்கும் கெட்ட வார்த்தைகளை வாய்க்குள்ளிலிருந்து வெளி யேற்றுவான். அது அடங்குவதற்கு சில மணிநேரமாவது ஆவும்.

"என்னல ஜோண் போஸ்கோ கிறுக்கு பயலே... இப்படி போட்டாத்தான் பேப்பரு விக்கும்பல.... மயிராண்டி... ஒனக்கு புடுக்கத்து போச்சு அது உள்ள பயலுவ இப்படிப்பட்ட சங்கதியைதான் படிப்பானுவ... மனசிலாக்கிக்க வட்டுபிடிச்ச பயலே..."

"ஆருக்குல வட்டு... தாயோழியல... எனக்கு வட்டா... ஒனக்கு வட்டு... நீ கும்புடுற ஆண்டவனுக்கு கூட வட்டு... ஒனக்க அயோக்கியத்தனத்துக்கு நான் கூட்டுக்காரன் இல்ல.

ஒனக்க ஒலகத்துக்கு விரோதி, அதனால நா வட்டாகி போனேனா. தாயோழி காட்டையும் மலையையும் அழிச்சிட்டு திரியுற ஒங்களுக்கு எல்லாத்தையும் விழுங்க துடிச்சிய பெருநாக்கு. அதனாலதான் கண்ணு முன்னாடி காணாம போறதை கூட கண்டுக்காம இருக்கிதியல...''

கடைக்காரன் யானோக்கின் எள்ளலுக்கு ஏகமாய் பிரசங்கமே பொழிவான் ஜான்போஸ்கோ. எல்லாவனும் அப்போது அடங்கிப் போறதுண்டு. அவன் ஒளறி கொட்டுவதில் உண்மையுண்டு.

முந்தைய காலமது, கொல்லமரத்து கொப்புகளின் நிழல் படர்ந்து கிடந்த தரையில் அவனை வளைஞ்சி ருப்போம். நாலஞ்சி பேருண்டு. அவன் பேசிக் கொண்டே போவான்.

“எல்லாவனும் கேளுங்கல... நா சொல்லியது தான் நேருல... ஆமா! இந்த மண்ணும், மலையும், வனமும், கடலும் நல்லா இருக்குன்னா அதுக்குக் காரணம் பூமிய காக்குற பேய்கள்தான். அந்த பிசாசு கூட்டம் இல்லைன்னா கடவுளுக்க மக்க மாரு மொத்த பூமியையும் விழுங்கிட்டு போயிடுவானுவ...''

“என்னல... ஒனக்கு நெசமாட்டே லூசுதாம்புல...''

“ஆமால... உண்மைய சொன்னா பொய்க்கு பொத்துகிட்டு கோவம் வந்துரும். ஒங்களுக்கெல்லாம் ஒண்ணு தெரியுமால. இந்த பிரபஞ்சத்துல தேவன் ஒருத்தன் உண்டு. ஆண்டவருக்க அல்லேலூயா கூட்டம் சாத்தான்னுதான் கூப்பிட்டு அலறும். உபவாச ஜெபம், அது இதுன்னு பணம் பறிச்சிட்டு திரியற பொல்லாத ஆண்டவன்மாருக்க சீசன்மாருடைய அட்டூழியம். செவியடைச்சி இருக்க முடியல... இவனுவ போடுற அல்லேலூயா தோத்திர பாட்டெல்லாம் நமக்கு பெரும் ஓத்திரம்புல.... இந்த அல்லேலூயா கூட்டத்தால என்னைக்காவது காடு, மலை வளம் கொள்ளை போறது நின்னுருக்காடே பாவம்! அறியா மக்கள் மந்தை கூட்டமாய் கூடி கிடக்கும் வரைக்கும் நவீன காலத்து

மேய்ப்பன்மாரு கொழுத்து மறிஞ்சிட்டு திரிவானுவ.... இனி காலம் மாறும் மந்தைகளும் கோலும் - தடியும் எடுக்கும் அப்போ பள்ளத்தாக்குகள்வரை இந்த மேய்ப்பன் மார விரட்டியடிப்பார்கள்"

"ஜான்போஸ்கோ... ஆண்டவருக்க ஊழியக்காரன் மார இப்படி பேசுதியே... நரம்பு இல்லாத நாக்கு கொண்டு பேசாத... மன்னிப்பு கேளு... இல்லைன்னா ஜான்போஸ் கோன்னு ஒருத்தன் இல்லாம நாசமா போயிடுவான்..."- எபிட்டசு அவனை எச்சரிக்கை மிரட்டலோடு சாபம் போட்டான்.

"நான் நாசமாட்டு போறது இருக்கட்டுல எபிட்டசே... நீ ஆண்டவனுக்க ஊழியக்காரன்மாருன்னு செல்லுதியே... அவனுவளால நம்ம சனங்களுக்கு எவ்வளவு ஓத்ரவம், ஒப்புராளம்னு ஒனக்கு தெரியுமா... லே ஆண்டவனுக்க பேர சொல்லியதை காட்டிலும் அதிகமாட்டு ஓங்க கூட்டம் சாத்தானுக்க பெயரைதான் சொல்லிட்டு திரியுது. நம்பியாரு இல்லன்னா எம்.ஜி.ஆரு இல்ல... அது போலத்தான்.... நம்ம சாத்தான். ஐ மீன் பெயல்செபூல் இல்லன்னா ஒனக்க யாவே இல்ல. ஹா....ஹா...."

ஜான்போஸ்கோவின் நகைப்பு எரிச்சலடைய வச்சதுண்டு. இருப்பினும் சகிச்சிருந்த காலகட்டமது.

"இன்னு அவன் சொன்னது போல எல்லாம் நடந்துட்டிருக்கு. சாம்பலாட்டு பொசுக்குற அணுமின் எரி உலைகளும், உயிர்குடிக்கும் ஆலைகளுமாய் எழும்பிட்டிருக்கு. மருத்துவ முன்னேற்றமும் கூட மானுட வர்க்கத்தை அழிப்பது கண்முன்னால் நிகழும் கொடுமையாயுள்ளது. ஒரு காச்சலு, பீச்சலுன்னு போனா தாயோழிய ஐநூறுக்கும் ஆயிரத்துக்கும் கொறையாம வாங்கிட்டு கடைசியில ஜீவனையும் எடுத்துட்டுல்லியா வுடுவியானுவ.

கடவுள் மாரின் கோர அவதாரமே மலைப்பூதங்களையும், வாதைகள் சாடி திரியும் ஏலாக்களையும் விழுங்கி வளர்ச்சியழகு காட்டி பல்லிளிக்கின்றன. தோட்டி

யோட்டிலும், சுங்கான்கடை மலை பொத்தையிலும் பதுங்கி கிடந்த குட்டி சாத்தான்களும் குடலுருவி சொள்ள மாடன்களும், நீலி இசக்கியளும். இராப்பகல் பாராமல் தகர்த்தெறியபடும் வெடி வைப்பில எங்கு போய் ஒளிஞ்சதுவளோ. கொடுங்கால கூட்டமாட்டு மாறி போன மனுசகூட்டத்தை பாத்து பேய் பிசாசுக்கு கூட பேடி தான் போல.

ஒரு காலத்தில் வாதைகளும், மோகினிகளும், நீலிகளுமாய் துள்ளி புட்டான்களாய், பக்கிகளாய் பறந்து எத்திச்சாடி விளையாடிய வனமெங்கும் பொல்லாத மனுசர்களின் இருப்பிடங்களாய் மாறிவிட்டன. குளங்களும், வாய்க்கால்களும் செறுசுகள் குளிச்சி களிச்சி மறிஞ்ச ஓடை நீரும் இல்லாமல் போய்விட்டன. இவையெல்லாம் அழிவை சந்திக்கும் போது எதிர்ப்போம் என்று பேசிய ஜான்போஸ்கோ குரலும் ஒடுங்கி போனது.

அவனை மரக்கழண்டவனாய் மாற்றிய கொடுஞ் செயல் சினேகிதியின் பொய்தனமான காதலும், வஞ்சகமும் கூடுதலாய் அவனை அலைகழிச்சது. ஒவ்வொரு நாளும் அவளது கள்ள சிரிப்பிலும், கபடம் பூட்டிய விஷம் தடவிய பார்வை கொண்ட கண்களிலும் சிக்குண்டவன் அழுதான், புரண்டான் ஒறக்கம் வராமல் இரவுகளை பலிகொடுத்தான்.

என் கண்ணில் ஏன் பட்டாள். அவளை ஏன் பார்த்தேன். அப்படியே பார்த்தாலும் பேசி பழகியது எதற்கு..? நட்பில் தொடங்கியது. இப்படி அவளை சுமந்து திரிய ஏன் வச்சது. எதுவும் புரியாதவனாய் குழம்பினான். அவனுடைய மனமுடைந்த வினாக்களுக்கு விடை எதுவும் கிட்டவில்லை.

அவனைப் பார்ப்போர் சிரிச்சிட்டும், நளியடிச்சி கொண்டும் கடந்த போது துக்கமாயிற்று. அவனை குறித்த பேச்சும் ஏளனமும் சலூன் கடைகளிலும், தேவாலயத்து முற்றத்து கெபியின் இருக்கைகளிலும் ஏளனமாய் ஒலிக்க தொடங்கிற்று. அவனை கண்டால் மாதாகெபி நிழலில்

இருப்போர் அந்த எடத்தை விட்டகன்றனர். சில பாட்டுக் காரிகள் அவனை கடந்து போகும் போது அவர்களின் சிரிப்பலைகள் கேட்டு காதுகளின் மடல்களை இறுக பொத்துகிறான். இளமை பெண்கள் அவனுக்கு முன்பு சிரிக்கும் போது அவள் சிரித்த முதல் சிரிப்பு வந்து இருதயம் அறுக்கிறது. அந்த சிரிப்புகளில் இனிமையிருந்தது போலவே கள்ளமும் கபடும் கலந்திருந்தது. இளமையின் காதலில் அப்போது அவனுடைய மனசில் அது ஒறைக்காமல் போனது.

இழந்து போன செறுப்பகாலத்த பெருமூச்சு விட்டு கூக்குரல் எழுப்பி அலறி கூவி விளிக்கிறான்... கல்லுவிளை முக்கு ரோட்டின் நிழற்குடை இருக்கையில் சாஞ்சி கிடக்கும் கணங்களில் தன்னை துயரம் சுமக்க வைத்தவளை ஓர்மைக்குள் கொண்டு வருகிறான். அவனை கடந்து போகும் அவள் கள்ளத்தனம் பூட்டிய சிரிப்புடன் போவதை நோக்கும் பார்வைகள் அவளோடு மீண்டும் அவனை லயிக்க வச்சதுண்டு. ஆனால் எல்லாம் வெறுங்கனவும், கானலும் தோணலுமாய் கரையும் நெனப்புகளாகவே கரைஞ்சு போயின.

அவளோடு அவன் கொண்டிருந்த காதலின் காலத்தில் இனிமைகள் நிறைஞ்சி வழிஞ்சது மனக்குடம் முழுக்கவும். அவளுடைய சிரிப்புகளிலும், பார்வைகளிலும் விஷமிருந்ததை பின்னிரவு காலங்களில் உணர்ந்து கொண்ட போதெல்லாம், செறுப்பகால கவலையற்ற குழந்தை பருவத்தை கூப்பிட்டான். அவனது கூக்குரலானது கேட்போருக்கு பேய் பிடித்தவனாய் அவனைக் காட்டியது. உயிரோடு கலந்த பெண்ணுக்காய் மண்டை ஒடைபட்டு நிலைகுலைஞ்சி போனவனின் துயரத்தின் பாடல்கள், வியாகுலமாதா சப்பரபவனி சாமங்களிலும், அனக்கமற்ற பொழுதுகளிலுமாய் கரைந்து போயின. இளமையின் காதலென்பது இவ்வளவு கொடூரமானது என்பது அப்போது அவனுக்கு தெரிய வில்லை. கூடி களிச்சி காலம் போக்கிய இத்துபோன அந்நாட்களை பெருமூச்சோடு தேடினான். எல்லாமே

பொய்த்து போன போது வெறுமையும், விரக்தியும் வாரி அவனை சுருட்டி விழுங்கிக் கொண்டு போனது வெகு காலமாயிற்று. ஜான்போஸ்கோ உலவிய இடமும், அவனுடைய ஆதிதேவதை ஏவாள் குணைஞ்ச விருட்சங்களின் சாலை நிழலையும் மொத்தமாய் புதைச்சி எழும்பி நிற்கிறது மேம்பாலங்கள். ஆனாலும் பேசிக்கொண்டிருக்கிறான் ஜான்போஸ்கோ உள்ளில் என்னோடு இன்னும். ●

இடவாடு

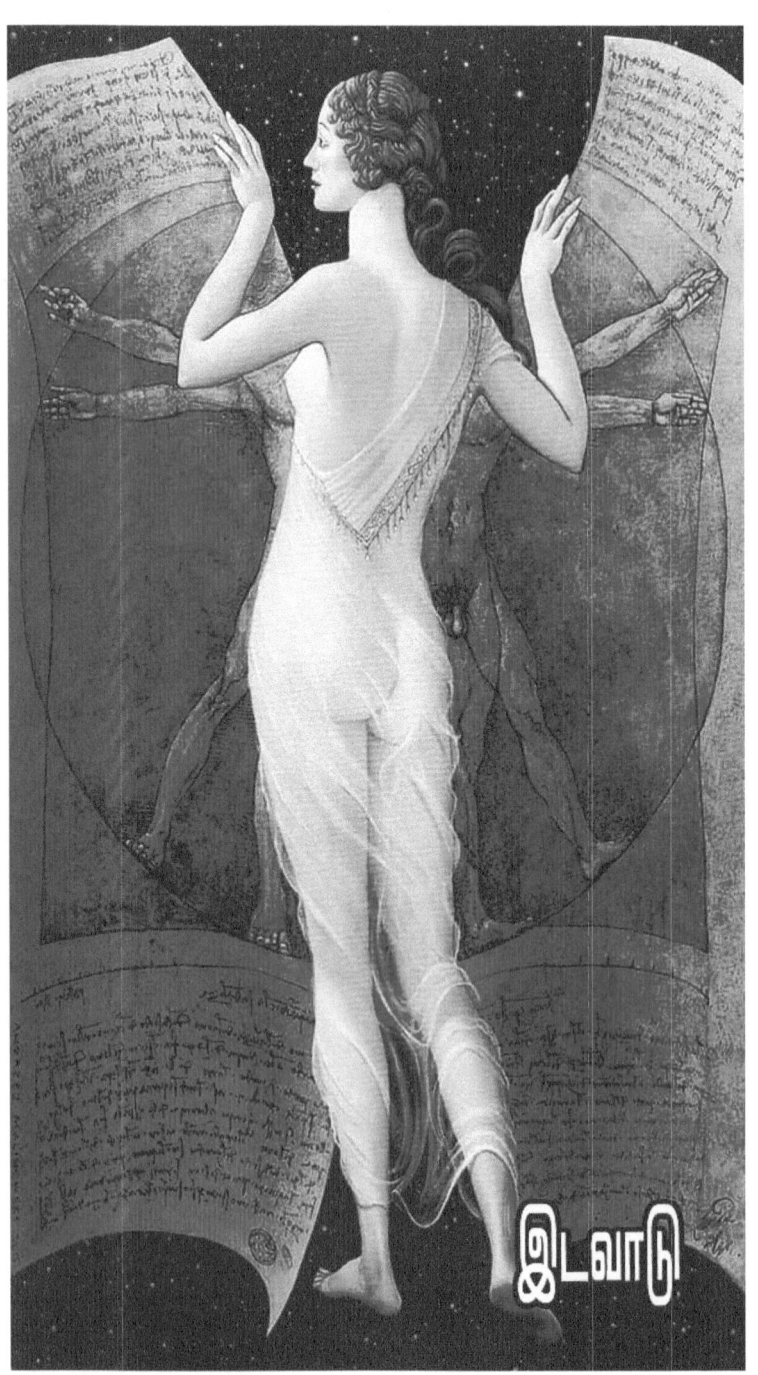

பந்தல் பெரையாய் பரவியிருந்தது வீட்டு முற்றத்து முன்வெளியெங்கும். மொளக்கம்புகளை நட்டும், குடிசை வாரியல் வச்சும் பந்தல் எழும்பியிருந்தது. கூரையானது தென்னோலையில் வேயப் பட்டு அதுக்கு வெளியே மஞ்சள் நிறத்து மொளக்கம்புகள் நீண்டு தெரிந்தன. மொளச்சன்விளை பந்தல் தங்கமணி ஆசானின் மனசுக்குள் இருந்து வெளிப் பட்ட சொல்லுக்கேற்ப வேலையாட்கள் பந்தல் பெரையை கட்டினர். வெள்ளைத் துணியால் உட்பக்கமெங்கும் மறைக்கப் பட்டது. அதன் நாலா ஓரத்திலும் நெளியும் சொவப்பு கலர் நெளிந்து சுருங்கும் பூத் துணியை நீண்ட காட்டு காரைமுள் கொண்டு குத்தி வச்சனர். பந்தல் பெரை முழுக்கவும் உருவானதும். மின்சார சரல் விளக்குகள் அலங்கரிப்பு, டியூப் லைட்டுகள் எனவும் வண்ண மயமான வெளிச்சமானது ஆக்கிரமித்தது. நுழைவு வாயிலில் தக்கலை பென்னி வீட்டு ஓலத்தியும், பேச்சிப்பாறை, பெருஞ்சாணி நரிபொத்தை வள்ளி ஓலைகளும், கூடவே இரண்டு செந்துழுவன் வாழையும் குலையோடு நடப்பட்டன. நுழைவு வாயிலில் 'வெல்கம்' போர்டு சீரியல் பல்புகளில் மின்னி ஒளிர்ந்து வரவேற்பு காட்டியது. பனவிளை

ராஜமணியின் சவுண்டு சர்வீஸ் பெட்டிகளில் இருந்து வெளிச்சாடிய 'கேளுங்கள் கொடுக்கப்படும்' பாட்டு ஊரை கலைச்சது.

குருசு மிக்கேலின் வீடு மொத்தமும் கல்லியாண களை கட்டியிருந்தது. சொக்காரன், அருவக்காரன் சுத்துவட்டார ஊருசனமெல்லாம் வந்து போயினர். மூத்த மொவள் முப்பது வயசு மேரிக்குத்தான் கல்லியாணம். இது நாள் வரை சம்மந்தம் கேட்டு வந்தவனெல்லாம் வெள்ளித் தட்டில் தங்க காசு கேட்டதாலும், பேரழகியா இல்லாத தாலும் இத்தன வருசமும் அவளுடைய விவாகமானது தள்ளிப் போனது. எங்காவது ஒத்த பொண்ண பெத்து வச்சிருந்தாலோ, வசமான எடமானாலோ, வாரி சுருட்டி விழுங்கிட்டு போறதுக்கு மாப்பிள்ளை பயல்களை பெத்து வச்சிருக்கிய கூட்டம் பல்கி பெருகிட்டதுனால மேரிய போலப்பட்ட பாவப்பட்ட தேவதைகளுக்கு எல்லாம் வாழ்க்கை வரம் என்பது உடனடியாய் அமையாத தவக்காலம் கொண்ட மண் இதுதான். நொண்டிப் பொண்ணு, நொள்ளக்கண்ணு பரவாயில்லை. வீட்டடியையும் தந்துட்டு, இருக்கியதையெல்லாம் பொண்ணு வீட்டுல இருந்து பறிச்சிட்டு கெட்டிட்டு போறதுக்கின்னும் மானங்கெட்ட மாப்பிள்ளைமாரை பெத்து போட்டுட்டு பறிக்கிற தள்ள-தவப்பன் நெறஞ்ச மண்ணுதான் இந்த ஜில்லா. பொண்ணு கறுப்பா இருந்தாலும் பரவாயில்லை. கவர்மென்ட்டு உத்தியோகம்னா பிடிச்சு போவும். பொண்ணுக்க வீட்டில இருந்து எல்லாத்தையும் வாரி விழுங்கிட்டு குல பெருமை பேசிட்டு திரியற தொண்ணச்சி யளும், வெவரங்கெட்ட தவப்பன்மார் பலரையும் பார்த்து மேரி வெறுத்து போனதுண்டு. ஆனாலும் என்ன செய்யது? அப்பன்-அம்மைக்காக இப்படிப்பட்ட படுகுழியில அவளும் விழ வேண்டிய கட்டாயமான காலக்கட்டம்.

முப்பது வயது மேரி... !

இப்படிதான் அந்தோணியாரு தேவாலயத்துல அவள செலரு விளிச்சியது. எவனும் பாட்டுக்காரி மேரின்னு

கூப்பிடியதோ, தேடியதோ கெடையாது. அவளை காணாவிட்டால் அல்போன்சு சாமியாரு கூட அப்படி தான் விளிச்சியது. இதனால வெறுத்து போச்சி அவளுக்கு. இப்பவெல்லாம் அவள் அந்தோணியாரு முன்னாடி உருகியும் மருகியும் பாடுவதில்லை. அவளது குரல் கேட்காத அந்தோணியாரும் அவளை பெரிதாக கண்டு கொள்வதில்லை. அதனாலதான் அவளும் மணலி கோயிலு பக்கம் தல வச்சி படுப்பதேயில்லை.

அவள் வயசைச் சொல்லியும், சந்தம் பற்றியும் பேசும் பங்கு சாமியாரோ, அந்த கமிட்டியோ மேரி போலப்பட்ட பாவபட்ட தேவதைகளின் கண்ணீரை மனசிலாக்கி கொள்வதில்லை. சரி மனுசர்களையாவது விடுவோம். குட்டி இயேசுவை நெஞ்சில் தூக்கி வச்சிட்டு மொட்டத் தலையுடன் நிக்கும் புண்ணியாளன் அந்தோணியாருட்ட அவளும் தள்ள காரியும் மன்றாடாத நாள் தான் உண்டா? அந்த சுரூபத்துக்கு உசிரு வந்தா அப்ப அது கதை கதையாய் பேசும்.

மனசுக்குள் பெருகி பாஞ்ச கண்ணீருக்கும், சங்கடத்துக்கும் முடிவு கிட்டியது இப்போது முப்பது வயசு மேரிக்கு இருமனம் இணையும் வாழ்க்கை ஒப்பந்தம் எனும் திருமணம் நடக்க போவுது. அவளுக்கு உள்ளுக்குள்ள ஒண்ணும் பவுறு கெடையாது. இருப்பினும் தள்ள தவப்பனுக்காய் மேரி மொகறையில் களிப்பை வரவழைச்சி கொண்டாள்.

குருசு மிக்கேலும் எந்த சம்பாத்தியத்தையும் சேத்து வச்சல்ல. மேரிக்கு அடுத்து லில்லி மேரியும், லீலி மேரியும் கல்லியாண கொமருவளாட்டு நிமிந்துதான் நிக்குறாளுவ. அதப்பத்தியும் குருசு மிக்கேலுக்கு ஒரு பொடி சங்கடமும் இல்ல.

மூத்த மொவன் மத்தியாசு ஊருக்குள்ள கெடையாது. கேரளத்துக்கு தங்கு வேலைக்கு போனவன். ஒரே போக்காட்டுதான் போனான். இருப்பதெல்லாம் எட்டு சென்டு வீட்டடி வஸ்துவும். புளியன்விளை பக்கம்

கிடக்கிற மூணரை சென்டு தென்னை புரையிடமும்தான். இவ்வளவத்தையும் இத்தனநாளு காப்பாத்தி பறிபோவாம பிடிச்சி வச்சிருந்த பெரும்பங்கு குருசுமுத்துவின் பெஞ்சாதி ஜெபமாலைக்குதான் சேரும்.

இரண்டாவது பொறந்தவன்தான் மத்தியாசு. பதினெட்டு வயசுல பத்து தோத்துட்டு வட்டம் விசுவாசம் கண்டுராக்கு கூட தங்கு வேலைக்கு போனவன். மூணு வருசம் கழிச்சி வந்த போது ஒரு குட்டியோடு ஜோடியாட்டுதான் வந்தான். அன்னு நடந்த வெகளத்துக்கு பெறவு இந்த பக்கமே ஆள் வராது இல்ல.

பனவிளை ராஜிக்க தீப்பெட்டி கம்பெனியில ஜோலிக்கு போனாள் மேரி. கட்டையில் குச்சி அடுக்கியும், தீக்குச்சி அடைக்கப்பட்ட சிறு பெட்டிகளில் லேபிள் ஒட்டியும் ஒருபாடு நாட்கள் நகர்ந்து போனது. இப்படி வேல செஞ்சி செறுவ செறுவ கெடைச்ச பணத்தை சீட்டுக்காரி சிறிய புஷ்பம் கையில குடுத்தாள். பணத்தைக் கண்டதும் இருதயமற்று வஞ்சிக்கும் ஆம்புள மாதிரி இல்லாம மேரி கொடுத்த பணத்தையெல்லாம் வட்டியும் மொதலுமா திருப்பிக் கொடுத்த போது தெவஞ்சி போனது. மேரியோடு ஒடப்பரந்தாள்மார் வில்லியும், லீலியும் கூட அங்கு தான் ஜோலி செய்தனர்.

குருசு மிக்கேலுக்கு அறுவத்தெட்டாச்சி. இன்னு வரைக்கும் கொத்தனாருதான். இவருட்ட வேல படிச்ச கையாள்மாரு கூட கண்டுராக்கா மாறி பங்களா கட்டி குடியிருக்கும் போது, இவரோ மங்கட்டை ஓட்டு வீட்டில்தான் தாமசம். ஆனாலும் அவருக்கு சங்கடம் எதுவும் இல்லை. பெஞ்சாதி ஜெபமாலை மத்தவர்களின் ஐசுவர்யம் பத்தி பேசி வழக்காடும் போது "எனக்கு கள்ள நோட்டு கெடைச்சா பாப்பம் வாயை மூடிட்டு கெட முண்ட" என்று அதட்டி நீதிமானாய் நிமிருவார். அவருக்கு கொமருவள பத்தியோ, தனக்க சாக்காலத்துக்கு பெறவு என்னவாகுமோ? என ஒரு எழவு சங்கடமும் இல்ல. எப்பவாவது வேலைக்கு போவாரு. கெடைக்கிற கூலி பணத்துல குப்பிகுப்பியாட்டு மாம்பட்டை கசாயம்

குடிச்சிட்டு தள்ளம்பாறிட்டு வீடடைவார். அப்படவெல்லாம் சீறிக்கொண்டு வெகளமாடுவாள் ஜெபமாலை. ரெண்டு வேருக்கும் சண்டை மூளாத நாளு கொறவுதான்.

“மூணு கொமருவள பெத்து வச்சிட்டு அதுவளுக்க கல்லியாணம் காச்சையை பாக்காம இப்படி குடிச்சிட்டு மறியிறீயே நீ உருப்படுவியாடே....”

அவளுக்குள்ளிலிருந்து ஒப்பாரி சாபத்தோடு வர்த்துவானம் சாடி குதிக்கும், வைதும் தீர்ப்பாள்.

“போட்டி பலவட்டற நாயே... ஒனக்க கொப்பனும், கொம்மையும் தந்துட்டு போன சீதன பணத்துலயாட்டி நா குடிச்சியேன். தேவடியா மூளி...” - குருசு மிக்கேலின் வாயும் சும்மா இருக்காது. சரமாரியா தானக்கெடு ஜெபமாலையைப் பாத்து பாயும்.

“இடி வுழுவானே... நீ சாரத்துல இருந்து வுழுந்து சாவமாட்டியா...? ஒனக்க நாக்கு புழுத்து போவாதா...? கொமருவள வச்சிட்டு இப்படி தானக்கெடு போடுதியே.... நாசமா போனவனே...”-முந்தானையை இடுப்ப சுத்தி இறுக்கி சொருகிட்டு அடுப்பங்கரைக்குள்ள கெடந்து போடும் ஜெபமாலையின் சத்தம் நாலு வீடு தாண்டி கேக்கும். அது அவளின் வியாகுலத்தின் ஒப்புராள வெளிப்பாடாருக்கும்.

இப்படி ரெண்டுவருக்கும் நடக்கும் தீராவெகளத்துக்கும், குருசு மிக்கேலு குடிக்கும், வந்த வினைதான் மொவன் மத்தியாசு குடும்பத்தை விட்டு கழண்டு போனதுக்கு காரணமாயிற்று. அவன் விலகி போயி நாலஞ்சி வருசமாவதாவும். அன்னு நடந்த சம்பவம்தான் ஆனாலும் இன்னும்கூட ஊரெல்லாம் செறவு முளைச்சி பெடைச்சிட்டு திரியுற சங்கதிதான்.

•••

ஞாறக்குழி குளம்

காலத்த மணி எட்டரையிருக்கும்

பல்லு தேச்ச வந்திருந்த மண்டையன் மரியந்தோணி குளத்து வெள்ளத்தை ஒரு கையால கோரி கொப்புளிச்சான். எடக்கையில் இருந்த உமிக்கரியை வாய்க்குள்ள போட்டு குதப்பினான். வலது கை சுண்டு விரலை கொண்டு ரெண்டு மூணு தடவை வடக்கும் தெக்குமாய் இழுத்தான். மீண்டும் குளத்தில் குனிஞ்சி வெள்ளத்த கோரி வாய்க்குள் விட்டு கொப்புளிச்சி துப்பினான். கழுத்துல கிடந்த குத்தாலம் தோர்த்துல மொகத்தை தொடச்சிட்டே குளத்துக்குள்ள முங்கி குளிச்சி குதிச்ச பெட்ட நண்டு பர்னாண்டை பார்த்தான்.

"ஆ... பெர்னாண்டே சங்கதி தெரியுமால..."

"என்னல... என்ன சங்கதி மயிரு... நீதான் ஆல் இண்டியா ரேடியோ ஆகாசவாணி ஆச்சே.. நீதான் வேளத்த செல்லணும். என்னதாம் செல்லு பாப்பம்..."

மண்டையன் மரியந்தோணி இளிச்சான்.

"இளிச்சிய இளிப்பும் முளிச்சிய முளியுமே செரி யில்லையே... என்னல புண்டாமொவனே"

"குண்டாம்பெட்டி சங்கதி செல்ல போறாண்டே"

பனித்தாசு இடுப்புல தோர்த்தை சுத்தி கட்டிக்கிட்டே பேசினான். அவன் குளத்தில் சாடுவதுக்கு சப்பாத்து சரிவில் நின்று கொண்டிருந்தான்.

"லேல மயிருவள... நம்ம முப்பது வயசு மேரிக்க தொம்பியாருதான் விசயமே. அந்த மத்தியாசு இருக்கி யானில்லியா? அவன் கேரளத்துல இருந்து ஒரு குட்டி யோடு வந்திருக்காம்புல.... அந்த குட்டி சூப்பர்"

- மண்டையன் மரியந்தோணி பல்லைக் காட்டி இளிச்சான்.

"ஓ.. மத்த பயல் மாக்கான் மத்தியாசு பயல் தாயோழி"- பனித்தாசு வியப்படைஞ்சான். குளிப்பதா? வேண்டா மான்னு யோசிச்சவன் மேரிக்க வீடு வரைக்கும் போயி பாப்பமுன்னு மனசுக்குள்ளாடி குழம்பினான்.

“மண்டையா மரியந்தோணி தமாசு மயிரு அடிச்ச படாது. நீ செல்லியதொண்ணும் நெசமே இல்ல. இன்னு பொய்யாகணும். தாயோழி ஒனக்க மண்ட இருக்கும். அந்தோணி நீ இருக்கமாட்டா பாத்துக்க.. ஒப்புராளத்த கொடுக்கியது”.

குளத்துக்குள் இருந்து கரையேறிய பெட்ட நண்டு பெர்னாண்டு சப்பாத்துல வச்சிருந்த லைபாய் சோப்ப எடுத்து தேகம் முழுக்கவும் தேய்ச்சான். குண்டிய ஒயத்தி தொடை வழியாட்டு இழுத்தவன் மண்டையன் மரியந் தோணியை பாத்தான்.

“ஒருவேளை நேரா இருக்கும்பல”

-ஒடம்பு முழுக்கவும் சோப்புநுரை வழிய குளத்துக்குள் சாடிய பனித்தாசு சத்தமாட்டு பேசினான்.

“நா இத்தன நாளு சென்னது பொய்ன்னா இன்னைக்கு நீங்களே வந்து பாருங்கல”

-மண்டையன் மரியந்தோணி மீண்டும் குளத்து வெள்ளத்தில் வாய் கொப்பளிச்சிட்டு நடந்தான். அவன் போவதையே புளிச்சி மாங்காய் பனித்தாசும், பெட்ட நண்டு பெர்னாண்டும் பார்த்தனர்.

“வாடே போவம்.... அங்க இன்னு வெகளம்தான்” -கரைக்கு வந்து தலையை தொவட்டிட்டே பேசிய பெட்ட நண்டு பெர்னாண்டு மூட்டி தச்ச சாரத்தை எடுத்து தல வழியாட்டு போட்டு இடுப்பை சுத்தி மடிச்சி இறுக்கினான்.

குருசு மிக்கேலு வீட்டு முன்னாடி ஊர்காரனுவ கூடி நின்றனர். பெட்ட நண்டு பெர்னாண்டும், புளிச்சிமாங்காய் பனிதாசும் மண்டையன் மரியந்தோணி சென்னது நேருதாம்புல என்பதை கண்டுகொண்டனர். அங்கு ரெண்டுவரும் வந்த போது நாலஞ்சி பொட்டச்சியளும் கூட நின்னுட்டிருந்தனர்.

“கல்யாண வயசுல மூணு கொமருவ இருக்குன்னு பாத்தியால, பெலயாடி மோனே... வேலைக்கு போன

எடத்துல ஒனக்கு பொண்ணு கொண்டு வரத்து இல்லியால... வெளிய எறங்குல வீட்டு நடைய விட்டு...''

குருசு மிக்கேலு முகம் கடுப்பேறியிருந்தது. திண்ணையில் கல்லுளிமங்கானாட்டு கையை கட்டிகிட்டு இருந்தான் மொவன் மாக்கான் மத்தியாசு. குருசு மிக்கேலுவின் சத்தம் அடங்கவில்லை. ஊர்காரனுவ தவப்பனுக்கும், மொவனுக்கும் அடிபிடி நடக்காதா? என்று மனசுக்குள்ளும், முகத்துக்கு வெளியேயும் முனுமுனுத்தனர். பொட்டச்சியளும் அப்படியே எதிர்பார்த்து நின்றிருந்தனர்.

“இப்படி கொமருவ இருக்கிய வீட்டுல எங்க இருந்தோ ஒருத்திய இவன் இழுத்திட்டு வருவானா? அவா என்ன குலம், கோத்திரமோ? தூ... நாய்க்கு பொறந்த பயல்...''

மத்தியாசின் சொக்காரி சிலுவையம்மாள் சத்தம் போட்டு சண்டைய மூட்டி விடுவதுக்கான வசனங்களை பேச தயாரானாள். திண்ணையில் அதை கேட்டுக் கொண்டிருந்த மாக்கான் மத்தியாசு பல்லை நறநறன்னு கடிச்சி கொண்டு அவளை செறஞ்சான்.

“ஏளா நாற மூளி ஒனக்க சங்கதி தெரியாதா? இராத்திரி ஆனா எவன் எவனுக்க கூட நீ படுக்கியான்னு செல்லட்டா... போறா இல்லியே போக்கத்த தேவடியா... போளா... பலவட்டர இஞ்ச இருந்து''

வாய்க்கு வந்தபடி மண்டைக்கு கெண்டைக்குன்னு அறுத்தான். அவள் இனியும் அவனிடம் வாய்குடுத்தால் தான் வெட்ட வெளிச்சமாவோம் என்பதை மனசிலாக்கி கொண்டாள். அப்படியே அடங்கி ஒடுங்கி கூட்டத்துக்குள் பம்மிகொண்டாள்..

“ஊருல உள்ள எவனும் - எவளும் இஞ்ச வந்து நியாயம் செல்லாண்டாம். எங்களுக்கு எல்லாம் தெரியும்....''

மாக்கான் மத்தியாசிடமிருந்து சீறி சாடிய தானகெடு கண்டு குருசுமிக்கேலும், வெகளம் ரசிக்க வந்தவன்மாரும் ஒதுங்க தொடங்கினர்.

“ஓமக்கு இப்ப என்னத்த செய்யணும்... உண்டாக்கி உடும் போது தெரியாதாக்கும். சம்பாதிச்சி வச்சணும்னு... தவப்பன்னு பாக்க மாட்டேன்.... பாளைய கீறி சீவி போட்டுட்டு பெயிட்டே இருப்பேன்... நீயும் ஓனக்க கொமருவளும்... எனக்குள்ள பங்கு வஸ்துவ பிரிச்சி போடு... பெயிட்டே இருப்பேன். இல்லன்னா கூம்ப கீறிபுடுவேன்”.

குருசு மிக்கேலு முகம் வதங்கியது. தள்ளக்காரி ஜெபமாலையும், ஒடப்பரந்தாள்மாரும் பதட்டத்தோடு வீட்டுக்குள் தவிச்சனர். மேரிக்கு ஒப்புராளமாட்டு வந்தது. தலகுனிஞ்சி இருந்த தவப்பனை பரிதாபத்தோடு பார்த்தாள். நடக்க போவும் விபரீதம் எதையும் விலக்காம அடிபிடி நடக்கட்டுமென்னு ஊர் காரனுவளும், சொக்காரன்மாரும் கண்ணும் கருத்துமாயிருந்தது கண்டு மனம் பேதலிச்சி துடிச்சது. மத்தியாசு எல்லை மீறி தானக்கெடு போட்டான்.

அடக்க முடியாத ஆத்திரத்துடன் வீட்டுக்குள் இருந்து வெளிப்பட்டாள் மேரி. தவப்பன் குருசு மிக்கேலுவை அடிக்க ஓங்கிய அவனது கையை பிடிச்சி செறுத்து மடக்கி திருக்கி முறுக்கி எத்தியடிச்சாள்.

“எம்மோ... எப்போ... வுடுட்டி பெலயாடி”

“தானக்கெடு போடாதல... நாய்க்கு பொறந்த பயலே”- இடக்கை விரல்களை மடக்கி வாய்க்குள் ஓங்கி குத்தினாள். பல் ஒடைஞ்சி குருதி கொட்டியது. தள்ளக்காரி ஜெபமாலை ஓடிவந்து மேரியை தடுத்தாள்.

“அப்புறம் போம்மா.... வெளங்காத நாயை பெத்து வச்சிட்டு வர்த்துவானம் கேக்கியால்லியா.... போ... இவன இன்னு ஒரு கை பாக்கணும்....”

முப்பது வயசு மேரி வெறும் பாட்டுக்காரி. பாவப் பட்டவன்னு நெனச்சிட்டிருந்த ஊர்காரனுவளும், குவிஞ்சிநின்ன சொக்காரன், அருவக்காரன், சொக்காரிமாரும் பதுங்கத் தொடங்கினர்.

இந்த முப்பது வயசு மேரிக்கும் முன் கதை உண்டு. திருநாளு காலத்துல பாட்டு பிராக்டீசுக்கு கூப்பிட்டார் துணை பங்குதந்தை தானியேலு. ஏனைய குட்டியளும் வந்திருப்பார்கள் என்று போனாள். தேவாலயம் முழுக்கவும் இருண்டு கிடந்தது. தெக்கும் முக்கும் பாத்தாள். ஆர்மோனிய பெட்டியும், தபேலாக்களும் அனக்கம் அடக்கி கிடந்தது. பின்பக்க மூலையில் இருந்து ஒலிச்ச கிட்டாரில் உன்னத பாட்டு மெலிதாய் கேட்டது.

"பாதர்..."

"வா மேரி... வா... இருட்டு சாதகமாயிருக்கு, நீ எவ்வளவு பேரழகு தெரியுமா?" ஒனக்க கண்கள் இருக்கே கீலேயாத் மலையின் கிச்சிலிப்பழங்கள் இரண்டு ஸ்தனங்களும் வெளிமானின் இரட்டை குட்டிகள். கழுத்தில் கிடந்த கிட்டாரின் நரம்புகளை இடையிடையே விரல்களால் தட்டினார். அதிலிருந்து மெலிதாய் எழும்பிய இசை யொலியானது தேவாலயம் முழுக்கவும் எதிரொலிலித்து அடங்கியது. மேரியை வர்ணித்து வசனம் பேசிய அவரது வாய் அடங்கவில்லை.

தடித்து மொளைச்சி தள்ளியிருந்த அவளது நெஞ்சில் ஆசை வெறியோடு அவரது கைகள் பரவிட நீண்டன. அவ்வளவு தான். முட்டங்கால மடக்கி ஏந்தினாள். கொப்புளுக்கு கீழே பட்ட அந்த உதை மூளை வரை தரிப்பை உண்டாக்கியது. மூத்திரம் சாடியது. உயிர் வலியால் துடிச்சார் துணை பங்குதந்தை தானியேலு. வழக்கமாட்டு கோயிலுக்கு வாற கோயிலாள் இதை கண்டு விட்டாள்.

"கடவுளுக்க தூதர் பாதரை பாட்டுக்காரக் குட்டி மேரி சவுட்டிட்டா... உருப்படவே மாட்டாள்"- சாபம் போட்டாள்.

அச்சம்பவம் நடந்து ஒரு வருசம் தான், கோயிலாள் மரிச்சு போனாள். துணை பங்கு தந்தை தானியேலு வேறெங்கோ பொறுப்புக்கு போனார். அங்கேயும் கையை நீட்டியவர வாலிப பயலுவ நொறுக்கி போட்டானுவ.

பட்ட அடிய தாங்கிட்டு ஜெர்மனியை பாத்து போனவரு தான். அதுக்கப்புறம் அவர் என்ன ஆனாருன்னு என்பது இன்னுவரை கேள்விதான்! ஒவ்வொரு பொண்ணுக் குள்ளும் மடங்கியிருக்கும் சக்தியானது பிரயோகிக்கப் படும்போது எவனும் எதிரில் நிக்க முடியாது. இதுதான் மேரியோட முன்கதை சுருக்கம். மேரியை சாதாரணமாய் நெனச்சி அவளுடைய வீட்டு முன்பு திரண்டவர்கள் ஒவ்வொருவராய் கலைய தொடங்கினர்.

"ஒனக்க கல்லியாணத்துக்கு எனக்க பங்கு சொத்தாட்டி வேணும்... என்னை ஆம்புள்ளைன்னு பாக்காம அடிச்சிட் டால்லியா... மொவளே... ஒன்ன என்ன செய்றேன் பாரு...."

-ஒரு மட்டைய எடுத்தான் மாக்கான் மத்தியாசு. வீட்டுக்குள் இருந்து லில்லியும் லீலியும் வெளியே ஓடிவந்தனர். அவனை மேரியை நெருங்க விடாமல் பிடிச்சி இறுக்கினர். முற்றத்து ஓரத்துல நின்ன செந்தெங்கு தென்னு மூட்டோடு இழுத்து வச்சி பின்னங்கையிரண் டையும் தோர்த்தால் கட்டினர்.

"இனி பேசுல... சொத்து கேக்க வந்தானாம் சொத்து... என்னத்தல சம்பாதிச்சி வச்சா...." - மேரி கடுப்பானாள். அவனுடைய அக்கிரமத்தனம் அடங்க மறுத்தது. லில்லியும், லீலீ யும் செம்பருத்தி பூவேலியின் மிசிறு கூட்டை கலைச்சி அவன் முகத்தில் வீசினர். அத்தனை மிசிறுகளும் அவனது தேகம் முழுவதும் பரவின. ஆங்காங்கே கடிச்சி அவுட்டுக்கிடையிலும் புகுந்தன. அவன் மேரியையும் ஓடப்பரந்தாள் மாரையும் கெண்டைக்கு - மண்டைக்குன்னு அறுத்து கிழிச்சான்.

"தானக்கெடு போடாதல..." அவன் வாயில் அடிச்சாள் மேரி.

"ஆருக்க வீட்டுல எழவு நடக்கு... அதுல கூழு குடிச்சலாம்னு வந்துருங்க. ஊருல உள்ள தொட்டியளுக்கு இஞ்ச என்ன வேல... ஜோலிய பாத்துட்டு போவ வேண்டியதுதானே..."

-அவள் பேச்சை கேட்ட துதான் தாமதம், அதுவரை பல்லிளிச்சிட்டு நின்ன புளிச்சி மாங்காய் பனித்தாசு, பெட்ட நண்டு பெர்னாண்டும் பைய்ய பைய்ய நவுரத் தொடங்கினர்.

"இனி இஞ்ச கெடந்து தானக்கெடு போட்டியன்னா தக்கல போலீசுக்கு போயிடுவா... எப்படி கல்லியாணம் முடிச்சியோ அப்படியே ஒனக்க ஜீவிதத்தை நடத்து. அதுதான் நல்ல ஆம்புள்ளைக்கு லெட்சணம் போல மயிராண்டி".

செந்தெங்கு மூட்டில இருந்து அவனது தோர்த்து கட்டை மேரி அவிழ்த்து விட்டு எச்சரிச்சாள். சீற்றத்தோடு ஓடப்பரந்தாள்மாரை பார்த்தான். திண்ணையில் குருசு மிக்கேலும், பெஞ்சாதி ஜெபமாலையும் மோளு வளுக்க சாமர்த்தியத்தை கண்டு துப்பலை உள்ளுக்குள் இழுத்துக் கொண்டனர்.

"போல போல... ஒத்த பயன்னு வளத்தா சின்னதுலேயே பீடி, சிகரெட்டு குடி. என்னல சொத்து ஒனக்கு. இதெல்லாம் எனக்க மூணு குட்டியளுக்கும் தான். நீ சம்பாதிச்சி வச்சாலோ, குடும்பத்துக்கு தந்தாலோதான் இருக்கியதுல தர முடியும்.... கெட்டியவளோட போயி கேளு..." குருசுமிக்கேலுக்கு திடீர்னு தைரியம் வந்து விட்டது.

தள்ளக்காரி ஜெபமாலை கூட தன்னை கைவிட்டு விட்டதை ஏக்கத்தோடு பாத்தான் மாக்கான் மத்தியாசு. அவனுடைய சட்டம்பி தனம் அத்தனையும் நொறுங்கி போனது. மண்டையன் மரியந்தோணி ஒருவித முக பாவனையுடன் "எக்கோ மேரி" என்று வந்தான். அவனை அவள் செறஞ்சி பார்த்த பார்வையில் பீ தெறிக்க ஓடியவன், அன்னுல இருந்து குண்டணி மூட்டி விட்டு ஊர இரண்டாக்குவதை விட்டான்.

• • •

இந்த எல்லா வெகளத்துக்குப் பெறவு தான் முப்பது

வயசு மேரிக்கு கல்லியாண காரியம் கூடி வந்திருக்கு. எல்லாருக்கும் வலிய சந்தோசம். லில்லியும் லீலியும் குதூகல பவுறு கொண்டனர். ஊரெல்லாம் இருட்டத் தொடங்கிற்று. மேரியின் கல்லியாண பந்தல் பெரையில் இருந்து ஒலிச்ச பாட்டுகள் திசைகள் கலைச்சன. அந்தோணியாரு படத்து முன்னாடி நின்னாள் ஜெபமாலை. ராசாவூரு மிக்கேல் ஆண்டவருட்ட ஆம்புள பிள்ளை இல்லன்னு தவமிருந்து கேட்டு பெத்தது. ஆண்டவரே, எனக்க மொவன் மத்தியாசை திருப்பி திருத்தி கொண்டு வாரும். அவனுக்க ஊச்சாளி தனத்தையெல்லாம் போக்கி உத்தமனாட்டு மாத்தும் பிதாவே...''-அவளுடைய வாய் வேண்டுதலாய் முணுமுணுத்தது.

அந்த மன்றாட்டை அந்தோணியாரு கேட்பதுக்கு முன்னாடியே மோளுவ மூணுவரும் கேட்டுட்டு அந்த எடத்துக்கு வந்தனர். "செல்ல அம்மா.. மொவன் வருவான்.." சங்கட படாம இருக்கணும், தோளோடு சேர்த்து அவளை தேத்தி ஆறுதல் படுத்தினர். ஜெபமாலையின் கண்களில் இருந்து துளிதுளியாய் கண்ணீர் உருண்டு விழுந்தது. அதை பார்த்துக் கொண்டே நடு வீட்டில் உஷாராய் கக்கத்துல அன்பளிப்பு பேக்கை இறுக்கி வச்சிட்டு, அங்குமிங்குமாய் நடந்திட்டிருந்தார் குருசு மிக்கேலு. அவரையும் தமாசு அடிச்சனர் மோளுவ மூணுவரும்.

மின்னலங்காரம் பொழிஞ்ச இரவு விடிஞ்சது.

அந்தோணியாரு கோயிலில் மேரியின் கழுத்தில் மங்கல நாணை பூட்டினான் ஆபேல். ஆரணி பட்டுடுத்தி பதினைஞ்சி பவுனு உருப்படிய கழுத்திலேயும். ஒன்னரை பவுனு நட்சத்திரக் கம்மலை காதிலயும், மூணு வளையல் களும் சுமந்துட்டு நின்ன முப்பது வயசு பாட்டுக்காரி மேரி இனி ஆபேலுக்குள் சரிபாதியானாள். குருசுமிக்கேலும் பெஞ்சாதி ஜெபமாலையும் மொவளின் மங்கல கோலம் கண்டு ஒருபாடு சந்தோசம் பூட்டிய நெஞ்சோடு நின்றனர். லில்லியும், லீலியும் ஒடப்பரந்தாள் ஜோடி கொண்டதை பார்த்து ஆனந்ததுளிகளை கண்ணிலிருந்து வெளிப்படுத்தினர். ஒருவாறாய் முப்பது வயசு மேரிக்கு விவாகம் முடிஞ்சி

போச்சு. தாலி கெட்டு முடிஞ்சி அந்தோணியார் கோயிலில் இருந்து மண ஊர்வலம், பேண்டு வாத்திய முழக்கத்தோடு வீடு நோக்கி வந்தது. இடவாடு இஸ்ரேல் கண்டுராக்கு பெஞ்சாதி சீமபன்னி சீமாட்டி சவுந்தரியம்மாளும் காஞ்சிபுரம் பட்டு பளபளக்க கழுத்திலேயும், கையிலேயுமாட்டு உருப்படியாட்டு வாரி போட்டிருந்தாள். தொண்ணச்சி ஒடம்ப கொண்டு நவுண்டு நவுண்டு நடந்தாள். அவளுடன் ஒத்த மொவள் ஏஞ்சல் மெட்ராசு உடுப்புல பட்டணத்துல இருந்து வந்திறங்கிய மாதிரியே நடந்தாள். சதையோடு இறுக்கிய அவள் உடை சினிமாக்காரியாய் அவளை காட்டியது. மொத்த பயலுவளும் அவளை நோக்கியதும், பெரிய மத்தவளாட்டு கோறும், பவுறும் மொகத்தில தெரிஞ்சது. அவளுடைய கிணாட்டலான ஒய்யார நடைய கண்ட பயலுவள சீமபன்னி சீமாட்டி சவுந்தரியம்மாள் செறஞ்சாள். ஆனா மொவளோ மொத்த ஆம்புளமாரும் தன்னை பாக்கனும்னே குண்டிய ஆட்டிட்டு நடந்தாள். அவளுடைய சுண்டு சாயமும், நறுக்கி தறிச்ச குட்டை தலமுடியும் இடவாடு இஸ்ரேல் கண்டுராக்கின் பணக் கொழுப்பை எடுத்துக் காட்டியது.

மணப்பந்தல் பெரைக்குள் புதுமண ஜோடியுடன் எல்லோரும் நுழைஞ்சனர். மலர்சொரி பிள்ளைகளின் பாட்டொலியில் முப்பது வயசு மேரி தலை கமந்து இருந்தாள். ஆபேல் அப்பப்ப பல்லு வெளிய தெரிய சிரிச்சான். அத பாத்தனர் கிழவிய செலரு.

“பயலுக்கு அரிபல்லு. நல்லா சம்பாதிப்பான் மேரி குட்டிக்கு காலங்கழிச்சி கெடைச்சாலும் நல்ல பயல்தான் வாச்சிருக்கான்....”

வறுவேலாய் கிழவியின் வாய் வெளிப்படையாகவே பேசியது.

“நீ கம்போறு போட்டு தொலச்சாத ஒனக்க கண்ணு பட்டாலும்...”

-ஞானப்பிறாயி கிழவி கடுகடுத்தாள்.

“அதுவ இப்புடு பாடுபட்டு புண்ணியாளன் அந்தோணி யாரு புண்ணியத்துல நல்ல காரியம் நடந்து போச்சி” - சீலை முந்தானையால மொகத்த தொடச்சிட்டே ஆனந்தம் பாட்டி வாழ்த்தினாள்.

பந்தல் பெரைக்குள் கடாவிளக்குடன் வந்த கொழுந்தி யாள்மார் லில்லி, லீலிக்கு ஒண்ணு இரண்டு நூறு ரூவாக்களை மடக்கி தட்டுல வச்சிட்டு கமந்தான் ஆபேல். மேட்டுக்கடை ஸ்டுடியோக்காரன் ஊத்தி உறுமாசு கேமரா ஒளி..பாச்சி படமெடுத்து கொண்டான். அவனுக்கு ஆல்பம் முழுக்கவும் படமாட்டு நெறஞ்சிடணும். கையில, காதுல கிடக்கியதை அடகு வச்சாவது பத்து நாள்ல பணத்த வசூல் செய்திடுவான். குருசு மிக்கேலு கண்டது கடியதெல்லாம் படம் எடுக்காண்டாம்னு சொன்னது அவனுக்கு வலுத்த ஏமாற்றம்.

பந்தி மாறியவுடன் எனக்கு - ஒனக்குன்னு போட்டி போட்டுட்டே இருக்கையை பிடிக்க பலரும் ஓடினர்.. “பந்திக்கு முந்து படைக்கு பிந்து” செரியாட்டுத்தான் இருக்கு. பயலுவ நளியடிச்சானுவ. நீலக்கலரு சாப்பாட்டு மேசையும், பெஞ்சியும் வரிசையால் நிரம்பி கொண்டன. இடவாடு இஸ்ரேல் கண்டுராக்கு தன்ன விட்டா ஆளு யாருண்டுன்னு பட்டு முண்டு, சட்டை பளபளக்க அங்குமிங்குமாய் நடந்தார். குருசு மிக்கேலு அவரை கண்டதும் கக்கத்துல இருந்த அன்பளிப்பு பேக்கை இறுக்கி பிடிச்சிட்டு பாவம் பட்ட மனுசனாட்டு குனிஞ்சு பணிஞ்சு நடந்தார்.

ஆபேலோடு ஜோடியாயிருந்த முப்பது வயசு மேரி மணமேடையில் இருந்து எல்லாத்தையும் அவ்வப்போது கவனிச்சாள். அவளுக்கு அப்பனை பாக்கியதுக்கு மறுக்கமாய் இருந்தது. “எத்தனை காலம் இந்த அப்பனின் பணிவும்- குனிவும்” மனசுக்குள் மறுகினாள்..

மூணுக்கு விருந்து

முப்பது வயசு மேரியின் வீட்டு மணி நாய் வாலை ஆட்டிட்டே வளஞ்சி வளஞ்சி வந்தது. மியாவ்.... மியாவ்....

சத்தமெழுப்பிட்டே நடு வீட்டுல பம்மி திரிஞ்சது கறுப்பு சாம்பல் வெள்ளை நிறத்து பூச்சை. அது லீலியின் புஜ்ஜியாகும். செறுப்பக்கார பிள்ளையளும், பயலுவளும் வீட்டு முற்றத்துல தொட்டு விளையாட்டுன்னும், கண்ணாம் பொத்தின்னு சத்தம் போட்டுட்டே துள்ளி மறிஞ்சி திரிஞ்சனர்.

அடுப்பங்கரையில் சம்பா அரிச்சோறு வெந்தது. ஆட்டு இறைச்சியும், வீட்டில மேஞ்சிட்டிருந்த கறுத்த பூட்டைசிலுப்பா பெடக்கோழி இரண்டும் இன்னொரு அடுப்பில் குழம்பாகி வெந்தது. அதன் வாசம் வீட்ட சுத்தியது. முற்றத்து வேலியில கழுத்தறுத்தான் பெடக் கோழியும், சேவலும் "அடவு" கொண்டு இரை கொத்தி மேஞ்சன. இறச்சி முள்ளுகளை கவ்வுவதற்கே மணி நாய் வாலாட்டி வலம் வந்தது. குருசு மிக்கேலு கையில ஒரு பொதியுடன் வந்து கொண்டிருந்தார்.

"போ... நாயே..."- ஆனாலும் அது அவரை வட்ட மிட்டது. "ஆயோழி" கோழியளையும் வெரட்டினார். மாம்பட்டை குடிச்சிருந்தது தள்ளம்பாறல் நடையில் தெரிஞ்சது. அனக்கமும், சிரிப்பும், களிப்புமாய் வீடு நெறஞ்சது.

"ஓ.... மனுசா இஞ்ச வரணும்..." ஜெபமாலை மருமொவனுடன் சிரிச்சி களிச்சிட்டிருந்தவரை பைய்ய கூப்பிட்டாள் குருசு மிக்கேலு அங்கு இருந்து அடுப்பங் கரைக்குள் போனார்.

"ஓமக்கு இன்னும் குடியாக்கும் இல்லியா... பங்குனி பத்துக்குள்ள வீட்டடி பிரமாணத்தை கண்டுராக்குட்ட எழுத்துக் குத்துக்கு கொடுத்து இடவாடு தீக்கணுமாம்... இப்படியே திரிஞ்சா போறாது பாத்துரும்..." மூக்கு முட்ட குடிச்சதுல ஏறிய போதை பெஞ்சாதியின் வேளத்தை கேட்டதும் இறங்கியது. வூட்டுத்திண்ணையில உச்ச சோறும், இறைச்சி கறியும் ருசிச்சி சாப்பிட்ட குசியில். ஆபேலும், அவனுடைய ஒடப்பரந்தாள்மார், அவமாரின் மாப்பிள்ளை ஏசுதாசு, லாசரெல்லாம் அடுத்தக் கட்டமாய்

சூடான கருப்பட்டி, பால் காப்பியையும் அரிமுறுக்யையும் கொஞ்சம் கொஞ்சமாய் நறுக்கி சவச்சி தின்று உள்ளுக்குள் ஏறக்கிக் கொண்டிருந்தனர்.

"அம்மோய்... ஏய் அம்மோ" - மேரி தள்ளைய கூப்பிட்டாள்.

"ஒரு வாரமாச்சி... நாங்க இனிம போவாண்டாமா..."

"போலாண்டி மொவளே... போலாம்...."

" அப்பன் எங்க போனாரு"

'..................................'

'ஏனாக்கும் அனக்கம் காட்டாம நிக்கிதிய'

முற்றத்தில் குருசுமிக்கேலும் அவர் கூட இடவாடு இஸ்ரேலு கண்டுராக்கும் வாரது தெரிஞ்சது.

"மக்களே கண்டுராக்கு வாராரு.... நா அடுப்பங் கரையில போயி காப்பி தண்ணி கொஞ்சம் அனத்திட்டு வாரேன்..."

துருசமானாள் ஜெபமாலை. வீட்டு நடையேறி நடுவீட்டில் வந்து பழைய கசேரியில் இருந்தார் இடவாடு இஸ்ரேலு கண்டுராக்கு. பக்கத்தில் குருசு மிக்கேலு பணிவும் குனிவுமாய் நின்றிருந்தார். சூடான காப்பியோடும், ரெண்டு அரி முறுக்கோடும் அவரிடம் வந்து நீட்டினாள் ஜெபமாலை.

"எப்படி ஜெபமாலை... எல்லாம் நல்லபடியா முடிஞ்சில்லியா... இனி மேலாவது சந்தோசமாயிரு...." -அவள் மொகத்தில் சிரிப்பை மட்டும் காட்டி நின்னாள்.

"ஒண்ணுமில்ல... கல்லியாணம் அவசர காரியம்னா கைமாத்து வாண்டி நடத்துறது நல்லதுதான். எனக்கு கொஞ்சம் அர்ஜெண்டு. அதான் வீட்டு பிரமாணத்தை குடுத்திட்டியண்ணா வாங்கிட்டு போவலாம்னு வந்தேன். மொவன் வால்டரு மெட்ராசுக்கு போறான்"-அவர் எந்த இழுவையும் இல்லாமல் பேசி முடித்து கொண்டார். ஜெபமாலை கொடுத்த காபியை விட்டு விட்டு குடித்தார்..

"கண்டுராக்கு மன்னிச்சிரணும்... வீட்டடி பிரமாணம் எல்லாம் தரமாட்டோம்.... வாங்கிய கடனை முதலும் வட்டியுமாட்டு ஆறேழு மாசத்துல தீத்துடலாம்..."

"ஆரது... ஓ... மேரி மக்களா...என்ன மக்கா... நீ போவலியாக்கும்... விருந்து நல்ல ருசியோ"

அவருடைய பேச்சில் எளக்காரம் தெரிஞ்சது.

"எனட்ட இநத் எளக்கார பேச்செல்லாம் வேண்டாம். அப்பனுட்ட இருந்து எதையாவது வஞ்சிச்சிட்டு போலான்னு பிளானு இருந்தா கண்டுராக்கு மாமன் அந்த எண்ணத்த மறந்திரணும்".

- அவள் குரல் தட்டுபடாமல் அவரை நோக்கி பாஞ்சது. சுருட்டையான நரையோடு தேங்காய் எண்ணை விரவி குளைச்ச தலைமுடிக்குள் வலக்கை விரலை நுழைச்சி குலைச்சார். கொஞ்சம் கொஞ்சமாய் கோவம் கண்ணுக்குள் தெரிய தொடங்கியது. துணி வெளுப்பு பஞ்சுட்ட இருந்து அவனுக்க கொஞ்சம் - நஞ்சம் இருப்பிடத்த ஈவிரக்கமின்றி எழுதி வாங்கிய கடந்த காலம். முடிவெட்டு மேஸ்திரி பாக்கியத்தை கடைய விட்டு வெரட்டி தள்ளி ஒண்ணர சென்டு வஸ்துவுல கை வச்சது. நாவியன் வண்ணான்னும் ஒட்டி பிழைக்கிற பாவபட்டதுவளுட்ட உள்ளத எல்லாம் தந்திரமாட்டு பேசி சூது செய்து வளைச்சி போட்ட காலகட்டம் ஈரக்குலையை வெட்டி பிளந்தது.

"மேரி... என்னப்பத்தி கொப்பன் குருசுமிக்கேலுட்ட கேட்டியா.. நல்லா தெரிஞ்சுதான் வேளத்த விடுறீயாக்கும்..."- அவர் செறஞ்சிட்டே பேசினார். மேரி நடுங்கவில்லை.

"நல்லாத் தெரியும் மாமோய்.... ஓமக்க நல்லதுக்குதான் சொல்லியேன். பாவபட்டதுவள சூதுவாது செய்து எடுத்து வளச்சி போட்டது போதும். வயசும் ஆவுது. உள்ள பாவம் முழுக்கவும் சேத்து வச்சாதேயும். ஏழெட்டு மாசத்துல ஓமட்ட பட்ட கடனுக்கு வட்டியும் பலிசையும் வந்து சேரும். ஈரக்குலைய கலங்காம வச்சிட்டு வீடு போவும்"

- அவள் அவருக்கு முன்பாய் இருந்த தட்டில் இருந்து அரிமுறுக்கை எடுத்து கடிச்சாள்.

இடவாடு இஸ்ரேல் கண்டுராக்கு எழும்ப முடியாமலே இருந்தார். கூச்சமும் பொட்டபுள்ளைக்க அறிவுரையும் தேகத்துல வெசர்ப்புகளாய் கொதிக்கவச்சி வழிஞ்சது. குருசு மிக்கேலும், பெஞ்சாதி ஜெபமாலையும் "இந்த குட்டி வெனைய வருத்தி வச்சிட்டுதான் போவா போலிருக்கே" என்று மனசு கலங்கினர். ஊருக்குள்ள நல்லது கெட்டதுன்னா இடவாடு இஸ்ரேலு கண்டுராக்கு கிட்டதான் போயி நிக்கணும். இவளுக்க திமிர் பேச்சு கலங்கடிச்சுதே..."அவர்கள் ஒருபாடு ஒப்புராளப்பட்டனர். "இது நாள் வரைக்கும் தன்னை அண்டி வந்த வண்ணான். நாவியன் மட்டுமில்லாமல் தனக்க சொக்காரன் மாரகூட உறிஞ்சி வஞ்சிச்சதுக்கு இதுதான் முற்றுப்புள்ளியோ..." இடவாடு இஸ்ரேல் கண்டுராக்கு பைய்ய எழும்பினார். பருத்த குண்டியும் இடுப்பும் விரிஞ்ச மார்பும் வாய் கிழிய பேசும் குல பெருமையும் மேரிக்க முன்னால் கமந்து தொங்கியது. வீட்டை விட்டு நடையிறங்கினார். முற்றத்தில் அரக்க பரக்க எதிரே வந்தான் பூவாசு கொத்தன். அவர் சொல்லுக்கு ஏற்ப வளைஞ்சி கொழைஞ்சி கொடுப்பவன்.

"கண்டுராக்கே..."

- ஒண்ணும் மனசிலாகாமல் அவனை செறஞ்சார். 'என்னல இழுக்குறே... வேளத்த சொல்லி தொலை' சீறினார்.

"நம்ம... நம்ம... வால்டரு மோனுக்க மோட்டார் பைக்குல கேரள பஸ் மோதிட்டு... இப்ப திருவனந்தபுரம் கொண்டு போயிருக்கு...."

மேரியின் வீட்டு முற்றத்தில் சாணாங்கிடையா வெசர்ப்போடு பருத்த சரீரத்தோடு சாய தொடங்கினார் இடவாடு இஸ்ரேலு கண்டுராக்கு.

வீட்டு நடைய தாண்டி ஓடி போய் அவரை தாங்கி பிடிச்சார் குருசு மிக்கேலு. மேரியின் கண்ணில் பட்டது. தவப்பன் குருசு மிக்கேலு நிமிர்ந்து நிக்கியது இப்ப!. ●

கெட்ட குமாரத்திகள்

குச்சங்காளி நாலஞ்சி வச்சி உருட்டு வண்டி செஞ்சனர் தாமசும், அஞ்சு குட்டியும். இரண்டு குச்சங்காளியை முதலில் ஈக்கில் கொருத்து இன்னொரு குச்சங்காளியில் இரண்டு ஈக்கலை குத்தி முக்கோணமாக்கினர் அந்த ஈக்கலின் அடுத்த முனைகளை முதலில் பொருத்திய குச்சங்காளிகளோடு குத்தி சொருகினர். வண்டி ரெடியாயிட்டு. அஞ்சு குட்டி ஓல எலக்க எடுத்திட்டு வந்து முடிச்சி போட்டு துஞ்சிலை கட்டி அதை இழுத்தாள்.

"ஏய்.. வண்டி குட வண்டி குச்சங்காளி வண்டி

ஏலாக்கர குளத்தங்கர போற வண்டி

ஏமாந்த பயல் தாமசுக்க குண்டி....."

"கூய்... கூய்....."

அக்கம்பக்கத்து வீட்டு சின்னதுவ யெல்லாம் வண்டிய இழுத்துட்டே ஓடியது. தாமசு, அஞ்சுகுட்டி பெற மோடி துரத்தியோடினர். முற்றத்துல அச்சி... குச்சி. விளையாடிட்டிருந்தனர். வெள்ளையன் சிபுவும், பாலு பயலும். மண்ணை அப்படி அழஞ்சி போட்டுட்டு எழுந் திரிச்சி ஓடினர். வாடாமலர், பாத்திமா, ஆண்டனி, ஆப்ரகாமுன்னு தாறுமாறாட்டு

சுத்தி சுத்தி வெளையாடினர். பள்ளி லீவும், வெக்கை காலமுமானதால் பிள்ளையளின் ஓட்டமும் சாட்டமுமான களியில் முற்றத்து மண்ணு புழுதியாய் பறந்தது.

அப்பச்சி நேரியலை எடுத்து தோள்ல போட்டார். கதர் ஜிப்பாவும், முண்டும் உடுத்தியிருந்தவரின் இடக்காதில் சின்னதாய் பவுனில் கடுக்கம் மினுங்கியது. வெளறிப்போன நரைமுடியும், பழுப்பு நிறம் பட்ட கருவிழி படலமும் தூச்சத்தையொன்னும் இன்னும் குறைச்சிடவில்லை. செவத்த தேகத்திலும் தெடம் பற்றி இறுக்கிய முறுக்கு வடமாயிருந்தது. திண்ணைக்கு வந்தவரு படிகட்டுல எறங்கி கறுத்த தோலு செருப்பை காலுக்குள் சொருகினார். கக்கத்தில் கச்சேரி கோர்ட்டு கேசு கட்டை எடுத்து வச்சிருந்தார். வீடிறங்கியவர் ‘சூசையப்பரே....’ என்று பெருமூச்சை இழுத்து விட்டார். ரோட்டைப் பாத்து நடந்தவரை குறுக்கும்- மறுக்குமாய் வந்து தடுத்தனர் அஞ்சுகுட்டியும், தாமசுபயலும்.

‘அப்பச்சி... மோதகம் வாங்கிட்டு வா...’

‘செரி... செரி மக்களே....’- அவர்களை விலக்கி விட்டவர் நடந்தார்.

‘மக்களே... போயிட்டு வாரேன்... வரும்ப மோதகப் பொதியோடு வாரேன்’

-கேட்டை இழுத்து சாத்தி கொண்டியை போட்டார். இரும்பு கேட்டின் ‘கிரீச்’ சத்தமும் கொண்டி விழும் ‘ணங்’ ஓசையும் புழுதி காத்திலும் வெளியே கேட்டது. இப்போதெல்லாம் அப்பச்சிக்கு மறதி கூடிப்போச்சி.. அதனால தேதி, கெழமை, நாளு எதுவும் ஓர்மையில் தங்குவதில்லை.

‘அப்பச்சி... சனியாச்சியுமா காலத்த எந்த பக்கம் நடையாக்கும்’- எதிரே வந்த ஏசுவடிமை கேட்டதும்தான் மனசுக்குள்ள ஒறச்சது. ஒரு எட்டடி தூரம் எடுத்து வச்சவரு அவனுக்கு பகரம் செல்லாமல் வீட்டுக்கு திரும்பினார்.

தாமசு செஞ்ச குச்சங்காளி வண்டிய மற்ற பிள்ளை யெல்லாம் பிரிச்சி எறிஞ்சனர். பெறம வீட்டுக்காரன் வெள்ளையன் மொவன் சிபுவும், குஞ்சனுக்க மொவள் வாடாமலரும், செல்விகுட்டியும் சேர்ந்து ஒண்ணுக் கொண்ணு கட்டி பிடிச்சி அடிபிடி நடத்தினர். அச்சி குச்சியும், தொட்டு விளையாட்டும் விளையாடிய மண்ணு புழுதி புகையாய் கிளம்பியது. அது அப்பச்சி கண்களில் தூசியாய் படர அவர் கனச்சிட்டே நடையேறினார்.

கடம்பு கட்டிலும், அதன் கிட்டே கிடக்கும் சாய்வு நாற்காலியும்தான் அவருக்குள்ள ஆசுவாசமான இருக்கையும், படுக்கையும். கட்டில்ல நீண்டு மல்லாந்தார்னா ஒறக்கம் தானாய் தழுவும். சாய்வு கசேரியில ரெண்டு கையையும் மடக்கி தலமாட்டில வச்சிட்டு உத்திரத்தையும், கழிக்கோலு, சட்டம் பின்னலை பாத்துட்டு கிடப்பவருக்குள் ஆழ்ந்த யோசனை புகும். என்னென்ன செய்யணும்... எங்கெங்க போவணும். இதுக்கெல்லாம் அந்த சாய்வு கசேரி இருப்புதான் ஆலோசனை கொடுக்கும்.

நாலு கட்டு வீட்டில் தான் அவருடைய தாமசம் எழுவத்தெட்டு வருசமாட்டு இருக்கு. பிறந்து தவழ்ந்து விளையாடிய பால்ய காலம் தொட்டு துள்ளிச்சாடி திரிஞ்ச செறுப்ப பிராயம், வாலிப வயசெல்லாமே இந்த வலிய நாலு கட்டு வீட்டில்தான். இப்பவும் அவருடைய காலம் இங்கேயே கடந்து போவுது. காமராசரும், கக்கனும் கூட்டாய் வரும் போது மெம்பரு கண்ணயன் வீட்டில சில மணி நேரம் தங்கியதுண்டு.

அப்பவெல்லாம் அப்பச்சி செறுப்பக்கார பிள்ளை யாட்டு இருந்த காலமது, கண்ணையன் மெம்பருதான் தவப்பன். நீதியில் நின்று வழுவாமலும், நேர்மையில் நிமிர்ந்தும் பாரம்பரியமாய் கோலோச்சி கொண்டிருப்பது தான் கண்ணையன் மெம்பரின் தரவாட்டு சரித்திரம். அது இன்னுவரைக்கும் அப்பச்சிய தொட்டு நீடிக்குது.

'அப்பச்சி... இன்னு சனியாச்சன்னு தெரியாம கச்சேரி

கோட்டுக்கு போனியளே...'- தாமசும் அஞ்சுகுட்டியும் தமாசு செய்தனர்.

'செரி மக்களே பெயி விளையாடுங்க... சாயந்திரம் சாமியப்பன் காபி கடைக்கு கூட்டிட்டு போறேன்....'

-அவர்கள் வெளியே சாடியோடினர். அப்பச்சி சாய்வு கசேரியில் அப்படியே மலந்தார். கைய ரெண்டையும் மடக்கி தலமாட்டில் வச்சவரின் பார்வை வழக்கம் போல நடு வீட்டு உத்திரமும், கழிக்கோலு, பின்னலுமான மோட்டில் பதிஞ்சது. காலம் வேகமாய் உருண்டோடி போகும் போக்குடையதாயிருந்தது. அதை தடுத்து நிறுத்திட முடியாது. அத்தோடு மாற்றத்தையும் கூட, மாறும் காலமானது ஒப்பனை பூசிவிட்டு போவும். எதையும் தடுக்கவோ, நிறுத்தவோ கூடிய வலுவெதுவும் மனுசனிடம் இல்லை. சாய்வு கசேரியில் தலை சாஞ்சவர் கொஞ்சம் நிமிர்ந்தார். எதிர் சுவரில் காமராசர் கறுப்பு வெள்ளையில் சிரிச்சார். எதையுமே நாடாதவருக்கு கடைசியில சாவுக்கு மாத்திரம் வச்சிட்டு போனவரு, நாட்ட வளப்படுத்தியதுக்கு தன்னை வெலி குடுத்த உத்தமராசா. அப்பச்சி மனசுக்குள் காலம் விழுங்கிய கறுப்பு அப்பச்சி நினைவாய் மலர்ந்தார். சுவத்தை உத்து பார்த்து கும்பிட்டார். அவருடைய மரியாதை அன்னு முதல் இன்னு வரை அவருக்கு மாத்திரமே தொடரும் பழக்கமாகும்.

இந்த மண்ணுல மலையும். வளமுமாய் விரிஞ்சி கிடந்த காலமுண்டு. ஆனா இன்னு பாதி மலைய காணமுடியல. அரசியல் கள்ளன்மாருக்க கூட்டுகாரனெல்லாம் சேர்ந்து வெட்டி பிளந்துட்டு வெட்ட வெளியாட்டு ஆக்கி போட்டிருக்கானுவ. கேக்கியதுக்கு நாதியில்ல. கேட்டாலும் குத்தி கிழிச்சிட்டு போற கொலகாரக் கூட்டமா தாயோழிமார கொடுங்காலம் மாத்தி இருக்கு. அன்னத்த ஜென்மம் மாறிப் போச்சி. எத்தன எத்தன குளம் கடல போல விரிஞ்சி கிடந்து. பீக்கறி நாக்கறி பயலுவ அதையும் விழுங்கி போட்டானுவ. மழை இல்ல, ஒழுங்கான

காத்தும் இல்ல. எல்லாமே போச்சி. காமராசரின் படத்த பாக்கும் போதெல்லாம் அவருக்குள் இப்படி ஒப்புராளம் முட்டும்.

மறுபடியும் சாய்வு கசேரியில் சாஞ்சார். வவுறு போச்சது மாதிரி இருந்தது. கண்ணம்மை ஜீவனோட இருந்தான்னா பதினொரு மணிக்கெல்லாம் இந்த எடத்துல நூறு முட்டன் அவிச்சகிழங்கும், கருப்பட்டி காப்பியும் சூடு பறக்க வந்திரும்.. அவா மரிச்சு மூணு வருசமாச்சி. அதுக்கு பெறவு அவருடைய தீவன திட்ட மெல்லாம் குலைஞ்சி போச்சி. அவரபத்தி ஆருக்கும் எந்த சங்கடமோ, நெனப்போ ஓனப்போ இல்லை. ரெண்டு மூணு நாளாட்டு தலதோசம் மூக்கடைப்பு வருத்தியது. வழக்கமான மூக்கு பொடிய போட்டு சளிய தும்மி தும்மி வெளியேத்துவாரு. இல்லன்னா ஆடா தோடாவும், கருநொச்சி தழையும் போட்டு கொதிக்க வச்சி ஆவிபிடிப்பாரு. அப்ப ஒடம்புல லேசா சூடு அடிச்சா சோர்ந்து போய் கெடப்பாரு.

‘ஆண்டவரே கெடையில போட்டு ஆரையும் பீயும், மோளும் வாரவச்சிடாதேயும்... படக்குன்னு எடுத்துரும். கொள்ளு பேரன் பேத்தி யெல்லாம் பாத்தாச்சு. இன்னும் எதுக்கு இந்த உசுர விட்டு வச்சிருக்கிறீரு...’

வெளிப்படை யாகவே புலம்பிடுவாரு.

அந்த புலம்பலெல்லாம் அந்த வீட்டு சுவரும் ஓட்டு வாரியலும் கேட்க தவறியதில்லை. இந்த கொடுங்காலத் தோடு அவர் ஈடுகொடுக்காம பரம்பரையா நீதி வழுவாம வாழ்ந்தாச்சி. ஆசுபத்திரி சிகிச்சைக்குன்னு போனா ஜீவன மாத்திரம் இல்ல, எல்லாத்தையும் புடுங்கிட்டு சடத்த மாத்திரம்தான் திருப்பி அனுப்புவானுவ. வயசு காலமில்லியா சரீரம் முழுக்கவும் குத்திவச்சி மருந்து- ஊசிகளை ஏத்திட்டு கடைசியில் கல்லறைக்குள்ள அடக்கியதுக்குத் தான் அனுப்புவானுவ. வந்துட்டே இருக்கிற தலமுறையும் பணத்த மாத்திரமே தின்னுற பிறவியளாய் மாறி போனது

கண்டு ஒருவாடு சங்கடமுண்டு அவருக்குள்.

இன்னுவரை கொஞ்சம் கெதியா இருக்காருன்னா அதுக்கும் காரண முண்டு. எல்லாம் கண்ணம்மைக்கைகப்பக்குவத்து தீவனத்தோடு அவள் கொடுத்த ஆதரவும்தான். தலதோசம், இருமலுன்னா சுக்கு, நல்லமிளகு, திப்பிலிய ஒரல்ல போட்டு இடிச்சி சதச்சி பொடியாக்கி கருப்பட்டி காப்பியில கலந்து குடுப்பாள். தேகத்துல தரிப்புன்னா கொண்டகட்டி வைத்தியரு கொடுக்கிய சர்வரோக நிவாரணி தைலத்தை தேய்ச்சி இழுத்து விட்டுட்டு, எளஞ்சூட்டுல குட்டுவத்துல வெண்ணி அனத்தி போடுவாள். ஜீவனோட கண்ணம்மை இருக்கும் காலம் வரைக்கும் ரெண்டுவருக்குமான காதலுக்கு நரைப்பு தட்டியதே இல்லை. இன்னும் கூட அவளோடு கூடிய நேசம் குறைஞ்சி ஒண்ணும் போயிடவில்லை.

அப்பச்சியின் மூத்த மொவன் ஞானமுத்துக்கு மெட்ராசுல இன்ஸ்பெக்டரு ஜோலி. ரெண்டு மோளுவ அவனுக்குண்டு. ஒருத்திக்கு கலியாணம் முடிஞ்சிட்டு. ஞானமுத்து தாத்தாவாகி விட்டாலும் அப்பச்சிக்கு அவன் இன்னும் சின்ன மொவனாட்டுதான் இருந்தான். மேட்ராசிலேயே குடும்பமாட்டு தாமசிப்பு. எப்போதாவது வந்துட்டு போறதுண்டு ரெண்டாவதுகாரன் முடியப்பன். மண்டையில படிப்பு ஏறல. பத்தோடு சரி. மேட்டுக் கடையில பலசரக்கு கச்சோடத்தை தொடங்கினான். அன்னு அவன் ஆரம்பிச்ச அந்த கடைதான், இப்ப வலுத்ததொரு அங்காடியாட்டு மாறியிருக்கு. முடியப்பன் மொவன் பேதுருதான் காலத்துக்கேத்த மாதிரி மாத்திட்டான். அவனுக்கு கல்லியாணம் முடிஞ்சி தாமசும், அஞ்சுகுட்டியும் ஜெனிச்சனர். அப்பச்சிக்கு அதுவள கண்டால் மனசுக்குள்ளாடி குதூகலம் துள்ளும். எப்பவும் அப்பச்சி அப்பச்சின்னு சுத்தி சுத்தி வரும். கொள்ளு பேரன் பேத்தியள தூக்கி வச்சி ஒய்யாரமாட்டு பவுறுல காமராசரை போலவே சிரிப்பாரு அருளப்பரு அப்பச்சி.

தக்கலை கோர்ட்டுக்கு போயிட்டு வரும் போதும் செரி, வெளியில எங்காவது போயிட்டு திரும்பி வந்தாலும் வடக்கன் சாமியப்பன் கடையில இருந்து மோதக பொதியோடுதான் வூட்டுக்கு திரும்புவாரு. பிள்ளையளும் அப்பச்சியை கண்டதும் ஓடிபோயி அவருக்க கையிலிருக்கும் பொதியை பறிக்கும். ஒரு நாளு பேரன் பேதுரு பெஞ்சாதி நேரடியா சொல்லிட்டா. 'அதுவளுக்கு கள்ள பண்டம் வாண்டி குடுத்து கெடுக்காதீங்க... அப்பச்சி. அவருதான் அதுவளுக்கு தெனம் ராத்திரி, கேக்கு அது இதுன்னு வாங்கிட்டு வாராருல்லியா... நீங்க எதுக்கு வேஸ்டா...' ஒரு மாதிரியா மொகத்துக்கு எதிராய் நின்னு பேசிகொண்டே ஞாயிற்று கிழமை இட்லியையும், இறச்சியையும் அவருக்கு முன்னாடி வச்சிட்டு, குண்டிய திருப்பிட்டு போயிட்டாள். அப்பச்சிக்கு ஒண்ணும் மனசிலாகவே இல்ல. பிள்ளையளை கெடுக்கியதாட்டு செல்லிட்டு போறாளே...' அப்படியே சாய்வு கசேரியில் சாஞ்சார். சங்கடம் சல்லியமாக்கியது இருதயத்தை.

அவருக்கு தீவனம்னா அவிச்சி வெந்துருகி பிளந்து இருக்கும் புட்டுபோலபட்ட நூறுமுட்டனும், அதோடு நெத்தலியோ, சாளமீனையோ பத்தவச்சிய கறியாட்டு கொடுத்தா போதும். மனுசன் வயிறு முட்ட ஒரு பிடி பிடிப்பாரு. அதோடு கருப்பட்டி காப்பியும் குடிச்சிட்டு வீட்டடியை சுத்திட்டே வருவாரு. விருட்சங்களின் மூட்டுல குருத்து முளைச்சி கிடக்கிய புல்லு பூண்டுவள கெளச்சியதுக்கு நம்பட்டிய பிடிச்சாருன்னா உச்சை தாண்டும். கெழங்கு மீனு மாத்திரமில்லாம பயிறு உழுந்தங்கஞ்சியும் அவருக்கான பசியாத்தும் ஆகாரமாகும். கண்ணம்மை இருந்த காலமெல்லாம் அவர் விரும்பிய இதெல்லாம் கிடைச்சிட்டேயிருந்தது. ஆனால் இன்னு அவர் மக்கமாரின் வளையத்துக்குள்ளாடி ஆயிட்டாரு. எதுவும் அவர் கேட்பதில்லை. இந்த காலத்து தீவனம் எதுவும் அவருக்கு பிடிப்பதுமில்லை. எப்போதாவது எளைய மொவன் வஸ்து கச்சோடகாரன் மோசே வூட்டுல இருந்து கிழங்கும் மீனும் கிட்டுவதுண்டு.

அப்பச்சிக்கு பிடிச்சது அவருக்க பிள்ளையகளுக்கு பிடிச்சாம போனது. பேரபிள்ளையள் கூட ஊருக்கு வருவதையும், அப்பச்சிட்ட வந்துட்டு போவதையும் பிடிச்சாம நாரோலுக்கு சுத்த போறதும் சினிமாவுக்கு போறதுமாட்டும் தான் நேரம் போக்கிட்டு இருந்தானுவ. அப்பச்சிக்கு எல்லாம் தன்னைவுட்டுட்டு போய் விட்டதோன்னு ஏக்கப் பெருமூச்சு, அப்பப்ப இழுத்து விடுவாரு மனுசன். ஒலகத்தில் தான் மட்டும் தான் இப்படியா? என்ற நெனைப்பு வேறு. இருந்தாலும் அவருடைய காலமானது கடந்து கொண்டே போனது. அவர் பழைய மனிதனாய் மாறியதால், புதிய தலை முறைகள் அவரைக் கண்டுகொள்ளாமல் ஒதுக்கியது குருசாணியில் ஏத்தியது.

நட்டாலத்துல கெடக்கிய நாலு ஏக்கர் வஸ்துவுக்க மேல எப்பவும் அவருக்கு இஷ்டம். பனையளும், கொல்லாவு மூடுவளுமாய், மாவு, பிலாவு, பாஞ்சின்னு விருட்சங்களாய் பரந்து கிடக்கும் பூமியது. தெக்குல இருந்து வீசும் காத்துல ஒரு காலத்துல கண்ணம்மையோடு நெடுநேரம் மாடத்து பெரையில் இருந்து கதையளப்பாரு. பொழுது போறது எதுவும் தெரியாது. முழுக்கவும் கடலாளியும், கள்ளிச் செடியும், சப்பாத்தியுமாய் விளையின் நாலாபக்கமும் வேலியிருக்கும். மழை பெஞ்சி ஓஞ்சி போனால் வெக்கை படரும் காலங்களில் வேலிபூக்கள் மலரும். சப்பாத்தி முள்ளெல்லாம் அல்லிபூக்களாய் வெண்ணிதழ் விரிச்சி பூத்து சொரிஞ்சி கிடக்கும்.

அந்த பூக்களை அப்பச்சியும், கண்ணம்மையும் பாத்து பாத்து ரசிச்சதுண்டு. நட்டாலம் வஸ்துவுக்குள்ள ஒரு பக்கமாட்டுதான் கண்ணம்மையின் கல்லறகுழி. கருத்த பளிங்கு கல்லால மூடப்பட்ட அதை பாக்கும்போதெல்லாம் துக்கம் முட்டி நிப்பாரு. அதே குழிக்குள்ளதான் தன்னையும் போட்டு மூடணும்னு பிருதுவளுட்ட இன்னு வரைக்கும் வாய்பாறிட்டே இருக்கியாரு. ஜீவன விட்ட பெறவு என்ன நடக்க போவுதோ ஆருகண்டா? கொடுங்

காலமாய் மாறிப்போன ஒலகத்துல நரமுடி வயோதிய மாருக்கு மரியாதையே இல்லாம போச்சி. எதுவும் பேச முடியாது. வாயை மூடி, மனசை விட்டு சாட நெனச்ச வர்த்துவானத்துக்கு பூட்டு போட்டே பழகிட்டாரு.

வெட்டி முறிச்சான் குளக்கரையை தொட்டு கெழக்கு பக்கமாட்டு கிடந்த ஏலாவும், வாய்க்காலும் இப்ப இல்ல. அவரு கண்ணு முன்னாடியே அட்டபெட்டிய அடுக்கி வச்ச மாதிரி மட்டுபாவு வீடுகள் மொளச்சி நிக்குது. எவ்வளவோ சொல்லியும் மோனுவ கேக்காம கொடுத்த ரெண்டு ஏக்கரு வயல்வெளியெங்கும் இப்படி சீட்டு கொட்டாரமாய் நிமிர்ந்து நிக்கிய மட்டுபாவுகளை பாத்து மனசு குமுறுவதுண்டு. எல்லாம் காலக்கடவுளின் நாக்கு முழுசாய் விழுங்கும் புதிய மாற்றம் செறுக்கவோ தடுத்து நிறுத்தி முடக்கவோ முடியாது.

எழுவத்தெட்டு வருசத்துக்கும் மேல இன்னும் உருண்டோடி போவும் காலத்தின் கோலத்தையெல்லாம் அவர் பார்த்து கொண்டிருக்கிறார். அப்பச்சி தாமசிக்கும் வலிய வீடு. நாலுகட்டு வீடாட்டு எழும்பி நிமிர்ந்து நிக்கும் பெருந்தரவாடு. சுத்தம் -பத்தும் புதுசு புதுசாட்டு பங்களாவாட்டு மாறிட்டே இருந்த காலத்துல இன்னும் பழங்காலத்தை ஞாபகமூட்டி கொண்டு நிற்க்கிறது வலிய வீடு.

மோளுவ - மோனுவன்னும் பேரன்- பேத்தின்னும் பிருதுகள் சாடி மறிஞ்சி திரிஞ்ச பெரும் வீட்டுக்குள் மழை காலமெல்லாம் உள்ளே வந்து விழும் அதன் பாட்டை கேட்ட அப்பச்சியின் காதுக்குள் இப்பவும் கூட அதன் சத்தம் கேட்பதுண்டு. நடுவீட்டை தொட்டுதான் வெளியெங்கும் உள்ளே தெரியும் மழை விழும் நாலுகட்டு.

அருளப்பன் அப்பச்சி பூமுகவாசலில் கிடந்த சாய்வு கசேரியில் சாஞ்சி கிடந்துட்டே ரோட்டை பார்த்தார். ஒரு காலத்துல சாரோடு சிவனேசன் மாட்டு வண்டியில தான் காரவிளை தென்னம்புரையிடத்து தேங்காயை

எல்லாம் வெட்டி குவிச்சி கொண்டு வருவான். இப்ப வெல்லாம் அதுவும் இல்ல. மூணாவது மொவள் மார்க்கிரட்டுக்கு சீதனமாட்டு காரவிளையை எழுதிக் குடுத்தாரு. இன்னு அவருடைய கைய விட்டு போயிட்டு. தென்ன மூடையெல்லாம் வெட்டி மாத்திட்டு, அந்த எடத்துல புதுசாய் உருவாகியிருந்தது மோட்டார் சைக்கிள் கம்பெனி.

அந்த விளையை அப்படியொரு கோலத்துல அவர் பாக்கும் போதெல்லாம் உள்ளுக்குள் ஓராயிரம் ஈட்டிகள் குத்தும். ஒருபாடு சங்கதிகள் வந்து ஓர்மையில் முட்டும்.. கண்ணை முடி கிடந்தவர் எதிரே வந்து நின்றனர் மூணாவது மொவள் மார்க்கிரட்டும், எளையவள் கண்டன்விளை எலிசி வாத்திச்சியும்.

'பப்பச்சிக்கு பிள்ளைய வந்துருக்கியது... கண்ணுல தெரியுதா...' -மார்க்கிரட்டு கேட்டாள். கையில் தூக்குவாளி பாத்திரம் தொங்கியது. அவருக்கு பிடித்தமான நூறு முட்டனும். பத்த வச்ச சாள, நெத்தலி மீனு கறியும் அதுக்குள்ளிருந்தது.

'ஆ...'- அப்பச்சி கண்ணு முளச்சி கொண்டார்.

'பப்பச்சிக்கு தேகத்துக்கு முடியலையோ'

'பப்பச்சிக்கு தேகத்துக்கு முடியலையோ...'- எலிசி அக்கறையாய் கேட்டாள்.

'ஒண்ணுமில்ல மக்களே... வயசு ஆவுதில்லியா...' அவர் பெருமூச்சை இழுத்து விட்டவாறே நிமிர்ந்தார்.

'பப்பச்சிக்கு பிடிச்ச கெழங்கும் மீனும் இருக்கு.. உச்சைக்கு தின்னுட்டு கெதியா இருக்கணும்...'

-மார்க்கிரட்டு கொண்டு வந்ததை ஞாபகமூட்டினாள்.

'ஓ... உச்ச ஆயிட்டோ...'

'ஆமா...'

‘இப்ப எதுக்கு மக்களே கெழங்கு மீனெல்லாம்... எனக்கு நேத்துல இருந்து ஒண்ணும் எறக்கமில்ல... எரணம் முட்டிபோச்சி’ -அவர் சலிச்சி கொண்டார்.

‘அதான் கேட்டேன். பப்பச்சிக்கு தேகத்துக்கு முடியலையான்னு...’- மார்க்கிரட்டு ஒடப்பரந்தாள் எலிசி வாத்திச்சியின் முகம் பார்த்தாள்.

‘பப்பச்சி... நம்ம நட்டாலம் வஸ்து இருக்கில்லியா....’

‘ஆமா... அதுக்கு என்ன இப்ப...’-அவர் மார்க்கிரட்டை உழிஞ்சார். ‘அது வழியாட்டுதான் ஆறுவழிச்சால வருதாம்... நல்ல வெல வாங்கி தாரேன்னு எனக்க வீட்டு காரருட்ட முடுதம் பாக்கியம் செல்லி விட்டிருந்தாரு... அந்த சூத்திரன் மாதவனுட்ட கேசு அது இதுன்னு பப்பச்சி அலஞ்சது போதும். அனக்கம் காட்டாம எல்லாத்தையும் ஒழிப்பிச்சி கெடைச்சிய வெலைக்கு குடுத்துருவோம்...’

-அருளப்பன் அப்பச்சி தூக்குவாளியை தள்ளி வச்சார்.

‘இப்ப அதுக்குத் தான் வந்தியளோ...’

‘ஆமா பப்பச்சி... அந்த விளை மாத்திரம் இல்ல. நீரு தாமசிக்கிய இந்த வீட்டையும் குடுத்திருவோம்...’ - எலிசி துடிச்சாள்.

‘பொன்னு மக்கமாரே நீங்க எல்லாம் ஜெனிச்சு வளந்து துள்ளி மறிஞ்சி திரிஞ்ச வீடாக்கும் இது. அக்கானியும், மண்ணும், சுண்ணாம்பும் குழச்சி கட்டுனது. இது வெறும் சுவரும், கல்லும் மாத்திரம் இல்ல. அதுக்குள்ள சிநேகமும், பாசமும் வலுத்த அன்பும் நெறஞ்சி நிக்குற வலியவீடாக்கும்...’

அவருடைய பேச்ச இரண்டு மோளுவளும் காதுக் குள்ளாடி மாத்திரம் வாங்கிட்டு எதையும் மனசிலாக்கி கொள்ளாமல் அங்குமிங்குமாய் பார்வையை மேய விட்டனர். அப்பச்சிக்கு எல்லாம் மனசிலாகியது.

‘பப்பச்சி... பழய கதயெல்லாம் பேசுற காலமா இது. பல வருசமாட்டு எல்லாரும் வாழ்ந்து முடிஞ்ச வீடுதானே. பப்பச்சிக்கு கெடக்கியதுக்கும், தின்னியதுக்கும் ஒரு முறி மாத்திரம் போதாதாக்கும்... இத்தன வலிய வூட்டுல தனிச்சி கெடந்து என்னத்த இனி சாதிச்ச எண்ணமாக்கும்...’-எலிசி பேயாட தொடங்கினாள்.

‘எனக்க மோளே நீ செறுப்பத்திலேயே இப்படித்தான். ஒரு காரியத்த நெனச்சா நடக்குற வரைக்கும் விடவே மாட்டா... வந்த காரியம் எனக்கு மனசிலாயிபோச்சி...’-மொகத்தில வழிஞ்ச வெசர்ப்பு துளிகளை தோளில் கெடந்த நேரியலை எடுத்து தொடச்சார்.

மார்க்கிரட்டும் தனக்க ஒடப்பரந்தாள் எலிசிக்கு சாதகமாய் முகத்தை திருப்பி வச்சிருப்பதை அப்பச்சியின் பார்வையானது கவனிக்க தவறவில்லை. அருளப்பன் அப்பச்சி எல்லாருக்கும் சேர வேண்டிய வஸ்துவளை யெல்லாம் இன்னாருக்கு இதுன்னு உயிலு எழுதிட்டாரு. இப்ப இருக்கியது வீட்டடி அறுவத்தஞ்சி சென்ட்டும், நட்டாலத்துல கெடக்கிய வஸ்துவும் தான். அது கண்ணம் மைக்கு கெடச்ச கல்லியாண சீதனம். கண்ணம்மையின் கல்லறை அங்குதான் உள்ளது. அந்த கல்லறைக்குள்ளாடி தனக்க சரீரமும் விழணும்னுதான் அவரோட ஒருபாடு எதிர்பார்ப்பு.

ஆனால் இன்னைக்கு ரெண்டு மோளுவளும் ஜீவன பிடுங்கியதுக்குன்னே வந்து இருப்பதை உணர்ந்தார்.

‘பப்பச்சி இஷ்டப்பட்டு தின்னிய கெழங்கும் மீனும் இருக்கு.. தொட்டு பாக்காம அப்படியே வச்சிருக்கிதிய... எடுத்து தின்னும் பப்பச்சி...’ அவருடைய தோளின் கிட்ட போயி நின்னாள் எலிசி.

மார்க்கிரட்டு பாத்திரத்தின் மூடியை திறந்து வச்சாள். மீனும் - கெழங்கும் கண்டா அப்பச்சியின் நாக்குல எச்சி ஊறுவதுண்டு. மோளுவ வச்சத கண்டும் வறண்டே கிடந்தது நாக்கு. ரெண்டுவவரையும் அவருடைய கண்கள்

பார்த்தன. இந்த காலத்துல எதையும் செறுக்க முடியாது. அவருக்கு தெரியும். நீண்ட பெரு மூச்சை இழுத்து விட்டார். அந்த கசேரியில் மல்லாந்தார், அப்படியே கண்ணயர்ந்தவரின் கண்ணுக்குள்ளாடியும் ஓத்ரவமாய் தெரிஞ்சனர் மோளுவ ரெண்டுவரும். ●

ரோசம்மையின் பெடக்கோழி

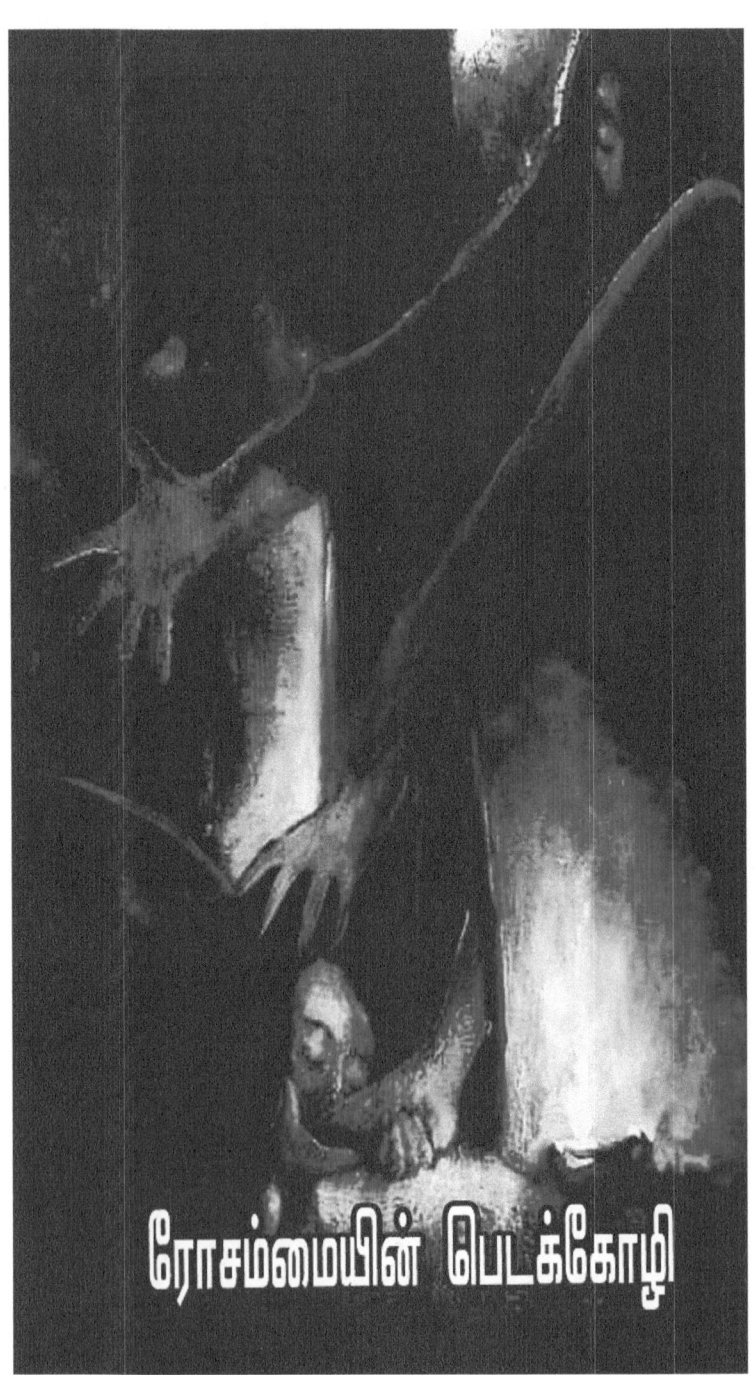

வெள்ளியாச்ச வழக்கத்துக்கு மாறாய் இருட்டியிருந்தது அந்தி. பனவிளையில உள்ள வீடுகள்ல எல்லாம் ஆறு மணிக்கே சிம்னி விளக்குகள் எரிய தொடங்கி யிருந்தன. மழைக்கச்சமும் அவ்வப்போது சுழல்காத்துமாய் வேறு அடிச்சது. வானம் இருண்டு கருநிறமாய் மாறி கிடந்தது.

பனவிளை முடுக்கு வழியாட்டு ரூத்தம்மாளும் பவுலும்மையும், யோர் தானுக்க பொண்டாட்டி சிலுவை யம்மையும் காலையிலேயே வேளி மலைக்கு போயிட்டு சுள்ளி வெறகு களை வெட்டி வித்துட்டு சேன இல பொதிக்குள் கிளாத்தி மீனுவளையும் இன்னும் கடைசியா மீன் சந்தையில வெல கொறைஞ்ச பொடி மீனு வளையும் வாண்டிட்டு வீட்ட நோக்கி வேகமாய் நடந்தனர்.

உம்மினியும், பெஞ்சாதியும் கொஞ்சம் பிச்சி பூவும் சந்தனமும் வாங்கிட்டு வேகமாய் பனவிளை முடுக்கில் நடந்தனர். திருவிதாங்கோட்டிலிருந்து கரீம் சாய்ப்பு பொண்டாட்டி சாய்ராவுடன் அதே பனவிளை முடுக்கில் நடந்தார். குப்ப கலர் நைஸ் சட்டையும், பாலீஸ்டர்

கிளாஸ்கோ பாரீன் வேட்டியும் கட்டி யிருந்த அவருடைய தோப்பியத்துல ஊதா நிற பேல்சியா மப்ளோர் ஒன்னு கெடந்தது, அது அவரை ஒரு கட்சி தலைவரை போல காட்டியது.. சாய்ரா அவரோடு ஒட்டி ஒரசி ஓட்டமும் நடையுமானாள். பனவிளை முடுக்கை ஒட்டியிருந்த கள்ளிச் செடிகளுக்குள் ஓந்தானும் தவளை யளும் குதிக்கிற ஓசைய கேட்டு கரீம் சாய்ப்பு டார்ச்சு லைட்டை தரையில் அடிச்சிக் கொண்டே சாமியாடிச்சி வீட்டை நோக்கி கால்களை வேகமாக்கினார்.

செல்லம்மையின் சடைமுடி ஈரமாய் குலைஞ்சி கிடந்தது. செவப்பு கண்டாங்கி சீலையில் கசவு கரை எட்டுமணி ராத்திரியில் தகதகத்தது. செவப்பு கண்டாங்கியும் நெற்றி திருநீறு பூசலும் நடுவில் குங்கும பொட்டுமாய் மாறி இருந்தவள் நீலி எசக்கியாய் தரித்திருந்தாள். மண்டகாட்டானும், பொண்டாட்டி ஞானப்பூவும் தலை குனிஞ்சி வணங்கினர். திருவிதாங்கோட்டிலிருந்து வந்த ஒரு சாய்ப்பு குடும்பத்தினர் செல்லம்மையை பார்த்து தலை வணங்கினர். குளத்தங் கரை புலம்பலு ரோசம்மை செல்லம்மையை பார்த்ததும் பறி கொடுத்ததை மீண்டும் பறிச்சே தீரணும்னு ஆத்திரத் தோடு கூடிய குமுறலுடன் செல்லம்மையின் சாணாங்கி மொழுவிய வூட்டு திண்ணையில் சுவரோடு சாஞ்சி யிருந்தாள். செல்லம்மை யின் வூட்டின் இன்னொரு பக்கம் மண்ணெண்ணெய் சிம்னி விளக்கு இருட்டில் தான் இருக்கிறேன் என்பதை காட்டி வெளிச்சமூட்டியது.

செல்லம்மையின் வூட்டின் வடக்கு பக்கம்தான் சுடலையும், யாக்கியும் சேர்ந்திருக்கும் கோவில். இருண்ட கோழிக்கூடு போல இருந்த அந்த சின்ன கோவிலுக்குள் ஒரு உண்டியல் பெட்டி சிறிய நெய்டப்பாவில் செய்யப் பட்டு வைக்கப்பட்டிருந்தது. ஒரு ஆள் மட்டும் கோவிலுக் குள்ள போக முடியும், போனாலும் குனிஞ்சு நின்னுதான் யாக்கிக்கும், சொள்ள மாடனுக்கும் படுக்கை போட முடியும்.

இன்னு வெள்ளியாச்ச கோவிலுக்குள்ள போக

செல்லம்மை இருட்டோடு வீட்டுக்குள்ளிருந்து வர திருவாங்கோட்டிலிருந்து வந்த கரீம் சாய்ப்பு ஜப்பான் நாட்டு டார்ச்சுலைட்டை அடிச்சி செல்லம்மை கோவிலுக் குள்ளாடி போக வெளிச்சம் காட்டினார். செல்லம்ம டார்ச் வெளக்கு வெளிச்சத்த பெருசா ஒண்ணும் கண்டுக்கவில்லை. அவள்பாட்டுக்கு கோவிலுக் குள்ளாடி நுழைஞ்சாள். வெளியில் கோவிலுக்க முன்னாடி திருவிதாங்கோடு சாய்ப்பு கரீம் குடும்பம், ரோசம்மை, மண்டக்காட்டானும் பொஞ்சாதி ஞானப்பூவும், தவிர சுற்று வட்டாரத்துல உள்ள உம்மினி நாடான், குஞ்சன், அழகம்மை என நாலஞ்சு பேரும் நின்றிருந்தனர்.

செல்லம்ம கோவிலுக்குள் உள்ள யாக்கியையும், சுடலையையும் பாத்து கொண்டே நின்று தலையை உலுக்கினாள். மறுபடியும் தலையை சுற்றினாள். சடை பிடித்து காணப்பட்ட தலைமுடியானது தலைவிரிகோலமாய் மாறியது. கைகளை முறுக்கிக் கொண்டு, கண்களை உருட்டி பாத்து 'ஊ... ஊ... ஊ...' மூணு தடவை குலவை சத்தம் எழுப்பினாள் யாக்கியம்மக்க முன்ன இருந்த பன்னீர் குப்பியை எடுத்து குடிச்சாள். பிறகு திருநீறு தட்ட எடுத்தாள். அதில் ஒரு ரூவா இரண்டு ரூவா துட்டுகளாய் திருநீறுக்குள் புதைஞ்சும், வெளியே தெரிஞ்ச படியுமாய் கிடந்தன. வெத்திலையையும், போயிலையும் கூட தட்டில் இருந்தது. தட்டை எடுத்து கையில் வச்சிக் கொண்டவள், கோவிலுக்கு வெளியே வந்து முன்னாடி உள்ள சின்ன படிகட்டில் சம்பளகால் போட்டு இருந்து கொண்டாள். 'ம்... ம்.... வாப்பா.... வாமகனே.... ஒன்னத்தான்' அவள் முன் மரியாதையுடன் அம்பது ரூவா புதிய நோட்டு ஒண்ணை இருவருக்கும் நடுவில் இருந்த மினுங்கும் மஞ்சள் நிறத்து பித்தளை திருநீறு தட்டில் வச்சார் கரீம் சாய்ப்பு. பணிவோடு அடங்கி ஒடுங்கி அவள் முன்பு இருந்து கொண்டார்.

'யா... மோனே... சவுதியில இருக்கிய உம் பிள்ளை கண்டிப்பா திரும்பி வருவான். அவன் அங்க எந்த பொண்ணுக்க கூடேயும் போவமாட்டான். நா போவ உட

மாட்டேன்.... ஆ...' கரீம் சாய்ப்புவின் ஒட்டிய உதடுகள் புன்னகைத்தது. பெஞ்சாதி சாய்ரா மனசுக்குள் சந்தோசப் பட்டாள். புலம்பல் ரோசம்மைக்கு ஆத்திரம் மீறியது.

'அம்மே.... என் மோனுக்கு பக்கத்து வூட்டுகாரனுக்க வச்ச செய்வினைதான் எம்மோன எங்கிட்ட இருந்து பிரிச்சது... நீங்கதான் தீத்து தரனும்....'- கரீம் சாய்ப்பு தெனாவட்டாய் ஆடி கொண்டிருந்த செல்லம்மையின் முகத்தை பாத்து கெஞ்சினார். 'மகனே நேருதான், ஒனக்க பக்கத்து வூட்டுக்காரன் மட்டுமல்ல....? இரத்த சம்பந்த பட்ட உன் சொந்த பந்தங்க கூட ஆகாது மோனே... ஒங்கூட பெறந்த ஒடப்பரந்தாள் கூட ஒன்ன வஞ்சிக்க போறா... ஆ...ம்..... அம்மா...' செல்லம்மைக்கு கண்கள் வெறித்தன... 'மோனே... நீ சொந்தத்த நம்பாத மோனே... அம்ம சொல்லியன்...'என்றவாறு பக்கத்துல இருந்த பழைய வெங்கல செம்புல இருந்த தண்ணியெ எடுத்து கரீம் சாகிப்பின் மொகத்தில் வீசியடிச்சாள். ஒடப் பெரந்தாள் ஐசாபீவிக்க மேலயும் அவளுக்க மாப்பிள்ளை ஐசுசாகுலு மீதும் கோவம் கோவமாய் வந்தது கரீம் சாய்புக்கு. அவருடைய பெஞ்சாதி அவரை வெறுப்போடு செறஞ்சாள். 'நா எத்தன தடவ இந்த மனுசனுட்ட செல்லியிருக்கேன்.... அத கேக்காம என்னையே அடிச்ச கூட செய்தாரு... நாசமா போறவரு....' மனசுக்குள் கரீம் சாய்ப்பை சாபத்தோடு வைது தீர்த்தாள்.

சாமியாட்டம் ஆடிக்கொண்டிருந்த செல்லம்மையை பாத்து மொனங்கினாள். 'மோனே... ஒம்மவன் வருவான். ஆறு மாசத்துல வரக்கூடியவன ஒரு மாசத்துல வர வைப்பேன்... ஒனக்க அம்ம செல்லியேன் அவனுக்கு ஒண்ணும் வராது... எதையும் முடிச்சி தருவேன்...' செல்லம்மை வேகமாய் ஆடிக்கொண்டே உறுதியளிச்சாள்.

தலையை கிறக்கி ஆடி கொண்டவளை பாத்து கரீம் சாய்ப்பு 'அம்மே... எங்குடும்பத்துல எந்த குழப்பமும் வரபடாது... எல்லாம் நல்லபடியா முடிஞ்சுதுன்னா நா வெங்கல குத்துவிளக்கு யாக்கியம்மனுக்கு வைப்பேன்...'

அவர் நேந்து கொண்டார். 'ஆ... நீ போ மோனே... அம்மைக்கு முடிஞ்சமட்டும் செய்...' அவருக்க கையில் திருநீறும், தண்ணியையும் ஊத்தி கொடுத்து 'குடிச்சிடு மோனே...' செல்லம்மை கூற அவர் உள்ளங்கையில் வாங்கி கொண்டு குடிச்சார். பின்பு எழுந்திருச்சி கொண்டவர் பெஞ்சாதி சாயிராவுடன் செல்லம்மைக்க வீட்டை விட்டு பாரீன் டார்ச்சில் இருந்து ஒளியடித்து கொண்டு நடையிறங்கினார். செல்லத்துரைக்க வீட்டுமுன் வரும் போது பொட்ட நாய் ஒண்ணு ஓலமிட்டுக் கொண்டே குரைச்சது. கரீம் சாய்ப்பு பயந்து கொண்டே 'மோளனும்னு பாத்தா முடியலியே' என்று முடுக்கியவாறு நாயைக்கண்டு வேகமாய் நடையை கட்டினார்.

'நா... சென்னேனே கேட்டியளா...' பெஞ்சாதி சாய்ரா அவருடன் கோபமாய் மொனங்கினாள். 'சும்மா கிட அந்த நாய்ங்க எனக்கவூட்டு நடையல ஏறட்டு... பார்த்துக்க' பெஞ்சாதி சாய்ராவை சமாதானப்படுத்தினார். அவள் செல்லம்மையை நெனச்சி கொண்டு அவருடன் வேகமாய் நடந்தாள். ரெண்டுவரும் முடுக்கை தாண்டி ரோட்டுக்கு வந்தனர்.

செல்லம்மையின் யாக்கி கோவில் முன்பு திரியும் சூடமும் எரிந்து வாசம் பரப்பியது. மணி ராத்திரி எட்டுமுப்பது. செல்லம்மை பிச்சிக்க மணத்தையும் சாம்பிராணி திரிக்க மணத்தையும் முகர்ந்து கொண்டாள். பன்னீர் குப்பி பாட்டிலை எடுத்து குடிச்சாள். ஒரு சொட்டு கூட கீழே களையாமல் தொண்டைக்குள் இறக்கினாள். யாக்கிக்க முன்ன 'ஆ... ஆ...ஊ...' கூச்சல் போட்டு தலையை கிறங்கியாடினாள்.

அவள் முன் வந்தான்... உம்மினி நாடான். அவன பாத்து தானகெடு அறுத்தாள் புலம்பலு ரோசம்மை 'இவா... அந்தோணியாரு கோவில்ல போயில்லியா கெடப்பா இஞ்ச எதுக்கு வந்தா' ரோசம்மையை ஒரு மாதிரியாய் பார்த்தான். 'சும்மா இரும் ஓய்... அவளே கிறுக்கி... இப்ப கேட்டா ஆட்டம் போடுவா... ஓமக்கு

வேற வேல ஜோலி இல்லியா...'. மண்டைக்காட்டான் அவரை செறஞ்சான். ரோசம்மைக்க காதுல உம்மினி பேசியது கேட்டிருக்கும் போல 'கள்ள பொண்டாட்டி பிடிக்கிய பயல' என அறுத்து கொண்டே செல்லம்மைக்க முன்ன வந்து இருந்து கொண்டாள். அழுக்கடைஞ்ச ரெண்டு ரூவா நோட்ட தட்டில் வச்சாள். உம்மினி அவளை எரிச்சலாய் பார்த்தான். 'மோளே களவு குடுத்தது எங்கயும் போவல... ஒனக்க விரோதிக்க வூட்டுல நிக்குது. கண்டிப்பா கெடைச்சிடும் போதுமா மோளே' ரோசம்மையை பாத்து அருள்வாக்களிச்சாள் செல்லம்மை. அவளுக்கு ஆத்திரமாய் வந்தது. 'யாக்கியம்மோய்... நீ உண்மையிலே இருக்கியன்னா அவனுக்க கொடலயும் ஈரக்குலையையும் புடுங்கி சோமாலை போடணும், வயத்த கீறணும். அவனுக்க பொண்டாட்டி புள்ளைய சாவணும்' ஆத்திரமாய் சத்தம் போட்டவள் நாலு அம்பது பைசா துட்டுவளை சீலைக்க முந்தானை முடிச்சியிலிருந்து எடுத்து மறுபடியும் தட்டில் வச்சாள். அவள் கண்கள் செல்லம்மையையே உழிஞ்சு நோக்கின. அது தீப்பிழம்பா யிருந்தது. 'ஆ..மோளே ஆத்திரபடாதே... ஒனக்கு போராத காலம் மோளே...' கண்டிப்பா வந்து கோழிய புடிச்சி தருவேன்... கோழி கண்டிப்பா திரும்பி வரும் மோளே...' திருநீறை எடுத்து அவளுடைய கைகளில் கொடுத்தாள். அவள் அதை வாங்கி கொண்டு ஒரு மூர்க்கத்தின் மார்க்கமாய் எழும்பி கொண்டாள்.

•••

பக்கத்து வீட்டுகாரன் தோமாயிக்க ரெண்டாவது மொவன் கொத்தன் அம்புரோசு மீது ரோசம்மைக்கு சீற்றமாய் வந்தது. வேகமாய் ஞாறக்குழி குளத்தங்கரையி லிருக்கும் தன் வூட்ட நோக்கி நடந்தாள். சாமில் முடுக்க தாண்டி குறுக்கு வழியா வூட்டுல வந்தவள் விளக்க கூட கொளுத்தாம 'இடிவுளுவான் லே கள்ள தோமாய்க்கு பொறந்த தல தெறிச்சி போற அம்புரோசு கொள்ளி எங்கல எங்கோழி. அந்தோணியார் கோயிலுக்கு நா

நியாந்து வுட்டதுல... ஒனக்க தல தெறிச்சி போவும்பல...' பக்கத்து வூட்டு தோமாயிக்க மொவன் அம்புரோசு வூட்டை செறஞ்சிட்டே கெண்டைக்கு மண்டைக்கன்னு அறுத்து கிழிச்சி சாபமிட்டாள். அவள் சத்தம் தோமாயிக்க காதில் படபட என விழுந்தது. திண்ணையில் படுத்து கெடந்த தோமாய் மெல்ல எழும்பினார். அவருடைய கால்பட்டு அவருடன் படுத்து கிடந்த பொட்ட நாய் ஊளையிட்டு அலறியது. தங்கப்பனுக்க கடையில குடிச்ச மாம்பட்டை மண்டைக்குள் ராத்திரி 10 மணிக்கும் கெடந்து குடைஞ்சது. குடிச்ச அந்த மாம்பட்டைக்கு இப்ப ஜோலி வந்து விட்டது.

'அடி... முண்ட... யாரட்டி அறுக்கியா.... பெலயாடி மோளே உன்ன சவுட்டி கிழிச்சி போடுவேன். வூட்டுல ஆளு இல்லண்ணா நல்லா ஒயத்திறியே பலவட்டர மூளி'

தோமாயி கிழவன் ரோசம்மையை பாத்து ஓலமிட்டான் தானக்கெடுவாய் போட்டு வைதான். அவனுடைய நெஞ்சில கெடந்த அந்தோணியார் உத்திரியம் அங்கு மிங்குமாய் ஆடியது. தோமாயிக்க வூட்டுல மொவன் அம்புரோசு, மருமவள் பாயிகுட்டி உள்பட ஆரும் இல்லை. தோமாயின் பெஞ்சாதி கெழவி ஞானத்தாயி சத்தத்தை கேட்டு பாம்பட காதுகளோடு வந்தாள். ரோசம்மைய கெழவி ஞானத்தாயும் தோமாயுமாய் கூட்டு சேர்ந்து வைதனர்.. ரோசம்மைக்கு குரல் கட்டிவிட்டது. இருந்தாலும் சத்தம் வந்து கொண்டிருந்தது. ரோசம்மைக்க மொவன் தனிஸ்லாசு கம்பு தங்கப்பனுக்க வூட்டுல இருந்து ஒரு மட்டையோடு ஓடி வந்தான். தோமாயி கிழவனின் மண்ட அடக்கி ஒண்ணு போட்டான். கிழவன் 'சேசுவே... ஆ... ஐய்யோ' அலறியபடி கள்ளிச் செடி கடலாளி வேலி யோடு சாஞ்சான். மண்டை நெத்தியிலிருந்து சோரை பொட்டி பாஞ்சது.. கிழவி ஞானத்தாயி ஒப்பாரி வச்சி அழுதாள். 'அந்தோணியாரே... அய்யோ... அடிச்சி போட்டானே...' பாம்பட காதுகள் குலுங்கிட ஒப்பாரி வச்சாள். 'ஒங்க குடும்பத்தயே அழிச்சி போடுவேன்.

மரியாதையா இருந்திடுங்க முண்ட மக்கள' கிழவி ஞானத்தாயியை பாத்து சீறிட்டே தானகெடு போட்டான். நேராகபோய் கூட்டாளி கிறிஸ்துதாசுக்க வூட்டுல போய் பம்மியவன் வெளியே தலகாட்டவில்லை. கொஞ்ச நேரத்துல தக்கல ஆசுபத்திரியில தோமாயி கிழவன் தலையில் கட்டோடு கெடந்தான்.

ஞானத்தாயி கெழவி கல்குறிச்சி செல்வராஜின் கறுப்பு பிளசரில் தக்கலை போலீசுக்கு போய் நாலஞ்சி போலீசு மாரோடு வந்தாள். போலீசுகாரனுல்ல ஒருத்தன் கெழவிட்ட இருந்து இருநூறு ரூவாவை வாங்கி கொண்டான். செல்லதுரைக்க கடையில போய் கொஞ்சம் மாம்பட்டய ஊத்திக்கொண்டான். நாலு தடி உருவங்களாய் ரோசம்மைக்க வூட்டை நோக்கி நடந்தவன்மாரு கதவ சவுட்டினார்கள். ரோசம்மை கதவ திறந்ததும் அவளுக்க கொண்டை முடிய பிடிச்சு ஒருத்தன் இழுத்து வெளியே கொண்டு வந்தான். 'எங்கட்டி ஒனக்க மொவன்'

'ஆ... தெரியாது'

அவள் கதறினாள்.

அவன் அவளை தள்ளி விட்டான். ஒரு சைடு வாக்குல போய் விழுந்தாள் ரோசம்மை

'இடிவுளுவா போலீசுகாரனுவள பைசா குடுத்து கூட்டிட்டு வந்துட்டாளே' ஒப்பாரி போட்டாள். கம்பு தங்கப்பன் வூட்ட காட்டி குடுத்தாள் ஞானத்தாயி கிழவி. போலீசுகாரனுவ வேகமாய் குளத்தங்கரையில் இன்னொரு பக்கம் இருக்கும் கம்பு தங்கப்பன் வீட்டை நோக்கி பாஞ்சனர். வீட்டை தட்டி கொண்டிருக்க கம்பு தங்கப்பன் வெளியே வந்தான். சாரத்தை அவுத்து வுரிஞ்சி மூடியிருந்த அவன் போலீசுகாரனுவள கண்டதும் கிடுங்கினான். அவசரமாய் சாரத்தை இடுப்புல கட்டினான். அது அவுந்து விழுந்தது. குனிஞ்சு எடுத்து இடுப்பை சுத்தி கொண்டான். போலீசைப் பார்த்து கும்பிட்டுட்டு நின்றான்.

‘என்னல சூரியன் மறையாண்டாம் அதுக்குள்ள பொண்டாட்டிட்ட படுக்கணுமா? எங்கல அந்த நாற பய தனிஸ்லாசு... ஒரு போலீசு மீசையை முறுக்கியவாறு கேட்டான். ‘சார் தெரியாது’ அலவு கிடுகிடுத்தது. ‘லேய் என்ன தெரியுமில்லியால தேவடியாளுக்கு பொறந்த பயலே’ என இன்னொரு போலீசுகாரன் அவனைப் பார்த்து பெறமண்டைல ஒன்னு போட ‘அய்யோ சார் அடிச்சாதுங்க’ அவன் கெஞ்சினான் அப்போது தங்கப்பன் வூட்டுக்க பின்னால இருந்து ஒரு உருவம் சாடி ஓடியது. ‘ஓய் யாட்டு அன்னா ஒருத்தன் ஓடியான் வாரும் ஓய்’ ஒரு மீசை போலீசுகாரன் கம்பு தங்கப்பனை மிரட்டி கொண்டிருந்த யாட்டை நோக்கி படபடத்தான். ‘லேய் களவாணி பய தனிஸ்லாசு ஓடாதல இன்னா வாறம்பல’ கம்பு தங்கப்பனுக்கு ஒரு சவுட்டு குடுத்திட்டு தனிஸ்லாசை புடிக்க இருட்டுக்குள் மொத்தமாய் பாஞ்சோடினர். ‘ஏ... செல்ல மோனே தனிஸ்லாசு எங்காவது ஓடி போய்க்கடே’ -சத்தம் போட்டு ஓலமிட்டாள் ரோசம்மை. இருட்டு மேலும் கறுத்து கொண்டேயிருந்தது. லேசான மழை கச்சம் வேறு ஞாறக்குழி குளத்து தண்ணீரில் விழத் தொடங்கியது.

மறுநாள் விடிஞ்சது

தக்கல கொவர்மெண்டு ஆஸ்பத்திரி படுக்கையில கிடந்தான் தோமாயி கிழவன். மரும்மவள் பாயிகுட்டியும் மொவன் அம்புரோசு கெழவி ஞானத்தாயி எல்லோரும் கட்டிலைச் சுத்தி நின்றனர். தோமாயி கெழவனை பார்த்த மொவன் அம்புரோசு ‘நீரு யான் ஓய் மாம்பட்ட அடிச்சிட்டு அவளுட்ட சண்டைக்கு போனீரு’ செறஞ் சிட்டே கேட்டான். ‘இல்ல மக்கா ஒரே அறுப்பு அந்த கிறுக்கி... அவளுக்க வர்த்துவானம் தாங்க முடியாமத்தான் நானும் அறுப்புக் குடுத்தேன்’. செரிசெரி நெறுத்துங்க அவன நா ஒரு கை பாக்கியன் எத்தனை நாளக்கி ஒழிப்பான்னு பாப்போம்...’ ‘நீ சும்மா இருல போலீசு பாத்துகிடும்’. துடுதுடுவென கோவமாய் பேசிய மொவன்

அம்புரோசை பாத்து தோமாயி கிழவன் கரகரப்பான குரலில் அமைதி படுத்தினான். 'சும்மா இரும் ஓய்... போலீசு காரனுவள தெரியாதுல்லியா... அவனுவ அவன்ட்ட இருந்து ஐநூறு வாங்கிட்டு ஒம்மள குத்துவானுவா.' அம்புரோசு அவரை பார்த்து சொன்னான். அவனுக்கு கோவம் ரோசம்மக்க மேலயும் அவளுடைய மொவன் தனிஸ்லாசு மேலயும் அதிகமாயிருந்தது. 'இனும கேரளாவுக்கு போறதுக்கு முன்னாடி ஒரு கை பாத்துட்டு தான் போவனும்' மனசுக்குள் சீற்றம் கொதிச்சது. ஆசுபத்திரியை விட்டு வெளியேறியவன் பொடிக்கண்ணு சாய்ப்பு கடைநோக்கி நடந்தான். அங்கு போனதும் சூடாய் சாயா போடச் சொல்லி சுட சுட குடிச்சான். ரோசம்மை தொறப்பையை எடுத்து வூடு முழுக்கவும் தூத்து சவுறுவளை ஒதுக்கினாள். அடுக்களைக்குள்ளிருந்த மட்ட கூட்டத்த எடுத்து அப்புறப்படுத்திட்டு ஒரு கடவத்தை எடுத்து மட்ட கூட்டம் இருந்த எடத்துல வச்சாள். அடுக்களையில இன்னொரு மூலையில கிடந்த கதம்ப கூட்டத்த விலக்கும் போது 'இடிவுளுவான் நல்ல பெடக்கோழி புடிச்சி அறுத்து தின்னுட்டானே தல தெறிச்சி போறதுக்கு' மறுபடியும் காணாமல்போன கோழிய நெனச்சி பொறுக்க முடியாமல் தானக்கெடு போட்டாள். கதம்ப கூட்டத்தை ஒதுக்கினாள்.

'யாக்கியம்மை சொன்னது போல இந்த இடிவுளுவான்தான் பிடிச்சி அறுத்து தின்னிருப்பான்' தோமாயி கிழவனையும், ஞானத்தாயி கெழவியையும் கெண்டைக்கும் மண்டைக்கும் அறுத்து கிழிச்சாள். கதம்பையை கால்களாலும் கையாலும் கிண்டி கௌறி வெலக்கினாள்.. ஒரு முக்குல இருந்த கதம்பைய ஒதுக்கும் போது அவள் பறிகொடுத்த பெடக்கோழி 'கொக்கோ... கூர்...' என்றபடி செறவுகளை பெடச்சிட்டு எம்பி குதிச்சி பறந்தோடியது. அப்போதுதான் அவளுக்கு தெரிஞ்சது, கோழி அட கிடந்திருக்கின்னு.

'ஆ... அந்தோணியாரே கெடச்சிட்டு' ரோசம்ம

கோழிய புடிச்ச வெளியே பரானபட்டு ஆவேசமாய் ஓடினாள். அந்த வழியாய் வந்த கம்பு தங்கப்பன் ரோசம்மையை கண்டதும் நின்னான். 'எக்கோய் தனிஸ்லாசு பயலை போலீசு புடிச்சிட்டு போயிட்டானுவ-' சொல்லிட்டு வேகமாய் அவளை கடந்து போனான். அந்த உச்ச நேரத்திலும் கண்ணு ரெண்டும் கறுத்து இருண்டு போனது ரோசம்மைக்கு. ●

வியாகுலங்கள்

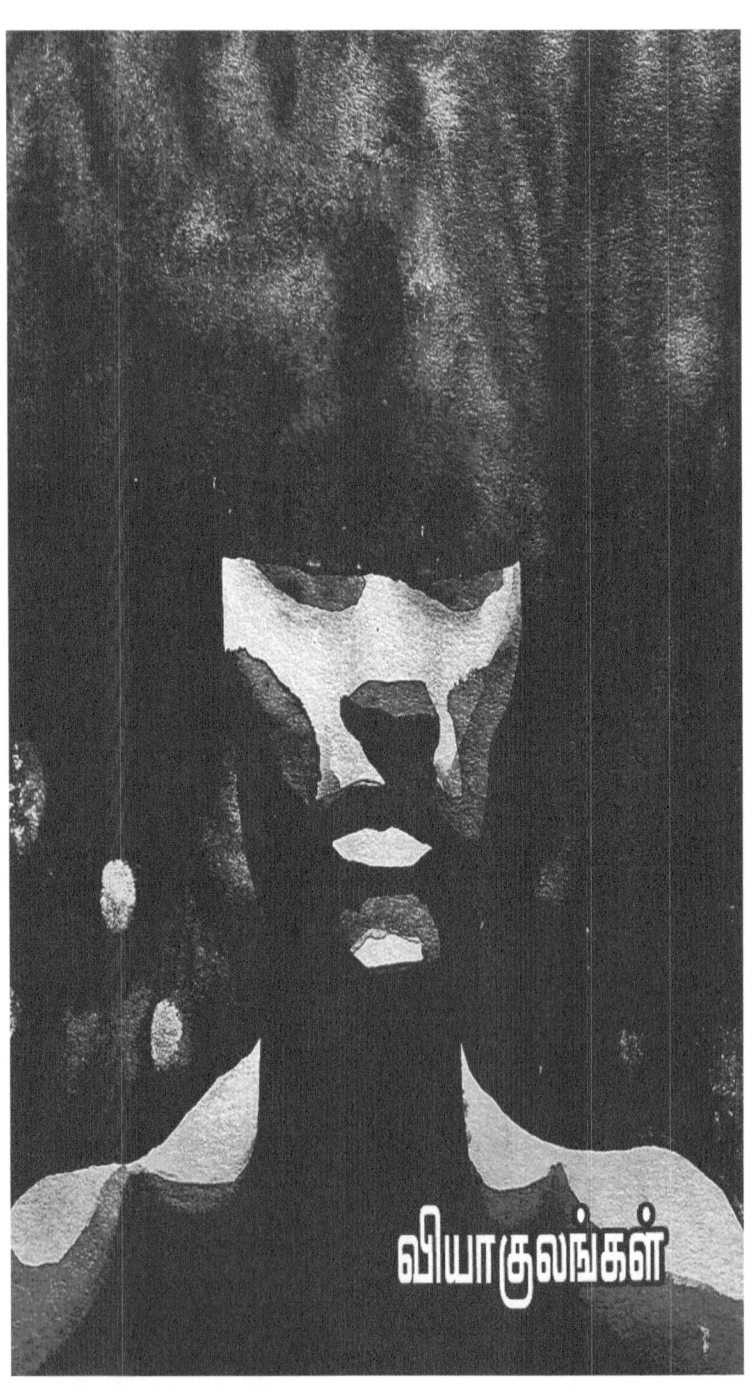

கேரளாவுல தங்கு வியாலைக்குப் போன ரெண்டு பயலுவளும் அங்குள் ளவள கெட்டிட்டு ஒதுங்கிட்டானுவ. நானும், குட்டியளும் தானே கட்டப் பட்டு வியால செஞ்சி தரனும் தங்கச்சி. கொஞ்சம் பொறுத்திட்டியன்னா நல்லா இருப்பா...'

'இஞ்ச பாருங்க அக்கா, நா ஆருக்கும் இம்புடு தூரம் வுட்டு குடுத்து நடமேல நடையா நடந்ததில்ல. இஞ்ச ஒங்களுக்கு தந்துட்டுதான் இம்புடு நாளு அலையறேன்'.

'இத்தன பணத்தையும் எங்க பெயி பாக்கியது? எவா தருவா? எவளுட்ட நான் ஒரேயடியா போய் கேப்பன்? ஏசுவே...'

வீட்டு சுவரில் மாட்டியிருந்த இயேசு படத்தைப் பார்த்து அன்னம்மாளு பெருமூச்சு விட்டாள்.

'எத்தன நாளு ஆவுது? இவ்வளவு மாசமாவுது? எனக்கும் கொமருல இருக்கில்லியா. நா இப்பிடி ஒங்கிட்ட உருப்படியையும், பணத்தையும் தந்துட்டு அலையணுமா?'

தன் பாட்டையும் வறுவேலாள் பெருமூச்சுவிட்ட வாறு ஓட்டை பெஞ்சியில் இருந்த அற்புதம்மாளிடம் சொன்னாள்.

‘எனக்க பொன்னு தங்கச்சி, இஞ்சபாரு இந்த தை ஒண்ணும் கழியட்டும் பொறுத்ததுதான் பொறுத் தால்லியா, இந்த தை கழியற வரைக்கும் பொறுத்துக்க’.

‘பெண்ணுவளுக்கு சம்பந்தம் பாத்திருக்கோம். பயலுவளுக்கும் வயசாச்சு. ரெண்டு பயலுவ எப்பிடியோ கட்டப்பட்டு பேல்சியாவுக்கு போனானுவ. ஆண்டவரு கொஞ்சம் கண்ண தொறந்தாரு. குடும்பம் நல்லா இருக்கியத பாக்கிய கண்ணவஞ்சி போனவளுவளுக்கு ஒரே கம்போறு’.

எரிஞ்சி விழுந்த வறுவேலாளின் பேச்சில் கூனிக் குறுகி அப்படியே இருந்தாள் அன்னம்மாளு..

‘இஞ்ச பாருங்க, தை முடிஞ்சி மாசி பத்துக்குள்ள ஆறாயிரம் ரூவாயும், நாலர பவுன் வடமாலை உருப்படியும் எனக்க வூட்டுல வந்து தரணும். இல்லியானா நா இனியும் தாமசிச்ச மாட்டேன் என்னா சொக்காரியளுட்ட இடவாடு வச்ச கூடாதுண்ணு சும்மாவா சென்னானுவ’.

திட்ட வட்டமான தனது முடிவைக் கூறிய வறுவேலாள் படியிறங்கினாள்.

அன்னம்மாளு பெருமூச்சை இழுத்து விட்டாள். வறுவேலாளின் பேச்சு அவள் இருதயத்தில் சிலுவை மரத்து ஆணியாய்க் கீறித் தாக்கியது. கொஞ்சம் இருமல் வந்தது, சளித்துப்பலை முற்றத்தின் ஓரமாய் நட்டு வச்சிருந்த நாலுமணி செடிகளின் மூட்டில் துப்பிவிட்டு பைய்ய வந்து மீண்டும் பெஞ்சியில் படுத்தாள்.

சிலுப்பா பெடக்கோழி ஒண்ணும், ஒரு சேவக் கோழியுமா முற்றத்தில் உள்ள செடிமூடுவள கிண்டி கௌறிக்கொண்டே சத்தம் எழுப்பின.

‘ஆயோழி... இஞ்சகோழி... ஆருக்க கோழியாக்கும்...

இஞ்ச வூட்டு முற்றத்தில் வந்து மேயுது? எதுக்கு இஞ்ச வுடியாளுவ?'

சூசைமிக்கேலு தானக்கெடு போட்டவாறு முற்றத்தில் வந்து கொண்டிருந்தான்.

'இஞ்ச வூட்டில வளத்த கோழியள எல்லாம் வித்தழிச்சு குடிச்சி தீத்ததினாலத்தான் அடுத்தவியளுக்க கோழிய இஞ்ச வந்து மேயுதுவ'

அன்னம்மாளின் பேச்சைக் காதில் வாங்கிக் கொள்ளாத சூசைமிக்கேலு ஜிப்பாவைக் கழற்றி அசையில் போட்டான்.

'தெனம் அம்பது அறுவது ரூவாய்க்கு வேல செய்யா. அத்தனையும் குடிச்சழிச்சு தீக்கியா. வீட்டுபாட்ட பாக்குதியா மனுசா? உருப்படியள எல்லாம் வித்து ஒடப்பெறந்தாளுக்க மக்கள படிச்ச வச்ச. இப்ப எந்த நாயாக்கும் இஞ்ச வந்து எட்டிப்பாக்குது?'

அவரைப் பார்த்து எரிஞ்சி விழுந்தாள்.

'போடி ஒணப்பு கெட்டவளே.... போறா இல்லியே, நீ கனமா சீதனமா கொண்டு வந்தியாக்கும், நான் எல்லாருக்கும் குடுக்கியதுக்கு'

சூசைமிக்கேலு வாயில் வந்தபடி பேசவே, அதற்குப் பிறகு அன்னம்மாளு வாயைத் தொறக்கவில்லை. தீப்பெட்டி கம்பெனிக்கு போன குட்டியள இன்னும் காணலியே. மணியும் ஆறாவப் போவுது. மூணு மக்களான ரோஸ்லெட்டு, சிசிலி, பிலோமினாளை எதிர்பார்த்தவாறு ஜெபமாலையை எடுத்து உருட்டி ஜெபம் செய்யத் தொடங்கினாள் அன்னம்மாளு.

'ஏய், மீனு அழுவுது. கெழங்கையும் வெட்டி சீக்கிரம் கறிவச்சி தா. வவுறு போச்சுது'.

'ஆமா ஒனக்கு எப்பவும் தின்னணும், ஒறங்கணும் பண்ணி குட்டியிட்டது போல நாலஞ்சி பெத்து போட்டுட்டு குடிச்சி கும்மாளம் போட்டு தின்னு மறியியா.

வீட்டுப்பாடு தெரியுதா ஒனக்கு? கோயிலுக்கு வரி குடுக்கணும், நாளைக்கு நீ செத்தாலும், குட்டியளுக்கு கல்யாணம் காச்சிண்ணு வந்தாலும் கோயிலுக்குப் போய்தானே காரியம் நடக்கணும். அந்த ஓர்ம எல்லாம் ஒனக்குண்டா? இடிவுழுவானே...'

சூசைமிக்கேலுக்கு அடங்காத வவுறு பசி, அவருடைய வார்த்தைகள் அன்னம்மாளை மேலும் தீண்ட, ஜெபத்தையும் மறந்து அவனைத் திட்டித் தீர்த்தாள். அதற்கு மேல் வார்த்தைகள் தீர்ந்து போனது. சூசைமிக்கேலு ஓடி வந்து அவள் பள்ளையில் சவுட்டினார். ஜெபமாலை தெறிச்சி போய் விழுந்தது. கீழே விழுந்து கிடந்த அன்னம்மாளு ஏழு லோகம் கேட்கும் படியாய் கணவனின் பொல்லாங் கையெல்லாம் ஒப்பாரியாய் பிரலாபித்தாள்.

தீப்பெட்டிக் கம்பெனியிலிருந்து ரோஸ்லெட்டும், சிசிலியும், பிலோமினாளும் தூரத்தில் வரும்போதே தள்ளக்காரியின் ஒப்பாரியானது அவர்களின் காதில் புகுந்தது. தாயும், தவப்பனும் தினமும் சண்டை போடுவதை குமுறலுடன் கண்டு கண்டு எரிச்சலடைந் தவர்கள் மூணுவரும். அதுவும் இப்போது வேலை செய்துவிட்டு வரும் களைப்பு வேறு.

'எப்போ, இன்னைக்கும் எழவா? எழவெடுத்த வூட்டுல எதுக்குப் பெறந்தோமோ? ரோஸ்லெட் கசப்புடன் வார்த்தைகளை கக்கினாள்.

'குட்டியே புலோமினா, கொம்மைக்கு மூத்தது சப்போட்டு. கொம்மைக்க வாயக் கொஞ்சம் நெறுத்தி வச்ச செல்லுங்கட்டி. நா கெழங்கும், மீனும் வாண்டிட்டு வந்து நேரம் ஒருவாடு ஆவுதுண்ணு சென்னா, அவா சீலைய அவுத்துபோட்டுட்டு ஆடியா... கொம்மைக்க கூட நீயும் சேந்து ஆடப்போறியா?'

மூத்த மொவள ஜாடை வச்சி மூன்றாவது மகள் புலோமினாளிடம் திட்டித் தீர்த்தார் சூசைமுத்து.

குட்டியே, போயி மீன எடுத்துட்டு வா. நான் கழுவியேன். நீ கெழங்கை வெட்டு, இவிய ரெண்டு வருக்கும் எடையில உள்ள சண்ட ஒருநாளும் தீராது. எதுக்குதான் இந்த நரக குழியில வந்து ஜெனிச்சோமோ....'

மனம் குமுறியபடி ரோஸ்லெட்டு சட்டியை எடுத்துட்டு அடுக்களைக்குள் வேகமாக போனாள்.

'எம்மோ நாளைக்கு சாமியாரு எல்லா வீடுவளுக்கும் மந்திரிச்ச வாறாராம். நம்ம வூட்டுக்கு வாறாரோ என்னவோ?

இரண்டாவது மொவா சிசிலியின் குரல் கேட்டு திடுக்கிட்டதில் அற்புதம்மாளின் கையிலிருந்த ஜெபமாலை நழுவி தரையில் விழுந்தது.

'யாண்டி, எல்லா வூட்டுக்கும் சாமியாரு வந்துதானே ஆவணும்'.

' போ, இஞ்ச வரமாட்டாரு. ஞாயித்து கெழம தோறும் கோயிலுக்குப் போறீய இல்லியா, வரிப்பாக்கிய தீத்தியளா?'

தள்ளக்காரி அன்னம்மாளிடம் அளவங்காட்டிப் பேசிய சிசிலி, தொபியாசு பாதர் கொடுத்த பத்துக் கட்டளை சின்னக்குறிப்பிடம் ஜெபபுத்தகங்களை ஸ்டேன்டிலிருந்து எடுத்துக் கொண்டு ஓரமாய் போய் தரையில் சம்பளங்காலு போட்டு இருந்து கொண்டு படிக்கத் தொடங்கினாள்.

'இஞ்ச சாமியும் வராண்டாம், சாத்தானும் வராண்டாம். நாம ஆருக்கும் ஒரு பாவமோ, துரோகமோ செய்யல. சாமியாரு இஞ்சவந்து ஜெபிச்ச உடனே ஏசுநாதர் உயிர்க்கப் போறாராக்கும்? போங்கட்டி நாய்க்குப் பெறந்ததுகளே...'

'எப்போ நாள ஞாயித்துக் கெழம இஞ்ச சாமியார் வராண்டாமா? ஏன் பப்பா இப்படி ஆடுதீரு?'

கிழங்கு அரிந்து கொண்டிருந்த இளையமகள்

புலோமினாள் தவப்பனைப் பார்த்து வாய்க்கு வந்தபடி வைதாள்.

'போட்டி அப்புறம் வாயாடி.....'

பெத்த மொவான்னுகூட பார்க்காமல் புலோ மினாளை சவுட்டித் தள்ளினான் சூசைமிக்கேலு. முதுகில் இப்படி அப்பாவின் கால்கள் தாக்கும் என்பதை அவள் எதிர்பார்க்கவில்லை. கொஞ்சநேரம் வலியால் துடிச்சவள் அழுகையை நிறுத்திவிட்டு தரையில் நீண்டு கிடந்தாள்.

புலோமினா மொவா எனக்கு கடைசி குட்டி. இவள நான் ஒரு எஞ்சினியருக்கு கெட்டிக்குடுப்பேன். லட்சாதிபதிக்கு எனக்க செல்ல மொவள குடுப்பேன்.

ஒவ்வொரு முறையும் கள்ளப்பண்டம் வாங்கிக் கொடுக்கும் போது அவன் பேசும் வார்த்தைகள் இது. அவள் எட்டாம் வகுப்பு படிக்கும்வரை கொஞ்சி விளையாடும் அப்பாவாகத்தான் சூசை இருந்தான்.

'கொமரியளுக்கு கள்ளப்பண்டம் வாங்கீட்டுவந்து செல்லங்குடுத்ததுபோரும் மனுசா. கண்டவன் வீட்டுக்கு போறவளுட்ட கொஞ்சாண்டாம், கொணையலு காட்டாம சும்மா கெடயும்'.

பெஞ்சாதியின் கடு கடுப்பையும் மீறி மொவளை அணைச்சி கொண்டு, 'போடி சவத்துக்குப் பொறந்தவள. கடைசி குட்டி அவள்ட்ட கொஞ்சம் பாசமா இருந்தா என்னென்ன பேசியா. மோளே புலோமினா நீ இஞ்சவா கண்ணு' வாரி அணைப்பான் புலோமினாளை சூசை மிக்கேலு.

தன்னுடன் பின்னிக்கிடந்த அப்பனின் பாசவலை இப்போது ஏன் அறுந்து போனது? அத நெனச்சி விக்கி விக்கி அழுது ஏங்கினாள் புலோமினாள்.

'அவனுட்ட பேச்சு குடுக்காதன்னா கேப்பியா? சொந்த மொவான்னு கூட பாக்காம இப்பிடி சவுட்டி தள்ளிட்டு நிக்கிறானே. இடி வுழுவான். ஒங்காலு

ரெண்டும் முறியாதா? ஆண்டவன் கோயிலுக்கு வரி குடுக்கத்தானே அது செல்லிச்சு'.

அன்னம்மாளின் சாபத்தையும். கோபத்தையும் பொருட்படுத்தாது சூசைமிக்கேலு சுருட்டுபீடியைப் பற்ற வச்சி சுண்டுக்கிடையில் செருகி நெஞ்சுக்குள் இழுத்து விட்டான். வயசு அறுவது கிட்ட ஆவப்போவுது. இருமலில் விக்கினான். அதனை அடக்க திரும்பவும் சுருட்டை நெஞ்சுக்குள் இழுத்தான். அவனை கருஞ் சுருட்டின் தீப்புகையானது வளையமிடத் தொடங்கியது.

•••

ஞாயிற்றுக்கிழமை

அன்னம்மாளு திண்ணை சுவரில் மாட்டியிருந்த இயேசுநாதர் படத்தை ஒரு ஸ்டூலில் ஏறி நின்று தொடைச்சாள். பழைய அந்த இயேசு நாதர் போட்டோவின் கண்ணாடி கொஞ்சம் பளபளத்தது. இடிஞ்சுபோயும் கீறல் விழுந்தும் செம்மண் சாயம் வெள்ளை சுவரில் அங்குமிங்குமாய் கோடுகளாய் கெடந்தது. சுவரில் மாட்டியிருந்த இயேசுபடம் இந்த சுவரில் இருப்பதால் அதிகம் எடுபடாமல் இருந்தது. பழைய வூடு, சுண்ணாம்பு வெள்ள கண்டு எப்படியும் பத்து பதினைஞ்சு வருசமாவது ஆவும்.

மூணு குட்டிய, மூத்தக் குட்டிக்கு கல்லியாண வயசு கடந்துட்டு இருக்கு... ரெண்டாவது குட்டியும் சமைஞ்சி ரெண்டு வருஷம் ஆவுது. மூணாவது சமயபோற வயசுல நிக்குது... பயலுவ ரெண்டு வரும் ஒதுங்கிட்டானுவ... எப்பவாது நூறோ இருநூறோ மணியாடர் பண்ணுவானுவ... சூசை மிக்கேலு குடிக்காம நல்லபடியா வேலை செஞ்சான்னா இன்னைக்கு கண்டுராக்கு ஆயிருப்பான்.

நல்ல வியலாக்காரன் சூசை மிக்கேலு. 'ஓய் சூசை கட்டிடம் எல்லாம் புடிச்சி நடத்தும்', என்று ஒருமுறை மக்காயிபாளையம் சாய்ப்பு பீருக்கன் அறிவுரை கூறினார். ஆனால் அவனால் குடி வெறியிலிருந்து மீளமுடிய

வில்லை. தன் குடும்பத்தையும் வறுமையிலிருந்து மீட்க முடியவில்லை.

இயேசு படத்தை தொடச்சி நல்லாக்கி கொண்டிருந்த அற்புதம்மாளின் மனதில் குடும்பத்தை பற்றிய கவலைகள் பாரசிலுவையாய் கனத்தது. இயேசு படத்தை தொடச்சிட்டு ஸ்டூலிலிருந்து கீழே எறங்கினாள்.

'எம்மோய்... பாதர் வாராரு...' நம்ம வூட்டுக்குதான் வாராரு... புலோமினாள் சத்தம் போட்டுக் கொண்டே ஓடி வந்தாள். முக்காடு போட்டு கொண்டு நின்றிருந்த அக்காள்கள் சிசிலி, ரோஸ்லெட்டுடன் நெற்றை தலையில் முக்காடாய் போட்டு கொண்டு நின்று கொண்டாள் புலோமினாவும்.

'யாண்டி இப்பிடி துள்ளிட்டு சத்தம் போட்டுட்டு திரியிறே... பொத்து மூலையில் கெடக்க வேண்டிய கொமரியாக்கும் நீ. இஞ்ச வந்து ஒழுங்கா நில்லுட்டி... சவத்துக்கு பொறந்தது–' அக்காகாரி சிசிலி புலோமினாளின் காதை திருகி, கையில் நுள்ளி இழுத்து பக்கத்தில் நிற்க வச்சி கொண்டாள். 'சும்மா இருங்கவுட்டி... ஊர் காரனுவ எல்லாம் வாரானுவ...' ரோஸ்லெட்டு ரெண்டுவரையும் வைதாள். அக்கா சிசிலியின் நுள்ளல் புலோமினாளை வலிக்குள் போட்டு பிசைந்தது. நுள்ளுபட்ட காயத்தை பார்த்து ஏங்கி ஏங்கி அழுகையை அடக்கிக் கொண்டு அவளை பார்த்தாள். கண்ணில் நீர் எட்டிப் பார்த்தது. 'புலோமினாள் நாங்க ஒளிப்போம் நீ எங்கள கண்டு புடி... தன்னிடம் செல்லமாய் விளையாடிய அக்கா காரிகளை வருத்தமாய் பார்த்தாள். இயேசு பாட்டு சின்ன குறிப்பிடம் பத்து கட்டளை ஜெபபுத்தகங்களை படிச்ச வச்சி காணாமல் சொல்ல வச்சி கான்வென்ட் சிஸ்டர் அல்போன்சாளிடமிருந்து பாராட்டு பெற வைச்ச அக்காதான் ரெண்டாவது காரி சிசிலியக்கா. இன்னு என்ன நுள்ளி திருகி பேஞ்சி தீக்குறா. மனம் வலிக்க, கையில் சின்ன குறிப்பிடம் ஜெபபுத்தகத்தை வச்சிட்டு ஒடுங்கி நின்னாள்.

அன்னம்மாளு சாமியாருக்கும் சாமியார் கூட வாற ஊர் காரங்களுக்கும் வாங்கி வச்சிருந்த காரசவ்வு, மிக்சர் பொதிகளை பிரிச்சி கொண்டும், அடுப்பில் கொதிக்கும் கருப்பட்டி காப்பியுடன், பக்கத்து வூட்டு ஈனோக்கிட மிருந்து வாண்டிய ஆட்டுப்பாலையும் கலந்து அடுப்பில் கொதிக்க வச்சி கொண்டிருந்தாள்.

பாதர் தொபியாசு வூட்டு முற்றத்தில் வந்து கொண்டிருந்தார். 'உள்ள வாங்க பாதர்...' ரோஸ்லெட்டு அழைத்தாள். அவர் வூட்டுக்குள் வராமல் திண்ணை படிக்கட்டு முன்நின்று கொண்டு பிதா, சுதன், பரிசுத்த ஆவியின் பெயராலே.. ஆமென். என ஜெபம் செய்யாமலே அடையாள குறியை மட்டும் போட்டார். அன்னம்மா ளுக்கும் மகள்களுக்கும் அது அதிர்ச்சியைத் தந்தது.

'அம்மா வாங்கம்மா உங்க புருஷன் சூசை மிக்கேலு இல்லியாக்கும்' 'இல்லபாதர்' அன்னம்மாளு பதில் சொன்னாள் 'அவரு கோயிலுக்கும் வரமாட்டாரு... கோயில் வரியையும் தீர்க்கமாட்டாரு.... ஏம்மா கோயில் வரியை இன்னும் நீங்க கட்டிதீக்கல... வரிபுக்கை பாத்து அவங்க கணக்க சொல்லுங்க...' கோயில் கணக்குபிள்ளை மனுவேல் வாத்தியாரிடம் கூற அவர் நீளமான வரிபுக்கை கக்கத்திலிருந்து எடுத்து வரிபாக்கியை வாசிக்க தொடங்கினார்

கழிஞ்ச ரெண்டு மூணு வருஷமா திருவிழா வரி கட்டவே இல்ல... அதுக்க பெறவு இந்த வூட்டுல உள்ள கெழவர் வியாகுல முத்து செத்து அவர் அடக்கத்துக்கு நடத்துன சவபூசைக்கும் வரி குடுக்கல... குருத்தோல திருநாளு வந்தாலும் சரி... ஆத்துமாக்கள் திருநாளு வந்தாலும் வரி எதுவுமே குடுக்கல்ல... மனுவேல் வாத்தியாரு வரிவகை பாக்கிகளை வரிசை யாக்கி வெற்றிலை கறைபடிந்த பற்கள் வெளியே தெரிய வாயசைத்தார்.

'ஓய் நீரு அவுளுவளுக்கு வூட்டுல இருந்து எவ்வளவு வரி கோயிலுக்கு வரனும்னு உள்ளதை செல்லனும்.

அதையும் இதையும் செல்லிட்டு' பவுல் சபை இளைஞன் அகஸ்டின் கணக்குபிள்ளையைப் பாத்து துடுக்குற்றான். மனுவேல் வாத்தியார் எல்லாம் சேத்து 1780 ரூவாயும் கொஞ்சம் சில்லற வரிபாக்கியும் கெடக்கு சாமி' என்றார்.

மனுவேல் வாத்தியாரின் வாயிலிருந்து வெளிப்பட்ட வரிபாக்கி மொத்த தொகையை கேட்டதும் அன்னம்மாளு உள்பட மோளுவ மூணுவரும் அதிர்ந்தனர். தப்பும் தவறுமாய் அவர் கூட்டி பெருக்கிச் சொன்ன தொகையை கேட்ட பாதர் 'எல்லாம் சரிதானே' 'சரிதான் சரிதான்'. அகஸ்டின் அவசரமாய் ஆமாம் காட்டினான். 'எப்படியம்மா, எப்ப கட்ட போறீங்க.. மூத்த பொண்ணு ரோஸ்ரெட்டுக்கு வார்த்துபாடுன்னு சொன்னியளே.. கோயில் வரியை எல்லாம் தீத்தாதானே கோயில் சம்பந்தப்பட்டவங்க வருவாங்க...' பாதர் ரோஸ்லெட்டின் வார்த்தப்பாடு நடக்க வேண்டு மென்றால் கோயில் வரியை கட்டி முடிச்சிடுங்க என்று கிடுக்கி பிடியாய் ஞாபகப்படுத்தியதை கவனிச்ச ரோஸ் லெட்டை பயம் கவ்வியது.

கோயில்வரி பாக்கி கட்டி முடிக்கப்படாவிட்டால் தன்னுடைய கல்லியாணம் கூட கோயிலில் நடக்காது. அவள் மனசிலிருந்த சங்கடங்கள் கண்களிலிருந்து கண்ணீராய் வெளிப்பட பாதரை மெல்ல நிமிர்ந்து பார்த்தாள். பாதர் அடுத்த வீட்டுக்கு போவதற்காக திரும்பி கொண்டிருந்தார்.

'ஓய் அண்ணே அங்க செல்லையன் கொத்தனுக்க மொவன் போவாஸ் பயல் பேல்சியாவிலிருந்து வந்திருக்கான். புட்டு பயறு பப்படத்தோட தோசையும் கோழி இறச்சி எல்லாம் உண்டு, சீக்கிரம் போவோம். பவுல்சபை இளைஞன் அகஸ்டின் பக்கத்தில் நின்றிருந்த அருளின் காதில் முணுமுணுத்தான். அது மனுவேல் வாத்தியாருக்கும் கேட்டது, அவரது பல்லும் நாக்கும் துப்பலில் மிதந்தது.

முற்றத்தில் சூசைமிக்கேலு வந்து கொண்டிருந்தார். 'என்ன சாமி செபம் செய்துட்டு காப்பி குடிச்சிட்டு

போவலாமே... எல்லாத்துக்கும் பணம் குடுத்தாதான் செய்வியளா... ஆண்டவருகிட்ட சமாதானம் தேடியதுக்கும் பணம் குடுக்கணுமா...' சூசை மிக்கேலு பாதரை வீட்டு முற்றத்தில் செறுத்து வைத்து பேச 'ஓய் கோயிலுக்கு வரமாட்டீரு... நீரு சாமியார்கிட்ட பேசுறீராக்கும், தள்ளும் ஓய்...' பவுல்சபை அகஸ்டின் சூசை மிக்கேலை பாதரிட மிருந்து தள்ளி விட்டான்.

'ஓய்... ஒம்ம வரிபாக்கி எவ்வளவு தெரியுமா? ரெண்டா யிரத்துக்கும் கிட்ட கெடக்கு. ஒடன அடைச்சி தீக்கணும். பொண்ணுவளையயும் பெத்து வச்சிட்டு இப்பிடி நடக்கிறியே... தூ... நாய்க்கு பொறந்தபயலே... ஒம் பயலுவளுக்கு 28 வயசு கழியப்போவுது... அவனுவளுக்கும் வரிஉண்டு...' கோயில் கணக்குபிள்ளை மனுவேல் வாத்தியாரு சூசை மிக்கேலு நோக்கி காரி துப்பினார்.

'ரெண்டாயிரமா... எப்போ இவ்வளவு பாக்கி வச்சிருந்தேனா...? மூச்சை இழுத்து விட்டு கொண்டவர்... 'இந்த வரி கணக்குவள சரிபாக்கணும்... நானும் பங்குல உள்ள ஒருத்தன்தானே... சாமி நீங்க செபம் செய்துட்டு போங்க... வந்துட்டியல்லியா..' சூசை மிக்கேலு சாமியாரை பாத்து கெஞ்சலாய் கூற 'குடிகாரப் பயல் சென்னா கேக்கமாட்டான்' ஒரு முரட்டுகரம் ஒரு இடி கொடுத்தது அந்த குத்து சூசை மிக்கேலுவை அப்புறம் தள்ள குப்புற போயி தரையில் கமந்து விழுந்தார். மூச்சு வுட்டுக் கொண்டு எழும்ப முயன்றவரின் முதுகில் இன்னொரு சவுட்டும் வுழுந்தது. பவுல் சபை இளைஞன் அகஸ்டின் தான் சாமி யாருக்காக இந்த காரியத்தை செய்து கொண்டிருந்தான். அன்னம்மாளு சூசை மிக்கேலுவின் சத்தமும், குத்து சவுட்டும் கேட்டு வெளியே ஓடி வந்தாள்.

'பணத்த பிரிச்சி கடும் வட்டிக்கு கொடுக்கியது, கோயிலுக்கு வார குட்டியள கண்ணடிச்சியது... பாட்டு பாட வார பெண்ணுவள புடிச்சி இழுக்கிய அயோக்கியத் தனத்த செய்ற தொட்டி பயல் நீ... நீயாக்கும் என்ன

அடிக்கியா இல்லியால மானங்கெட்ட தயழி' சூசை மிக்கேலு வாயில் வந்தபடி ஊர்காரனுவளையும் பவுல் சபை இளைஞன் அகஸ்டினையும் பாத்து கோபம் கொந்தளிக்க தானகெடுவாய் பேசினான்.

மாம்பட்டை போதை உடலை தள்ளாட்டம் போட வச்சது.. அன்னம்மாளு கணவனை தாங்கி பிடிச்சி கொண்டாள். 'வுடுட்டி... இந்த நாய்க்கு பொறந்த தொட்டியை ஒரு கை பாக்கட்டு' சூசை மிக்கேலு பெஞ்சாதியின் பிடியிலிருந்து திமிறினார்.

கூட்டம் சாமியாருடன் வூட்டு முற்றத்தை விட்டு 'குடிகாரப்பயல்' என திட்டியவாறே கடந்து கொண்டிருந்தது. கள்ள வழியலேயும் கடும் வட்டியும் வாங்கி தின்னு கொழுத்து மறியிற தொட்டிப் பயலுவ ஆண்டவருக்க பிள்ளையாம் சாமியும் அவனுவளுக்க கூடத்தானே போறான்'. சூசை மிக்கேலு சத்தம் போட்டு வைதார்..

தன் அப்பன் செய்த இந்த காரியம் தங்கள் வாழ்க்கையைத் தான் பாதிக்கும். கோயில் இல்லாம எதுவுமே நடக்காதே... ஊர்காரனுவ நெனைச்சா என்னவும் நடக்கலாம். எல்லாவனும் பணக்காரனுவ சூசை மிக்கேலுவின் மகள்கள் ரோஸ்லெட்டு, சிசிலி, வயசுக்கு வராத புலோமினா தன் அப்பனின் காரியத்தை பார்த்து மனசுக்குள் வியாகுலப்பட்டனர். கஷ்டப்பட்டு சாமியாருக்கும் அவர் கூட வந்தவனுகளுக்காகவும் வாங்கி வச்சிருந்த காரசவ்வு, மிக்சர் பொதிகட்டுகளை, ஆசையாய் பார்த்துக் கொண்டிருந்தாள் சூசையின் சின்ன மொவள் புலோமினாள்.

பெருஞ்சண்டை மூண்டு முடிஞ்சது போல அனக்கமின்றி வூடு முழுக்கவும் அமைதி ஒறைஞ்சி கிடந்தது.

பவுல்சபை இளைஞன் அகஸ்டின் அடித்த வலியால் கயிற்று கட்டிலில் வாய்ப்பாறிட்டே கிடந்தான் சூசை முத்து.

வெகளமெல்லாம் முடிஞ்சி ஒஞ்சிபோனபோதும்

அடிபட்ட நோவால் அவனது அலறல் கேட்டுகொண்டே இருந்தது. சின்னக்குறிப்பிடம் செபபுத்தகத்தை வாசிச்சி படிச்சிட்டு, மடியில் வச்சிருந்த புலோமினாளின் கண்ணில் பட்டது சாமியாருக்கு வாண்டிவச்சிருந்த செந்துளூவனும், மிச்சர் பாக்கட்டுகளும். 'தின்னு எம்புட்டு நாளாச்சி...' நாக்கு கெதிச்சது. அப்படியே கண்ணுறங்கி சாஞ்சாள் சுவரோடு.

'அஞ்சி சென்டு இருப்பிடத்தையும் வித்து, தையில வறுவேலாளுக்க கடத்தையும், உருப்படியையும் குடுத்து தீக்கணும். எல்லாத்தையும் கூட்டி பாத்தா கோயில் வரி பாக்கி அது இதுன்னு பத்து பதினொண்ணாயிரம் ரூவாய்க்கு மேல வருது...' தனக்க மூணு கொமருவளையும் பாத்து பேசியது அன்னம்மாளின் வாய்..

சங்கடத்தாலும் பசியாலும் முகம் வெளிறி சோகத்தில் சுவற்றோடு சாய்ந்திருந்தனர் ரோஸ்லெட்டும், சிசிலியும். கொலையுண்டு போவதற்கு ஒரு மணி நேரத்துக்கு முன்பாக மலைவெளி நள்ளிரவில் வியாகுலப்பட்டு பசியுடனும் இரத்தம் வழியும் முகத்துடனும் செபம் செய்யும் காட்சி கொண்ட இயேசுநாதரின் திருவுருவ படம் தொங்கியது அவர்களின் தலைக்கு மேல் கறைபடிஞ்சி போன வூட்டு சுவத்துல. ●

குருதி வழியும் பாடல்களும்
மெசியாவின் முகமும்,
அப்புறம் சிமிக்கிக் கம்மலும்

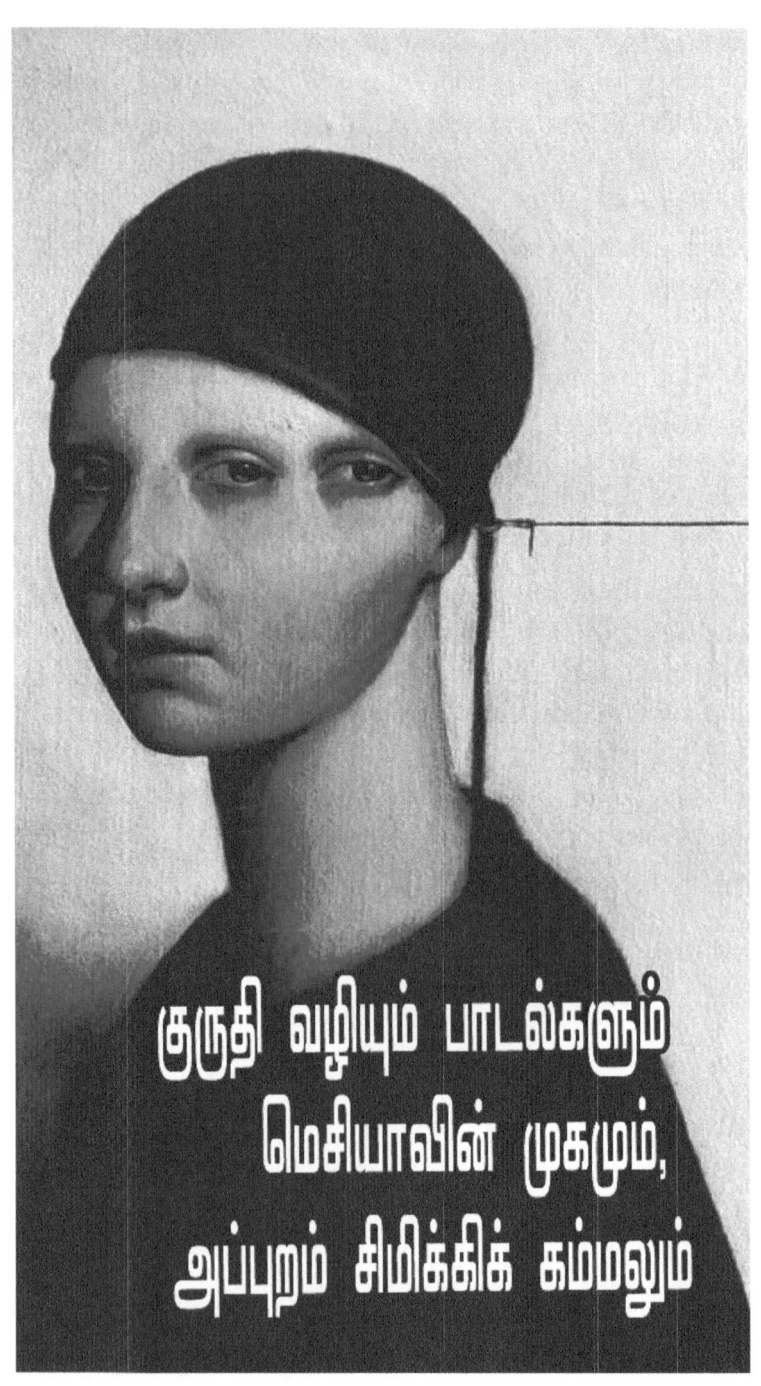

திங்களாச்ச காலத்தையே வியாலைக்கு போவத் ஆயத்தமானான் லூக்காயி கொத்தன். மௌளக்கோலும், தூக்கு கல்லுமாய் இரும்பு சட்டியில் எடுத்து வச்சான். கரண்டியை காணவில்லை. அதை எடுக்க வீட்டுக்கு பெறம உள்ள தொழுவம் பக்கம் போனான். வெற்றிடமாய் கிடந்த தொழுவத்தின் வாரியலில் சொருகப்பட்டிருந்த ரெண்டு கரண்டியை தலையை ஒயத்தி எடுத்தான். தொழுவத்தை விட்டு அவனால் நகர முடியவில்லை. முந்தாநாள் சனியாச்ச சாயந்திரம் ஆடு கத்திக்கிட்டே போனதும், அது இழுத்துச் செல்லப்பட்டதும் ஓர்மைக்குள் முட்டியது. இறச்சிகடைகாரன் வெட்டுக்குத்து யூதாயிதான் ஆட்ட வாண்டிட்டு போனான். அவன் அதை இழுத்துட்டு போனது யூத வீரர்கள் ஏசுவை அடிச்சி பிடிச்சி இழுத்துட்டு போனது மாதிரி யாய் கண்ணுக்குள்ளாடி வந்துட்டே இருந்தது.

பெஞ்சாதி எலியாளுட்ட எவ்வளவோ சொல்லி பார்த்தும் பயனில்லாமல் போச்சு. அவள் இவன் பேச்சை கேக்க வில்லை. ரெண்டுமூணு தடவை குட்டி போட்ட ஆடு அது. திங்களாச்சந்தையில் இருந்து சின்ன குட்டியாய் வாண்டி

வந்தது. மாங்குழியாள் மரியம்மைதான் ஆட்டின் ஒடையக்காரி. அவள்ட்ட இருந்து வாண்டியது தான் அது. நாலு வருசத்துக்கு முன்னால விக்கியதுக்கு சந்தைக்கு அந்த ஆட்ட கொண்டு வந்தாள் மாங்குழியாள்.

அப்பதான் அது லூக்காயி கண்ணுல பட்டது. நீண்டு தொங்கிய ரெண்டு செவியும் செவலையும் வெள்ளையு மாய் கலந்து இருந்தது. தலைய ஆட்டி கிணாட்டும் போதும், கண்ணால பதட்டப்பட்டு பாக்கும் போதும் மர்க்கமாயிருந்தது. உடனே வாண்டிட்டு வந்தான். அவனுக்க மூத்த மொவள் ஜெபக்கொடி நேசமாய் அந்த ஆட்டோடு ஒட்டி உரசி பழகினாள். எப்போதும் நெஞ்சோடு தூக்கி வச்சிட்டு கொஞ்சி கொண்டிருப்பது அவளுடைய வழக்கமாயிற்று.

ஆடு குட்டிபோடும் பருவம் வந்ததும் பொறையன் விளை பிலிப்போசு வூட்டுக்கு கொண்டுபோய் வுட்டுட்டு அடுத்தநாள் சேர்ந்ததும் கொண்டு வந்தான். பிலிப்போசு ஆடு மாடுகளை சேர்க்கவே கிடாக்களையும், மாடுவளையும் தீனிபோட்டு வளர்த்தான். ஆட்டை சேர்க்கணும்னா நூத்தம்பது ரூவா வாங்கிடுவான். மாட்டுக்கு முந்நூறு என்று நிர்ணயம் வச்சிருந்தான். இந்த விசயத்தில் அவன் வச்சதுதான் சட்டம்.

பிலிப்போசு வூட்டு கிடாவோடு சேர்ந்த பெறவு லூக்காய் வீட்டு ஆடு அழகான ரெண்டு குட்டியளை போட்டது. அதுல ஒண்ணு கிடா, இன்னொன்னு ஆட்டுக்குட்டி. அந்த ரெண்டு குட்டியளையும் தள்ளை ஆடு நாக்கால் தடவி வளர்த்தது. அவை அதன் மடியில் முட்டி முட்டி முழங்காலிட்டு பால்குடிச்ச அழகை லூக்காயும் அவனுக்க பெஞ்சாதி எலியாளும், மொவள் ஜெபக்கொடியுமாய் பார்த்து ரசிச்ச காலமுண்டு. வீட்டுக்க பெறம அந்த ரெண்டு ஆட்டுகுட்டியளும் துள்ளி திரிஞ்சி மறிஞ்சி விளையாடியது லூக்காயின் மனசில் இருந்து இன்னும் கூட மறையவில்லை.

அதுக்கு பெறவு கிடாக்குட்டி வளர்ந்ததும் தக்கல எலியாசியார் கோயிலு திருவிழா அயினத்துக்கு கொடுத்தாள் எலியாள். அது மொவள் ஜெபக்கொடியை பெரிய சங்கடத்துல விழச் செய்தது. ரெண்டு மூணு நாளாட்டு வெகளம் வச்சிட்டு தின்னாம கொள்ளாம பட்டினி கிடந்ததுண்டு.

ஒரு நாளு முழுக்க அவள் சோறு தின்னாமல் தெழுவோட கஞ்சி குடிச்சி துக்கமாய் சுருண்டு படுத்தாள். அதுக்கபெறவு பொட்ட ஆட்டுகுட்டியை சொக்காரி ஜாய்சு வாங்கி போனாள். தள்ள ஆடு தனிமையாய் தவிச்சது. தொழுவத்தில் அது 'ம்மே... ம்மே...' என்னு கரைச்சி கேக்கும்போதெல்லாம் லூக்காயி பிலா இலைய கொப்புகளோடு ஆஞ்சி கொண்டு போய் தொழுவத்தின் வாரியலில் சாக்கு சடம்பு நூலில் கட்டி தொங்க போடு வான்.

அது தொழுவத்தின் பிடித்தூணில் கால்களை தூக்கி ஊனிட்டு நின்னு தின்னுவதை பார்த்து ரசனையாய் பாடுவான்.

'ஆட்டுக்குட்டி முட்டையிட்டு கோழி குஞ்சி வந்தது என்ன...'-இவன் பாட்ட கேட்டு ஆடு கூடுதலாய் 'ம்மே... ம்மே...' கரைஞ்சி தீக்கும். எலியாள் அவனை வைது அங்கிருந்து விலகியோட வைப்பாள்.

அவனுடைய மொவளும் அப்பனோடே நின்னு ஆடு குளையை நறுக்குவதை பார்த்துக் கொண்டிருப்பாள். அதுக்கு பெறவு அந்த ஆடு நாலு வருசத்துல ரெண்டு தடவ குட்டி போட்டது. மூணாவது தடவ நாலு குட்டியள போட்டவுடன் அதுக்கு ஒடம்பு எளைச்சி கிழடுதட்டி போச்சி. செறுப்பமாட்டு இருந்தப்ப கறுப்பும், வெள்ளையும், புள்ளியுமாய் அது சந்தமாயிருந்தது.

செவி இரண்டும் இழுத்து கிடந்து தொங்கும். ரெண்டு செவியும் கறுத்து புறுத்து செவலையாய் கிடந்தது. அதன் மொகத்துலபாதி வெள்ளையும், கறுப்புமாயிருக்கும். அந்த

நீண்டு தொங்கும் செவிகளை பிடிச்சி விளையாடுவாள் ஜெபக்கொடி. இப்பவெல்லாம் அவளுக்கே ஆட்டை பிடிச்சாம போச்சி. கிழடுதட்டிப் போன அதை குறிச்சி அவள் நெனைப்பதுமில்லை. கொஞ்சி விளையாடுவதும் இல்லை.

காலமானது அந்த ஆட்டுக்கும், ஜெபக் கொடிக்குமான பின்னலை அறுத்தெறிந்து இருந்தது. ஆறேழு மாசமாட்டு எதுக்கும் ஒதவாம தொழுவத்துல நின்ன ஆட்ட முந்தாநாள் இறைச்சி கடைக்காரன் யூதாயி இழுத்து கொண்டு போனான். வெறும் நாலாயிரத்து ஐநூறு ரூவாதான். எலியாள் கையில குடுத்தான். அவன் ஆட்டை இழுத்து கொண்டு போன போதுதான் வியால முடிஞ்சி வூட்டுக்கு வந்தான் லூக்காயி கொத்தன்.

'என்ன யூதாயி... எதுக்கு ஆட்ட இழுத்துட்டு போறா...'

'போவும் ஓய் ஒம்ம பெஞ்சாதிகிட்ட போயி கேளும்....'

அவன் ஒரு நிமிசம் கூட தாமசியாமல் ஆட்டை கொண்டு போயி வெளியில ரோட்டோரம் நின்ன லோடு ஆட்டோவுல ஏற்றினான். லூக்காயி கொத்தன் அவனுக்க பெறம ஓடினான்.

'ஏய் நில்லு. எனக்க ஆடு வேணும். நா அத வெலைக்கு குடுக்கல..'.

ஆனால் யூதாயி எதையும் கண்டுக்கலை. அந்த லோடு ஆட்டோ வேகமாய் அவன் கண்ணில் இருந்து மறைஞ்சது.. ஞாயிற்றுக்கிழமை வெட்டப்படும் ஆடுகளோடு அதையும் சேர்த்துக் கொண்டான் யூதாயி.

சனியாச்ச சாயங்காலமே திங்களாச்சந்தைக்கு வந்தான் லூக்காயி. நேராக யூதாயி ஆடு வெட்டும் இறைச்சி கடை பக்கமாய் போனான். அங்கு நாலஞ்சி கிடாக்களும் ஒரு மாடு, அதோடு லூக்காயின் ஆடும் கட்டப்பட்டிருந்தது. லூக்காயி அதன் பக்கமாய் நெருங்கி போனான். அவனை அடையாளம் கண்டதும் 'ம்மே... ம்மே...' என்று கத்தியது. லூக்காயி ஆட்டுக்க கிட்டபோயி

அத தடவி கொடுத்தான். மடியில் இருந்த ரெண்டாயிரத்து அறூறு ரூவாய யூதாயிட்ட குடுத்து மீட்டிடனும் நெனைச்சான் மனசுக்குள்ளாடி.

யூதாயி ஒரு மோட்டார் பைக்கில் இறச்சி கடைபக்கம் வந்தான். ரெண்டுமூணு சைசில் இருந்த இறச்சி வெட்டுக்கத்திகளை சாக்கோடு மடக்கி வைத்திருந்தான். நேரம் இருட்டியது.

'இன்னு ராவிலேயே நம்ம ஆட்ட வெட்டிடுவானோ...'

லூக்காயின் ஈரகுலை நடுங்கி துடிச்சது. அவன் யூதாயை நெருங்கினான்.

'யூதாயி... எனக்க ஆட்ட குடுத்திடு...'
நீ குடுத்த பணத்த நா தந்திடுயேன்...'. - அவன் கெஞ்சினான்.

'என்னத்த ஓய்... செல்லீரு... நாலாயிரத்து அருநூறு ரூவா குடுத்து வாண்டிட்டு வந்திருக்கேன். கூறு போட்டு வித்தேன்னா பத்தாயிரம் பாத்துடுவேன்'

அவன் வெட்டுக்கத்தியளை சாக்குபையில் இருந்து அவிழ்த்த வாறு பேசினான். கசாப்பு கத்திகள் ஒன்றோடு ஒன்று ஒரசிய சத்தம் லூக்காயின் இருதயத்தை அறுப்பதா யிருந்தது.

'யூதாயி... நெறுத்துல... பதறி சத்தம் போட்டான் லூக்காயி. ஓனக்க பணத்த நா தந்திடுயேன்... எனக்க ஆட்ட குடுத்திடு...'.

'எங்க... சும்மா குடுத்துருவாங்களாக்கும்... போவும் ஓய் நாள காலத்த ஏழாயிரத்து ஐந்நூறு கொண்டு வாரும் ஆட்ட தாரேன். இன்னு கண்ணுமுன்னால நிக்காதீயும்... போவும்...'

லூக்காயியை விரட்டினான். அவன் அந்த இடத்தை விட்டு இடறலோடு நகர்ந்தான். மனக்கண் முன்பு ஆட்டின் அழுகை கேட்டுக் கொண்டேயிருந்தது.

அவனை துக்கம் பிடித்தது. இனி கண்டுராக்குகிட்ட போயி மீதி பணத்த வாண்டனும். மனசுக்குள்ளால நெனைச்சவாறு தலக்குளம் ரோட்டுக்கு வந்தான்.

அவனால் ஆட்டை இழந்த துக்கம் தாங்க முடிய வில்லை. ரோட்டோரமாய் இருந்த டாஸ்மாக்கு பாருக்குள் நுழைஞ்சவன் அரைகுப்பி ரம்மையும், சோடாவையும் வாண்டி வயறுமுட்ட குடிச்சான். பார்ல வேலபாக்கும் ஆளு

‘ஆட்டு ஈரலு, குடலு, மூளை இருக்கு...’என்ன வேணும்...’ என்றபோது தலைக்கு ஏறிய போதையை மீறி இன்னும் அதிகமாய் துக்கம் அவனை தின்றது. மீண்டும் கால்குப்பி பிராண்டியை வாங்கி குடிச்சவன் லம்பிலம்பி பாரை விட்டு வெளியேறினான்.

தக்கலை பஸ்சுல ஏறியவன் கோர்ட் ரோட்டில எறங்கிய போது மணி இரவு எட்டரையாயிருந்தது. போதையோடு அண்டியாபீசு ரோட்டு பக்கம் உள்ள வீட்டுக்கு போனான்.

‘இன்னும் குடியா...’

எலியாள் சத்தம் காதுக்குள் விழுந்தது. அவளை அடிச்சி சவுட்டி தள்ள வேகமாய் போனான். அவள் நடு வீட்டுக்குள் புகுந்து கொண்டாள். அங்கு கிடந்த கட்டிலில் மொவா ஜெபக் கொடி ரெண்டு சின்ன சிமிக்கி கம்மலு பெட்டிகளை வச்சி அதுல இருந்த கம்மலை எடுத்து காதில் வச்சி வச்சி அழகு பார்த்தாள். தவப்பன் லூக்காயியை அவள் கண்டும் காணாதது போல முக கண்ணாடியில் தனது முகத்தை பார்த்தும் காதில் கம்மலை கொருத்தும் சிமிட்டி கொண்டிருந்தாள். அவளுடைய கிணாட்டலில் தவப்பன் லூக்காயி கண்ணுலேயே படவில்லை.

‘ஏய் மக்கா ஜெபக்கொடி.... என்னதட்டி நான் வந்தது கூட தெரியலியாக்கும் ஒனக்கு....’

‘எப்போ நல்லா இருக்கா...’ அவள் சிமிக்கி கம்மலை காதில்மாட்டி கொண்டு கேட்டாள்.

‘இது என்னு மோளே வாண்டியது?...

‘இந்த கம்மலு இன்னு ஆலூாக்காசு கடையில வாண்டியது... நல்லாயிருக்கா சொல்லும்...’ அவள் தவப்பனை பாத்து மீண்டும் கேட்டாள்.

அவன் எதுவும் பேசாமல் லம்பி கொண்டே அங்கு படுத்து கொண்டான். எலியாள் மெதுவாக அடுக்களையில் இருந்து வெளிப்பட்டாள். போதையில் கிடந்த லூாக்காயி ஒறங்கிபோயிருந்தான்.

•••

ஞாயிற்றுக்கிழமை

விடியகாலையிலேயே கண்ணு முழிச்சி கொண்டான் லூாக்காயி. உத்திரியப்பன் கடையில இருந்து ஒரு சைக்கிளை வாடகைக்கு எடுத்துட்டு கக்குறிச்சியை நோக்கி வேகமாய் சவுட்டினான். பத்து நிமிசத்துல கண்டுராக்கு வீட்டு முன்னாடி சைக்கிள் நின்றது. கதவை தட்டாமல் திண்ணையில் காத்து இருந்தான்.

விடியகாலை அஞ்சரை மணிக்கு வேட்டியை ஒயத்தி மடிச்சி கட்டியவாறு பெதலிசு கண்டுராக்கு வீட்டு திண்ணைக்கு வந்தார். லூாக்காயியை பார்த்ததும் அவருக்குள் சந்தோசம். இன்னு வீட்டு பெறம இடிஞ்சி கிடக்கிய காம்பவுண்ட கட்டணும் மனசுக்குள்ளார நெனச்சார்.

‘என்னல லுக்காயி... காலத்தேயே வந்திருக்கா...’

‘கண்டுராக்கே எனக்கு ஒரு ஏழாயிரம் ரூவா கடனா தரணும்’.

என்னத்துக்கு திடீரென்று கடன்னு வந்து நிக்கியா...?

‘மோளுக்கு டி.டி.சி.க்கு அர்ஜண்டா பீசு கட்டணும்’. ‘அவதான் படிப்ப முடிச்சிட்டா இல்லியால...’

இ...இல்ல... கண்டுராக்கே இனி வேற ஒரு படிப்புக்கு - லூக்காயி இழுத்தான்.

'என்னடெ காலத்தேயே ஔறிட்டு நிக்கியா?'

வீட்டுக்குள்ளாடி போனார் பெதலிசு. அவன் கேட்ட பணம் ஏழாயிரம் ரூவா நோட்டுகளாட்டு கொண்டு வந்து குடுத்தார்.

'எல்லாஞ்செரிதான்... வூட்டுக்கு போயிட்டு இஞ்சவந்து... பெறம இடிஞ்சி கிடக்கிய காம்பவுண்டை கட்டணும்'

'செரி செரி... கண்டுராக்கே'

வெளியில நிப்பாட்டிருந்த சைக்கிளை எடுத்தவன் இரணியலை நோக்கி சவுட்டினான். சைக்கிள் கக்குறிச்சி ரோட்டு இறக்கத்தில வேகமாய் முன்னோக்கி வெரைஞ்சது. அதிகாலை இருட்டைக் கடந்து திங்களாச்சந்தை வந்த போது நேரம் வெளுத்து போயிருந்தது. மணி காலை ஆறரையாகியிருந்தது. சந்தை பக்கம் சைக்கிளை சவுட்டிக் கொண்டு போனான்.

ஆட்டை மீட்கும் எண்ணத்திலேயே காணப்பட்டான். தலக்குளம் ரோட்டில் உள்ள சந்தை கேட்டு திறந்து கிடந்தது. ஞாயிற்றுகிழமை தோறும் இறைச்சி எடுக்க ஆட்கள் அதிகம் வருவதால் அந்த கேட் திறந்தே கிடப்பது வழக்கம்.

உள்ளே கோழி, பன்னி, மாடு, ஆடு எல்லாவற்றின் ரத்தமும் ஒறைஞ்சி போயி கிடந்தது. அஞ்சுமணிக் கெல்லாம் வாயில்லா ஜீவன்களின் உரித்தெடுக்கப்பட்ட உடல்கள் ஒவ்வொரு கசாப்பு கடைகளிலும் தொங்குவது வழக்கம். தலைகளும் கண்டங்களும் வெட்டப்பட்ட ஆடுமாடுகளின் மாமிசம் வாங்க வரும் ஆட்களை முறைச்சி பார்த்து கொண்டிருக்கும். சின்ன பிள்ளையள் தவப்பன்மாரோடு வரும்போது அந்த தலைகளைப் பார்த்து மர்க்கப்படுவார்கள்.

லூக்காயி திறந்து கிடந்த இரும்பு கேட்டை கடந்து உள்ளே போனபோது குப்பைக் கூளங்களாய் கிடந்த சவுறுகள் மீது இரண்டு நாய்கள் ஆட்டுச் செவிகளை வாயில் கவ்விக்கொண்டு சண்டையிட்டு கடித்து குதறி இழுத்து சீறி கொண்டிருந்தன. அவனுடைய கண்கள் அந்த நாய்களை கண்டபோது பதறிபோனது. அந்த நாய்கள் கடித்து குதறியது தனது ஆட்டின் செவிகள் என்பதை அடையாளம் கண்டான்.

கொந்தளிச்ச கோவம் ஒரு பக்கம், துக்கம் இன்னொரு பக்கம் யூதாயின் கசாப்பு கடைபக்கம் போனான். அவன் சட்டை இல்லாத ஒடம்பில் தொப்புள்வரைக்கும் ஏழரைபவுனு செயினு குருசோடு தொங்கியது. தூக்கி தொங்கவிடபட்ட ஆட்டின் சதையை வெட்டி கொண்டி ருந்தான் யூதாயி.

லூக்காயி அவனுட்ட போய் பேசினான். ஆனால் யூதாயி வியாபாரத்தில் கருத்தாயிருந்தான். ‘சண்டைதான் பிடிச்சணும் இவனுட்ட போயி என்னத்த பேசியது’ லூக்காயி சந்தையை விட்டு வெளியேறினான் மனசு முழுக்க சங்கடம் பாரமாயிருந்தது. ‘ம்மே....ம்மே...’ ஒரு ஆட்டின் ஓலம் காதுகளில் அறைஞ்சது. வேகமாய் அந்த இடத்தை விட்டு வெளியே வந்தான். வூட்டுக்கு போய் படுத்துக் கொண்டான்.

உச்சைக்கு உழுந்துகஞ்சியும் தொவையலும் கூட்டி குடிச்சான். எரணம் முட்டியது. எந்த ஆகாரமும் அவனுக்கு இறங்கவில்லை. துவண்டு போனவன் மறுபடியும் வூட்டை விட்டு எங்கும் போவாமல் படுத்தே கிடந்தான்.. ஒறக்கம் வராமல் நடுவீட்டு கட்டிலில் முளிச்சி கிடந்தவன். கோவிலுக்கு சண்டேகிளாசு போவதற்கு தன்னை மினுக்கி கொண்டு அங்குமிங்குமாய் நடந்து திரிஞ்ச மொவள் ஜெபக்கொடி அவன் முளிச்சு கிடப்பதை கண்டு ‘எப்போ ஒறங்கலியா அப்பா... கள்ள நடிப்பா ஓமக்கு’

'இஞ்ச பாரும் ரெண்டு காதுல கிடந்த கம்மலை காட்டினாள்... அவன் படுக்கையில் இருந்து எழுந்திருச்சி கட்டிலில் சம்பளங்கால் போட்டு இருந்தான். 'லேட்டி மோளே. ரெண்டு மூணு கம்மலு அதுக்கப்புறம் ஒரு நாலு காப்பு... இதெல்லாம் எங்க உள்ள பணத்துல வாண்டினியட்டி.' 'எல்லாம் நம்ம ஆடு வித்த பணம்தான்.. அதுக்க குட்டியள வித்தது... அதுலதான் அம்ம செறுவ செறுவ வாங்கி சேத்தது... நம்ம ஆட்டையும் அது போட்ட குட்டியளையும் மட்டும் வித்து பதினொரு பவுனு அம்மா வாங்கிட்டு தெரியுமா?' தலையாட்டியவாறு பேசினாள் ஜெபக்கொடி.

'கொமர பெத்து வச்சிருக்கு... அதுக்கு இன்னைக்கே சேத்து வச்சாதான் உண்டுண்ணு பாக்கணும்....' எலியாள் பேசிக் கொண்டே அவனை கடந்து போனாள். லூக்காயி கொத்தன் கண்ணில் மொவா காதுல போட்டிருந்த ஜிமிக்கிகம்மலு தொங்கியது ஆட்டின் நீண்ட காதுகளை ஞாபகமூட்டியது. பக்கவாட்டு சுவரில் வியாகுல மாதா மகன் இயேசுவை பறிகொடுத்து நிக்கும் காலண்டர் கண்ணுக்குள் பட்டது. இமையிரண்டும் தானாய் மூடிட கட்டிலில் மலந்தான்.

இன்னு திங்களாச்ச வியாலைக்கு கிளம்பி போறதுக்கு கரண்டி சட்டி, மொளக்கோலோடு காலமே கண்டுராக்கு வர சென்னாரு. தொழுவம் பக்கம் போனவன் ஓர்மையில் நாலு வருசத்துக்கு முந்தி வாங்கி வந்த அந்த கறுப்பு வெள்ளை ஆட்டின் புழுக்கைகளும் மோண்டழிச்ச தடையங்களும் உறைஞ்சி கிடந்தது. அந்த ஆட்டை யூதாயு இழுத்து கொண்டு போனதும் அது இறச்சிக்கடையில் தொங்கியதும் விடாம குத்தியது மனசை.

வீட்டுக்குள் எலியாள் மோளுட்ட சத்தமாய் பேசினாள். 'லேட்டி ஜெபக்கொடி 'இன்னு அந்த வளையத்த போட்டுட்டு எம்பளாய்மெண்டு ஆபீசுக்கு போட்டி' அவனுடைய ஆட்டின் இரத்தம் மொவா

ஜெபக்கொடியின் உருப்படிகளாய் மாறியிருந்தன. ரெண்டுமூணு வருசத்துல கல்யாணம் செஞ்சிட்டு போறவளுக்கு கொறையாம நகநட்டு வாங்க அவனுடைய ஆடு பலியாயிருந்தது. மொவா ஜெபக்கொடி காதுமடல் இரண்டிலும் நட்சத்திர சிமிக்கி கம்மலு போட்டு அவனுக்கு முன்பாய் பவுறு கொண்டு கிணாட்டிட்டே அங்குமிங்குமாய் நடந்தாள். ஆடு தொழுவத்த விட்டு வெளியேறிய போது அதன் ம்... மே... மே... கரைச்சலானது விடாது குடைஞ்சிட்டே இருந்தது லூக்காயி உள்ளக்கிடக்கினைக்குள் மெசியாவின் குருதி வழியும் துயரமுகமாய்.

பத்து கட்டளை எரோணிமுஸ்

பெருந்தாடியோடு கூடிய கன்னத்து உரோமமானது நரச்சும், வெளுத்து மிருந்தது மார்க்சுக்கு. அவரோடு சிரிச்சி பேசினார் ஏங்கெல்ஸ். அதே வரிசையில் தான் ஆலிலை இராணுவ உடையில் மிடுக்காய் நின்றிருந்தார் சேகுவாரா. அவருடைய சுண்டுக் கிடையில் இருந்த கருஞ்சுருட்டிலிருந்து புகைவளையங்கள் வெளியேறியது. அத்தோடு குறுந்தாடி லெனினும், ஸ்டாலினும், பிடலும் கூட வரிசையாய் புன்னகைத்தனர்.

இப்புரட்சிக்காரர்களின் மொத்த பார்வையும் எரோணிமூசு வாத்தியாரை உழிஞ்சு நோக்குவதாயிருந்தது. அந்த உழிஞ்சு நோக்கும் பார்வையை, பலமுறை பனைநாரு கட்டிலில் படுத்து கிடந்து பார்க்கும் கணங்களில் எரோணிமூசு வாத்தியாரு கூப்புகையோடு வணங்குவார்.

மனசுக்குள் புரட்சிகவிதை பாடிக் கொண்டே படுக்கையில் இருந்து எழுந் திருப்பார். இன்னோ வழக்கமான நேரம் கடந்தும் எரோணிமூசு வாத்தியாரிடம் எந்த அனக்கமுமில்லை. ஆனாலும் உலகை விடியவைத்தவர்களின் பார்வை மட்டும் வழக்கம்போல வாத்தியாரு மீது பதிஞ்சது.

செவ்வகமாய் வடித்ததில் இளஞ் சிவப்பு நிறத்தில் தான் அந்த முறி மாத்திரம் இருக்கும். தலைக்கு மேலே சுவற்றின் நான்கு பக்கமும் புரட்சியாளர்கள் கறுப்பு-வெள்ளை சட்டத்துக் குள்ளாடி கண்ணாடி பிரேமுக்குள்ளிருப்பார்கள். எரோணிமூசு வாத்தியாருக்கு இருபத்தஞ்சி வருசத்துக்கு மேல் அவர்களோடு அப்படியொரு சிநேகமும் நெருக்கமும். முறிக்குள் ஜன்னலோடு கிடக்கும் கட்டிலில் தான் வாத்தியாரின் கண்ணுறக்கமும் வாசிப்பும் எல்லாமும். உடுமுண்டோடு நீண்டு மலந்து கிடந்த அவரை புரட்சியாளர்கள் பார்த்துக் கொண்டேதான் இருந்தனர். ஆனால் அவரோ அப்படியே கிடந்தார்.

பனைநாரு கட்டிலோடு கிடந்த ஒரு பழைய பெஞ்சி முழுக்கவும் படித்த மூலதனமும், புரட்சியாளர்களின் சிவப்பு சித்தாந்த புத்தக அடுக்குகளும் குலைஞ்சி போய் கிடந்தன. மார்க்சு பிடல் காஸ்ட்ரோ சேகுவாரா சரித்திரங்களும், மதவெறி, முதலாளித்துவ ஏகாதிபத்தியத்துக்கு எதிரான சிறு, பெரு புத்தகங்கள் பலவும் ஆண்டுகள் கடந்தவாயிருந்தது. கிழிஞ்சும், கிழியாமலும் கொருத்துக்கட்டிய அத்தனையும் வாத்தியாரின் அந்த முறிக்குள் பத்திரமாயிருந்தன. தலமாட்டுக்கு மேலே நட்டு வக்கால்களும் வலையான்களும் கூடுகளைப் பின்னி விளையாடின. முறியின் ஜன்னலில் ஒன்று கழன்று போய் தொங்கியது. அந்த வெற்றிடத்தை பழஞ்சாக்கு மறைப்புண்டாக்கி உள்புகும் வெயிலின் வெளிச்சமானது தடுக்கப்பட்டிருந்தது.

தக்கலை தரும ஆஸ்பத்திரியில் வாங்கிய குளிசைகளும், வட்டுகளும் சின்ன சின்ன கண்ணாடி குப்பிகளில் நிரப்பி அங்கு வைக்கப்பட்டிருந்தன. மாசந்தோறும் வாங்கி குடிக்கும் பீத்தண்ணியை அடக்கும் ரோஸ்கலரு மருந்தும், ஒரு குப்பியில் முக்கால்வாசி அளவு இருந்தது. ஜன்னலோரமாய் இருந்த மருந்துகளோடு எரோணிமூசு வாத்தியாரு எழுதி குறிச்சி வச்ச பல நூறு டயரிகள்

புகையறை படிஞ்சி காணப்பட்டது. சாமம் முழுக்கவும் பெஞ்சி தீர்த்த மழை அடங்கி விடியகாலையில் தனுப்பு காத்து வீசியும் எரோணிமூசு வாத்தியாரு கிடப்பில் இருந்து எழும்பவில்லை. மூக்கோடு மாட்டியிருந்த முகத்துக் கண்ணாடி ஒருபக்கமாய் சரிஞ்சி வாயைத் தொட்டுகிடந்தது. நெஞ்சின் கேசமனைத்தும் வெளுப்பாய் மாறி வருசங்கள் கடக்கும். தலமுடியும் கருமை இழந்திருந்தது. வழக்கமாய் அவர் வெறும் வயிற்றில் குடிக்கும் கேழ்வரகும், பொடியரிசியும் கலந்த கஞ்சி சட்டியோடு முறிக்குள் புகுந்தாள் வெரோணிக்காள். நடுசாமம் முழுக்கவும் பெஞ்சிதீர்த்த மழையை போலவே எரோணிமூசு வாத்தியாரின் மூச்சும் அடங்கிபோயிருந்தது. அவருடைய ஜீவித சுவாசத்தை அவரிடமிருந்து மரணமிருகம் பறித்து போயிருந்தது. ஒப்பாரி ஓலத்தோடு அந்த முறிக்குள் இருந்து வெளிப்பட்டாள் வெரோணிக்காள்.

பத்துக்கட்டளை எரோணிமூசு வாத்தியாரு மரிச்சு போன இரண்டு மணி நேரத்ததில் அவர் புழங்கி திரிந்த இடமெல்லாம் மரண செய்தி பரவிற்று. சாவு துக்கம் அப்பிய முகங்கள் முற்றமெங்கும் பரவத் தொடங்கின. சொக்காரன், அருவக்காரன்மார் இடையே சிவப்பு துண்டு தோழர்களும் துயரத்தில் நடமாடினர். வெரோணிக்காளின் அழுகுரலானது முற்றம் தாண்டியும் கேட்டது. அது பலருக்கும் மர்க்கமாயிருந்தது. வாத்தியாரின் சீரம் விட்டு ஜீவன் போன விடியகாலை சாமப் பொழுதில் வெரோணிக்காள் அவரோடு இல்லாமல் போனது பெரிதும் அவளை குற்றப்படுத்தி சங்கடப்படுத்தியது. விக்கலும் இருமலுமாய் மூச்சு விட திணறியவரின் குரலானது அந்த முறிதாண்டி ஒலிச்சும் வெரோணிக்காளோ அதிகாலை கண்ணுறக்கத்துக்கு தன்னை ஒப்புக் கொடுத்து இருந்தாள். அது அவள் இருதயத்தில் ஆணியடிச்சது. வியாகுலத்தோடு விலாவாரியாய் எடுத்து சொல்லியது அவளது ஒப்பாரி ஓலம்.

தக்கலை கச்சேரி ரோட்டில் இருந்து நடந்தே வந்து

சேர்ந்தாள் மூத்த மொவள் ரெபேக்காள். சாவு செய்தி அறிஞ்சும் பள்ளிக்கூடம் முடிஞ்சுதான் அவளது வருகை இருந்தது. தவப்பனாரின் சடலம் கிடந்த முறிக்குள் போனவளை துக்கமூண்டது. உள்ளில் குறுகுறுத்தது.. எறியுளியால் குத்தப்பட்ட மனசுடைஞ்சி கரைஞ்சாள்.. ஒட்டி ஒணந்து போய் கிடந்த எரோணிமூசு வாத்தியாரின் தேகமானது ஒருபாடு பாடுகளை சுமந்து தீர்த்து போயிருந்தது. இன்னு எழுவதாயிரத்துக்கும் மேல சம்பளம் வாங்கி ஒடம்பு முழுக்கவும் உருப்படியை சுமக்கும் அவளுக்கு எல்லாமுமாயிருந்தவர் எரோணிமூசு வாத்தியாரு தான். மூத்த மொவளான அவளுக்கு வாத்திச்சி ஜோலி கிட்டியபோது அவருக்கு உள்ளில் சந்தோசம் பொங்கியதுண்டு. அதற்கு அவருடைய உழைப்பும், தியாகமும் ஒருபாடு உண்டு. ஆனால் அவளால் தவப்பனாருக்கு எந்த உபயோகமும் இருந்ததில்லை. போதாக்குறைக்கு தள்ளக்காரியுடன் கூட்டு சேர்ந்திட்டு எதிராய் பேசியதுதான் இத்தனை வருட போக்காயிருந்தது. இனி அதற்கு வழியில்லாமல் போய் விட்டது. வெரோணிக்காளும், மொவள் ரெபேக்காளும் அழுது புலம்பிய நேரத்தில்தான் பிள்ளை குட்டியளோடு வந்தாள் எளையவள் றோணிக்கம்மாள். முற்றம் கடந்து போனவள் தன் கடமைக்கும் ‘பப்போய்... பப்பா...’-ன்னு புலம்பிட்டேதான் வீட்டுக்குள் புகுந்தாள்.

முறிக்குள் போன ஒன்றிரண்டு தோழர்களும், சொக்காரன்மாரும் எரோணிமூசு வாத்தியாரு சடலம் கிடந்த கட்டிலை வெளித்திண்ணைச்குத் தூக்கி வந்தனர். தலமாட்டில் மெழுகுவர்த்தியளும், சாம்பிராணி திரிகளும் எரியத் தொடங்கியது. வந்தவர்களால் மலர்வளை யங்களும் ஆரங்களும் அவரது உடல் மீது போடப்பட்டு, பூக்களின் வாசமும், சாம்பிராணி திரிகளின் புகை நெடியுமாய் துட்டி வீடு முழுக்கவும் துயரத்தின் வாசனையை அடையாளமாக்கின. பத்துகட்டளை எரோணிமூசு வாத்தியாரின் பெயருக்கு முன்னால் அந்த

யாவே மோயீசனுக்கு கொடுத்த பத்துகட்டளை பட்டபெயர் ஒட்டியது எப்படி? அந்த முந்தைய கால சரித்திரம் குறிச்சி சாவு வீட்டுக்கு வந்தோரெல்லாம் முறுமுறுத்தனர்.

அது எரோணிமூசு வாத்தியாருடைய காலமாகும். ஜோலி பறிக்கப்பட்டு விட்டாலும், நெறிகேடுகளுக்கு குனியாமல் திரிஞ்சவரின் பெரும்பாலான பொழுதும், நாளும் போராட்டமாகவே கழிந்தன. வாழ்வதற்காய் தீங்கான நிபந்தனைகளுக்கு உடன்படாதவர். எம்மதமும், கோட்பாடும் தடை செய்ய முடியாத விலங்கொடித்த தாயிருந்தது அவரது துடிப்பான ஜீவித இயங்குதலின் பிராயம். சுதந்திரத்தையும், தன்மானத்தையும் கொண்ட லைஞ்சவருக்குள் புரட்சிகாரர்கள் புகுந்தபோது முப்பத்தஞ்சி வயசிருக்கும். நாப்பத்திரண்டுல இவரோடு தாக்கு பிடிக்க முடியாத அளவுக்கு முரண்கள் கூட்டு சேர்ந்துதான் வாத்தியாரு ஜோலியை பறிச்சி கொண்டது. அதன்பெறகு வீட்டில் மரியாதை கொறவுதான். ஆனாலும் அதையெல்லாம் அவர் வகை வச்சதில்லை.

பீக்கறி அரசியல் பேசியவர்கள் எவனும் அவரை நெருங்கிவிட முடியாது. ‘பத்துக்கட்டளை’ ஒட்டுவதற்கு முன்பு தேவாலயத்துலதான் பக்தி அதிகமாயிருந்தது அவருக்கு.

ஞாயிற்றுக்கிழமை திருப்பலி முடிஞ்சதும் ஞான உபதேச வகுப்புகளில் எரோணிமூசு வாத்தியாரின் கணீர் குரல் வகுப்பெடுப்பதுண்டு. மோயீசனுக்கு யாவே அருளிய பத்துக்கட்டளை குறிச்சிதான் அந்த பேச்சிருக்கும். ‘உனது தாய் - தகப்பனை மதித்து நட. அப்போது நாட்டில் உனது வாழ்நாள் நீடிக்கும். கொலை செய்யாதே, பிறருக்கு எதிராக பொய்சாட்சி பகராதே, பிறருடைய வீட்டையோ, பெண்ணையோ விரும்பாதே. அடிமை பெண்ணையும், பிறருக்குரிய ஆடு மாடு கழுதை எதையும் களவு செய்யாதே...’ இப்படி வசனம் பேசி விளக்கிட்டே இருப்பார். பத்துக்கட்டளைக் குறிச்சி அவர் பேசாத

இடமில்லை. ஏரோணிமூசு வாத்தியாரின் ஒழுங்கும் ஒழுக்க நெறியும் பங்குபேரவைக்கு ஒத்துப் போவாத போது சீக்கிரமே கெடுவினை அவரை சூழ்ந்தது.

எரோணிமூசு வாத்தியாரு ஹெட்மாஸ்டராட்டு இருந்த பள்ளிக்கூடமானது சபைக்கானது. அது தொடக்கப்பள்ளிதான். தேவாலயத்தில் வந்த ‘பத்துக் கட்டளை’ வட்டபேரு பலமாட்டு ஒட்டியது கூட இங்கவச்சிதான்னு சொல்ல முடியும். பத்துக்கட்டளை மட்டுமல்லாம படிக்கிற செறுதுவளுட்ட புரட்சி காரர்களின் வரலாறையும் பேசுவதுக்கு மறக்கவும் மாட்டார். பயரவும் மாட்டார். தேவாலயத்தோடு சேர்ந்திருக்கும் பள்ளிக்கூடத்திலேயும் எரோணிமூசு வாத்தியாரு செறுதுவளுக்கு பத்துக்கட்டளை குறிச்சும், புரட்சிகாரரர்கள் பத்தியும் பாடம் நடத்தினாருன்னு அறிஞ்சது முதல் பங்கு பேரவை முடுதமும், கணக்கரும் கொந்தளிக்கும் கோவத்தோடு திரிஞ்சனர்.

இதுக்கெல்லாம் தோதாய் இருந்தது பள்ளிக் கூடத்துக்குள் வாத்திச்சி ஜோலி பாத்த வாத்திச்சி அற்புதம்மாளின் செயல்பாடு. மாறுகண்ணி வாத்திச் சின்னாதான் எல்லாரும் அதிகமாய் அவளை அறிஞ்சது. அவள்தான் அவருக்கு பெரும் வாதையாய் மாறினாள். ஜெபமாலையும், கையுமா திரிவாள். தேவாலயம் போவாத நாளே கிடையாது. விடியகாலமே எழும்பிடுவாள். முட்டாங்கி போட்டுட்டு ஏழெட்டு ஜெபமாலை பிரார்த்தனை முடிச்சிருப்பாள். அதுக்கப்புறம் மொகத்த கழுவிட்டு குட்டிக்கோறா டப்பா பவுடரை உள்ளங்கைக்குள் கமத்தி தட்டுவாள். ரெண்டு கையிலேயும் தேச்சி முகத்தில் பூசிட்டு தேவாலயம் நோக்கி ஒரு நட. தெனமும் இப்படி திருப்பலி காணலைன்னா அவளுக்கு ஒறக்கம் வராது. ‘அப்படி என்ன பக்தியோ மாறுகண்ணி வாத்திச்சிக்கு... தீனம், ஒடம்பு கழியலேன்னு புலம்புவா... ஆனால் விடியகாலமே கருணை மாதா முன்னாடி முட்டங்காலு போடியதுக்கு ஓடுவா....’ ஊருல உள்ள வாலிப

பயலுவளுக்க நளியடிப்பு எல்லாம் அவளுக்கு காதுக் குள்ள போவாது.

எரோணிமூசு வாத்தியாரு ஹெட்மாஸ்ட்டராட்டு இருக்கிற பள்ளிக்கூடத்துல அவருக்கு கீழதான் மாறுகண்ணிக்கு ஜோலி. ஒரு வாரத்துல நாலு நாளு பள்ளிக்கூடம் வருவாள். மீதி நாளு எங்க போவாள்... எதுக்கு விடுப்பு... எதுவும் கேக்கியது இல்ல. கேட்டா தலவிரி கோலமாட்டு நின்னு ஆட்டம் போடுவாள். எரோணிமூசு வாத்தியாரு கண்டுக்கிடாம இருந்தாரு. அவள பத்தி அவருக்கு எல்லாமே தெரியும். ஆனால் தனக்க குடும்பத்த நெனச்சி பூட்டி வச்சிட்டு மனசுக்குள்ள பொருமிட்டே தான் இருந்தாரு. பள்ளிக்கூடத்துக்கு மாறுகண்ணி வந்தாலே கிணாட்டலும், குண்டி யாட்டலும் கண்டு மத்த வாத்தியான்மாரு வாய் பிளந்து நிக்கியதுண்டு. இதெல்லாம் அவருக்கு பிடிச்சாத விசயமாய் போனது.

நாலஞ்சி நாளு விடுப்பு முடிஞ்சி வாரவளுட்ட எரோணிமூசு காரணம் கேட்பாரு. அதுக்கு அவளிட மிருந்து கெணாட்டலும், கொஞ்சலுமாய் பதில் வரும்.

‘இஞ்ச நாந்தான் எச்.எம். அதாவது ஹெட்மாஸ்டரு. ஒழுங்கு மரியாதையா வரணும் போவணும். செறுது வளுக்கு பாடம் நடத்துற பள்ளிக்கூடமாக்கும் இந்த இடம். இங்க கொணஞ்சிட்டு வளைஞ்சிட்டு நீ திரிஞ்சா... அது நடக்காது... எதுக்கு அடிக்கடி லீவு போடியா...?’

‘சாரே சுங்கான்கடையில தியானம்... அதுக்கப்புறம் நம்ம ஊருல இருந்து நாலஞ்சி பேராட்டு சாலக்குடி போயிருந்தோம்... அதான்....’

‘இதெல்லாம் ஒனக்கான காரணம்.. நீ தியானம், ஜெபமாலை, தெனம் தேவமாதாவுக்க முன்னாடி விழுந்து கிடந்தாலும் செய்ற தப்ப ஒண்ணும் சீக்கிரத்துல மறைச்ச முடியாது... காலம்னு ஒண்ணு இருக்கு... அது காட்டி குடுத்திரும்... மொதல்ல மனசாட்சிக்கு பயரணும்.....’

-எடுத்த விடுப்புக்கு ஆயிரத்தெட்டு காரணங்களை அடுக்கும் அவளுடைய முகத்துக்கு எதிரே இப்படி எரிஞ்சி விழுவாரு எரோணிமூசு. ஆனாலும் மாறுகண்ணி அற்புதம்மாள் வாத்திச்சியின் ஒழுங்கீனம் அடங்கிய பாடில்லை. இதனால் எரோணிமூசு வாத்தியாரு எடுத்த நடவடிக்கையெல்லாம் திரும்பி அவர் மீதே பாஞ்சதுண்டு.

எல்லா குற்றச்சாட்டுகளின் ஒட்டுமொத்த குருசையும் அவர் சுமக்க வேண்டியிருந்தது. காலபோக்குல மாறு கண்ணிக்கு பக்கமாய் மேசியாளும், இன்னும் ரெண்டு மூணு வாத்திச்சி வாத்தியான்மாரும் சேர்ந்தனர். அது அவளுடைய கூட்டுகட்டை பலமானதாய் மாற்றியது. தோதான நாள் பாத்துட்டே காத்திருந்தனர். பள்ளிக்கூட ஆண்டுவிழாவுக்கு ஒருவாரம் முன்பு அந்த நாளும் வந்தது. எரோணிமூசு வாத்தியாரின் அறையில் கூட்டம் நடந்தது.

'மொதல்ல ஆண்டுவிழா பத்தி பேசுவது இருக்கட்டும். ஒரு காரணமும் இல்லாம எப்பவும் வரம்புமீறி சாரு பேசியதை நிறுத்தணும்....' -அந்த கரகரத்த குரல் வந்த பக்கமாய் எரோணிமூசு வாத்தியாரு பார்த்தார். அது வாத்திச்சி மேசியாளுடையது.

'என்ன மேசியாள் டீச்சர்....ஆரு... ஆருட்ட வரம்பு மீறுனாவ.... மனசிலாகலேயே....'

'ஆமா... ஒண்ணும் தெரியாது... ஏன் சார் நம்ம அற்புதம்மாள் டீச்சருட்ட எரிஞ்சு விழுவதுமில்லாம வாய்க்கு வந்தபடி பேசுதீய... இதெல்லாம் படிச்ச படிப்புக்கும். பாக்குற ஜோலிக்கும் நல்லதா...?'

'மேசியாளே வாயை அடக்கு... இல்லண்ணா...' -அவருடைய செறஞ்ச பார்வை அவளை கனலாய் எரிச்சது.

'ஆருகிட்ட பேசுறோம்னு தெரிஞ்சிட்டுதான் பேசுதியா...? ஒரு பாடம் நடத்தக் கூடியவள் ஒழுங்கா பள்ளிக் கூடத்துக்கு வரமாட்டா. அவளை திருத்துறதை விட்டுட்டு இங்க வந்து... வாயாடிட்டு நிக்குதியா?'

'சார் அவங்க ஒண்ணும் வாயாடல...' -மரியான் வாத்தியான் எழும்பினான்.

‘ஓ... மரியானா? எல்லாரும் கூட்டுகட்டிட்டுதான் வந்திருக்கிதியளோ... அதானே பாத்தேன்....’

‘ஒரு காரியமும் இல்ல சார்... அற்புதம்மாள் டீச்சருட்ட நீங்க மன்னிப்பு கேட்டா போதும்....’

- படாரென பேசி முடிச்சார் மரியான்.

‘ஆருட்ட மன்னிப்பு ஆரு ஓய் மன்னிப்பு கேக்கணும்... இந்த கூதறகிட்ட நா தல குனியணுமா?’- வெடிச்சி சிதறிய வர்த்துவானத்தின் ஒப்புராளத்தோடு எழும்பி கொண்டார் எரோணிமூசு. அவருடைய வாய் மூடவில்லை.

‘பள்ளிக்கூட நேரத்தையும் வகை வைக்காமல் சாமியாரை பாக்க போறது. அவருட்ட வளஞ்சி பிணைஞ்சி சிரிச்சிட்டு திரியற இவகிட்ட நா மன்னிப்பு கேக்கணுமோ... அது அம்மிய தலகீழ போட்டாலும் நடக்காது மரியான்...’

‘ஏய்... அற்புதம்மாளு கேட்டுக்க... இன்னு நீ பள்ளிக்கூட நேரம் முடியாம காம்பவுண்டு கேட்டை தாண்ட முடியாது’. - அவருடைய பேச்சும் கோபத்தின் செறையலும் எல்லோருடைய வாயையும் அடைச்சது.

‘ஓ... நீரு இஞ்ச ஹெட்மாஸ்டரு மாத்திரம் தான். பாதருதான் முழு பொறுப்பு... இனி நா அவரை போய் பாத்து ‘லீவு’ எடுப்பேன்... எதையும் நீரு கேக்க முடியாது...’

-தெடமாட்டு எதுத்து பேசினாள் மாறுகண்ணி அற்புதம்மாள் வாத்திச்சி.

‘இனிதான் நீ சாமியார பாக்கணுமோ.... அதான் என்னைக்கும் பல்லிளிச்சிட்டு திரியிதியே’ நீயெல்லாம் ஒரு பள்ளிக்கூட வாத்திச்சியா?... இல்ல வேற....’

‘வேற.... வேற என்ன? வாயைபிளந்து சொல்லும் எரோணிமூசு’. கனத்த குரல் கேட்ட பக்கம் திரும்பினார் எரோணிமூசுஅந்த அறைக்குள் வெள்ளை லோவை சாப்பு களுக்குள் இரண்டு கையையும் நுழைச்சிட்டு வந்தார்

ஆரோன் பாதர். ஒரு செயரை இழுத்து போட்டுக் கொண்டு அதில் இருந்து கொண்டவர். லோவையின் சாப்புக்குள் கைபோட்டு கைலேஞ்சியை எடுத்து முகத்தை தொடச்சார்.

‘இதுதான் நீங்க வாத்தியாரு ஜோலி பாக்குற லட்சணம்... பொம்பளைகிட்ட எப்படி பேசணும்னு தெரியாது... ஒம்மையெல்லாம்... ஆராக்கும் ஒமக்கு ஜோலி தந்தது... நா நெனச்சா...’

‘ஒண்ணும் புடுங்க முடியாது சாமி...’ -எந்த தயக்கமும் இல்லாமல் எரோணிமூசு வாத்தியாரின் வாய்க் குள்ளிருந்து சாடியது பதில். ஆரோன் சாமியாரும், மாறுகண்ணி அற்புதம்மாள் வாத்திச்சியும், மேசியாளும், மரியானும் எல்லோருமாய் வாயடச்சி நின்றனர்.

‘என்ன மானம் கிழிய போவுதுன்னு பயமாட்டு இருக்குதா... சாமின்னா திருப்பலி பீடத்துல பிரசங்கம் முழங்கியதோடு நிப்பாட்டிடணும்... இப்படிபட்ட கேடு கெட்டவளுக்கு பக்கமாட்டு பேசவரபடாது... என்னைப் பத்தி சாமிக்கு என்ன தெரியும்... ஆனா சாமியப் பத்தி எல்லாமே எனக்குத் தெரியும்... ஒவ்வொண்ணா சொல்லட்டா?’ - எரோணிமூசு வாத்தியாரின் நாக்கு நீண்டது.

‘வெள்ளையடிக்கப்பட்ட கல்லறைக்குள்

விருத்திகெட்ட எலும்புகளுண்டு

கழுத்து முதல் கால்வரை தொங்கும்

நீண்ட வெண் லோவைக்குள் நடமாடும்

அநீதியின் பாவம் நிறைந்தோர்

மனம் எல்லாம் அழுக்குதான்

லோவைகள் மட்டுமே இங்கே கறைபடியாதவை!

இந்த லோவைகள் இல்லை என்றால் சாமியும் சாத்தான் தான்!.’

-எரோணிமூசு வாத்தியாரின் கவிதை முழக்கமானது அந்த அறை முழுக்கவும் கேட்டது.

செயரில் இருந்து எழும்பினார் ஆரோன் சாமியார்.

'இவனுக்கு எல்லாமே தெரியும் போல...' - மனசுக்குள் முட்டியது வெளிக்காட்ட முடியாத வார்த்தைகள்.

'அவருக்கு முன்பாய் எல்லாம் நிர்வாணமாயிருந்தது. வேதாகம வசனம் கேட்டதில்லையா பாதர்... இதோ... இந்த வாத்திச்சி எதுக்கு ஜெபமாலையும் கையுமா காலமவே தேவாலயம் வாராள்... செறுப்பக்கார குட்டியள எதுக்கு வருது... கேட்டா சுரூபம் தொடச்சியதுக்குன்னு வெளியே பேரு... ஒமக்க வக்குற புத்தியை தணிச்சியதுக்கு பாவபட்டதுவதான் கிடைச்சிதா...? அங்கிய கழட்டி போட்டுட்டு போவ வேண்டியது தானே...'

'எரோணிமூசு...'

'என்ன? ஒப்புராளம் வருதோ... வரணும்... வந்தேயா கணும்... சாமி நல்லா கேட்டுட்டு போவும். இனி ஒமக்கு சின்னக் குட்டியள பிடிச்சி தாறதுக்கு இந்த வாத்திச்சி இங்க இருக்க மாட்டா. ஒமக்க ஜோலி மயிர பாத்திட்டு போவும்..'

-எரோணிமூசு வாத்தியாரின் பேச்சை சாமியாரால் எதிர்கொள்ள முடியவில்லை. அவருடைய ஒழுக்க முகமூடி எல்லார் முன்பும் கிழிஞ்சி தொங்கியது. தானொரு நிர்வாணியாய் மாறியதை நெனச்சி வெசர்ப்புகள் வழிஞ்ச முகத்தோடு அந்த அறையை விட்டு வேகமாய் வெளியேறினார்.

•••

ஆறே மாசம் தான்.

'வாத்திச்சிகளிடம் வரம்பு மீறல். பள்ளிக்கூடத்து பணத்தில் கையாடல், கம்யூனிஸ்ட்டு பாடம் நடத்தும் நக்சலைட்டு' என்றெல்லாம் வார்த்தைகள் கொண்ட

சுவரொட்டிகள் தேவாலய மதில் சுவர்களிலும், பள்ளிக் கூடத்து காம்பவுண்டிலும் எரோணிமூசு வாத்தியார் மீது இழிவும் பழியும் சுமத்தி காட்சியளித்தன.

பங்கு பேரவை கூட்டத்திலும், பள்ளிக்கூடத்து நிர்வாகிகள் கூட்டத்திலும் பத்துக்கட்டளை வசனங்களை யெல்லாம் புரட்டி மாத்தி எழுதி படிச்சிகாட்டி எரோணிமூசு வாத்தியாரை சிலுவை மரத்தில் ஏத்தினர் சாமியாரும் அவரோடான கூட்டத்தாரும்.

எரோணிமூசு வாத்தியாருன்னா காரி துப்பாத குறையாட்டு பரியாச எக்காளமாடினர் எல்லோரும். அரசாங்கத்துக்கும் பராதி போனது. வாத்தியாரின் ஜோலி பறிக்கப்பட்டது. அநீதியும் தீங்கும் சேர்ந்து ஒத்தாடியதால் தாக்குபிடிக்க முடியாத எரோணிமூசு வாத்தியாரு ஒரு கட்டத்தில் மடங்கி போனார். ஆனாலும் பெஞ்சாதி, பிள்ளையள் சொன்ன மாதிரி எவர் முன்பும் முடங்கி போவாமல் நிமிர்ந்தார். இதன் விளைவாய் அவருடைய ஜோலி பலியாடபட்டது. ஹெட்மாஸ்டர் வேலையை அவரு இழந்து போனாலும் 'வாத்தியாரு' பேரு மாத்திரம் அவரோடு பசையாய் ஒட்டி போனது.

காலப்போக்குல குருசடி படிக்கட்டுல இருந்துட்டு கொடுங்காலத்து பிரச்சனையை பேசியவராய் மாறினார். நாப்பத்தெட்டு வயசுல ஜோலிய பறி கொடுத்தவருக்கு அதுக்கு பெறவு வீட்டிலும், வெளியிலும் கிடச்ச தெல்லாம் அதிகமா அவமானம்தான்.. அடையாளமற்றுப் போனவராய் அலஞ்சாலும், அவர்களின் அட்டூழியம் பத்தி பேசுவதிலிருந்து அவரது வாய் மூடிப்போகவில்லை. பொதுவுடைமை பிரதானிகளின் கொள்கைகளை உள்ளில் பதித்தவருக்கு அவர்களின் போதனைகளே பாதைக்கு வெளிச்சமானது.

குருசடி படிக்கட்டுகளில் இருக்கும் எரோணிமூசு வாத்தியாரை குமைப்பதற்கு எளவட்டங்கள் வளைக்கும். அவர்களுக்கு ஊசியின் காதில் ஒட்டகம் புகுந்ததோ

இல்லையோ, இவரின் சமத்துவ பேச்சு பாச்சலாய் இறங்கும். ஒவ்வொருத்தனின் பாரம்பரியத்தையும், முன்னோரின் நிஜத்தையும் அடுக்கடுக்காய் அவர் அடுக்கிட்டு போவார். ஈடுகொடுக்க முடியாத எவனும் அவர் பக்கம் நிற்கமுடியாமல் எடுத்துவச்சி ஓட்டம் பிடிப்பான்கள்.

தக்கலை அண்ணா சிலை பக்கம் போனால் போதும். வாரத்துக்கு ஒருமுறையாவது கவிஞர். அரங்கசாமியின் கவிதையை போராட்ட சீதமாய் எதிரொலித்துக் கொண்டு கிளர்ச்சியாய் நிற்பார். இன்குலாபின் 'மனுசங்கடா' பாட்டை மெட்டு குலையாமல் பாடி, அடுக்குவதோடு சமூக முரண்களுக்கு எதிராய் அடுத்தடுத்து கோஷங்கள் அவருக்குள்ளிருந்து குதிக்கும்.

ஆளும் ஆதிக்கத்தின் ஏதேச்சதிகாரத்துக்கு எதிராகவும், மேற்குமலை தொடர்ச்சியை விழுங்கும் ஆக்கிரமிப்பு நாக்குகளை ஒட்ட நறுக்கிடவும், அவரது போராட்டக் குரல்கள் கலெக்டர் ஆபீசு முன்பு வரை ஒலிக்கும். கோர்ட்டு கேசும், போலீசு லாக்கப்புமாய் துடிப்பான பிராயத்தை ஒருபாடு காலத்துக்கு பலிகொடுத்து களமாடி திரிந்தார்.

வாரி சீவப்படாத தலைமுடி, சிரைக்கப்படாத கன்னத்துத்தாடி, கழுத்துல தொங்கும் ஜோல்னா பருத்தி துணி தஞ்சி. அதுக்குள்ள மார்க்ஸ், ஏங்கெல்சின் கோட்பாட்டுப் புத்தகங்கள். காலுல தோலு செருப்பும், முகத்தில் மூக்கு கண்ணாடியுமாய் பார்வையோடு தெம்புள்ள மட்டும் திடமாய் நிமிர்ந்து திரிஞ்சவருதான் பத்துக்கட்டளை எரோணிமூசு வாத்தியாரு..

இவருக்கு பத்துக்கட்டளை எரோணிமூசு வாத்தியா ருன்னு பட்ட பெயருன்னா, சாமியாருக்கு காலப்போக்குல பொய்புரட்டு யூதாசுன்னு கெட்ட பேரு உண்டாகியது. அவருக்கெதிராய் சத்துருக்களின் பெருக்கமும் அதிக மாயிற்று, விரோதமாய் எழும்பியவர்கள். முன்பு

தாக்குபிடித்து நிற்க முடியாத சாமியார் பங்கை விட்டு மாயமானார். எங்கோ போனவரு தான். அதுக்கு பெறவு எந்த துப்புமில்ல. காலமானது எதையும் விட்டு வைக்காது என்பதற்கு அத்தாட்சியாய் சாமியாரின் கள்ளமும் கபடும் வெளிச்சமான போது நீதிமானாய் நிமிர்ந்தார் எரோணிமூசு வாத்தியார்.

மாறுகண்ணி வாத்திச்சியின் நடத்தையே அவளை அழிச்சது. நடக்க ஏலு அத்து போனவள் சுரூபங்களின் முன்பு முழங்காலிடுவாள். அவையெல்லாம் அவளை முறைக்கும். எலியாசி குத்துவாளை அவளது நெஞ்சு நோக்கி வீசுவதும் அந்தோணியாரு முறைப்பதுமா யிருக்கும். பயத்தில் கண்ணை மூடிக்கொள்வாள். கண்ணுக்குள் அக்கினி ஜூவாலை பற்றியெரியும். ஆரோன் சாமியாரின் பிறவிருத்திக் கேடு தெரிஞ்சும், அவருக்கு உடந்தையாய் இருந்தவளுக்கு தேக நொம்பலமும், பிணியும் சேர்ந்து வதைச்சது. தனியாளாய் ஜீவிச்சி மரிச்சி போனவள்தான். காலமோ அவள் குறிச்ச கதைகளுக்கு மட்டும் ஞாபகமூட்டிக் கொண்டிருக்கிறது இன்னும்.

மேசியாள் வாத்திச்சியின் நிலமை சங்கடத்துக் குரியதாய் மாறிப் போனது. எழுவது கடந்து போச்சி. வீட்டாளு மரிச்சு போன பின்பு ஏத்துபாக்க பெத்ததுவ ஒண்ணு கூட பொறுப்பெடுக்கலை. பென்சாம், ஜெயசேகரன் ஆசுபத்திரி மருந்துக்கு பென்சன் பணம் சரியாப் போவுது. நரம்பத்த நாக்கால பொய்பழி சொன்னதுக்கு எரோணிமூசு வாத்தியாருட்ட மன்னிப்பு கேட்டுட்டுத்தான் சாவணும்னு எண்ணம் இருந்தது உள்ளுக்குள்ளாடி.

பத்துக்கட்டளை எரோணிமூசு வாத்தியாரை வயோதிகம் தொட்டுவிட்ட காலம் முதல் வலுவும், பலமும் இழந்து போனது தேகம். வீட்டோடுதான் அவரது பாடு. தோழர்களும் அதிகம் வருவதில்லை. தெடமாட்டு திரிஞ்ச காலமெல்லாம் ஊருக்கு ஒழச்சவருக்கு மருந்து

மாத்திரைக்கு கூட வழியில்லாமல் போனது. தக்கலை சர்க்காரு ஆசுபத்திரி இல்லன்னா இத்தன வருசம் ஜீவிதத்தை இழுப்பு இருமல்ல இருந்து பிடிச்சி வச்சிருக்க முடியாது.

'ஆண்டவர மறந்துட்டு கம்யூனிஸ்டு காரன்மாரு கூட திரிஞ்சீரு... இப்ப என்ன ஆச்சி ஒமக்கு... இழுப்பும் இருமலும்தான் மிச்சம். ஒழுகிற ஓட்டு வீடும் பழைய கட்டிலும் தான் கடைசியில கெடச்சிருக்கு... என்னைக்கு சாமியாரையும், தேவாலயத்தையும் விட்டுட்டு செவத்தக் கொடிய பிடிச்சீரோ, அன்னு பிடிச்சது ஒமக்கு ஒத்ரவமும் சனியும். இந்த வூட்டுக்கு தரித்திரியமும்...'

- வெரோணிக்காள் எப்பவெல்லாம் அவருக்கு தண்ணியோ, கஞ்சியோ கொடுப்பாளோ, அப்ப வெல்லாம் இப்படி சொல்லம்பு வீசுவது வழக்கமானது.

'போளா... பலவட்டர மூளி. ஒனக்க ஆண்டவனும் மண்ணாங்கட்டியும். ஜெபமாலையும் சின்னக்குறிப்பிடம்னு திரியுற நீ இத்தனை நாளுல என்னத்தக் கண்டு கிழிச்சுட்டா'-

வெரோணிக்காளை பாத்து கெண்டைக்கு - மண்டைக்கின்னு அறுத்து கிழிப்பாரு.

'சும்மா இல்ல... ஆண்டவன பழிச்சுத்தான் விக்கலும் இருமலும் வந்து அன்னாக்க அடச்சிட்டு நிக்குது.... கையெடுத்து அந்த எலியாசியை கும்பிட்டு மன்னிப்பு கேளு... கடைசி காலத்துல ஜீவனாவது நிம்மதியாய் போவும்...'

'ஏ... ஏய்... இஞ்ச இருந்து போளா... எனக்க கண்ணு முன்னாடி நிக்காம போளா... இந்த முறிக்குள்ள வராதளா... மூளி' ஒன்னப்பாத்தாலே நிம்மதியாய் போற உசிரும் போவாது...'

'ஒனக்கு நல்ல சாக்காலம் இல்ல... பாத்துக்க... துடிச்சி மறிஞ்சி துள்ளி புட்டானாய் திரிஞ்ச காலத்துல ஜோலிய விட்டா.... அஞ்சு பிள்ளையள பெத்து வச்சிட்டு,

அதுவளுக்கு நல்லது கூட செய்ய முடியல… நீ இருந்தாலும், இல்லாட்டாலும் ஒண்ணுதான்…'

- ஒப்புராளத்தோடு வாயாடிட்டும், வைதுட்டும்தான் வெரோணிக்காள் மருந்து, மாத்திரையையும், கஞ்சித் தண்ணியும் வச்சிட்டு அந்த முறிக்குள்ளாடி இருந்து வெளிப்படுவாள். மூணு மொவுனுவ உண்டு. ஆண்டனி, ஆப்ரகாம், ஆண்ட்ரூசு. எப்பாவாது நூறோ, ஐநூறோ கொடுப்பதோடு சரி. பழைய ஓட்டு வீடும் மங்கட்டையாய் மாறி நிக்குது.

இதுதான் பத்துக்கட்டளை பத்ரோசு வாத்தியார் சரித்திரம்.

•••

மூத்தவன் ஆப்ரகாமுக்கு பாளையங்கோட்டையில் வாத்தியாரு ஜோலி. கைக்குள் ஒட்டாத சம்பளம் கொடுக்கும் கன்னியாத்திரிமாரு மடம் நடத்துற பொறியியல் கல்லூரி. அது. அங்குதான் தலைமுறைகளை அதிகம் சேர்ப்பதுண்டு. பிள்ளையளையெல்லாம் ஆதாயங்களாய் மாற்றும் பெற்றோர்கள். இவன் வகுப்பு மட்டும் எடுத்தா போதாது. பயிற்சி வகுப்பு, சிறப்பு வகுப்புன்னு பிள்ளையளை மார்க்கு எடுக்கிற எந்திரமாட்டு மாத்திடணும். தேர்வு முடிவு வரும்போது முதலிடத்தில் காலேஜ் பெயர் வரணும். அது ஒண்ணுதான் முக்கிய குறிக்கோள். நாலாயிரத்துக்கும், அஞ்சாயிரத்துக்கும் ஜோலி பாக்கியதுக்கு பி.எட்டுகளும், எம்.எட்டுகளும் உற்பத்தி யாகிக் கொண்டிருக்கும் காலகட்டத்தில் கொழுப் பெடுத்த பள்ளி கல்லூரி வியாபாரிகளும், முதலாளிகளும் பற்றி ஆருக்கும் சங்கடமில்ல. ஆப்ரகாமுக்கு தவப்பனார் எரோணிமூசு வாத்தியாரு மேல வலிய மதிப்பு ஒண்ணும் கெடையாது. ஊரோடு ஒத்துப் போவாத அவருடைய ஜீவிதகாலம் முடிஞ்சி போனாலும் அவரால பள்ளத்துல சிக்கியது நாங்கதானேன்னு மனசுக்குள்ள ஒருபாடு ஒப்புராளமுண்டு..

'லேல மக்கா இனும ஒண்ணும் ஆவப்போறதில்லை. வாத்தியாரு செத்து மணி ஆவுது... கோயிலுக்கு சொல்லி துக்க மணி அடிச்சணும்... கொப்பச்சியை சிமித்தேரி கொண்டு போய் அடக்கம் பண்ணணும்னா அதுக்குள்ள வரியை குடுக்கணும்... அவரு சின்ன சீர்கேடா செஞ்சி வச்சிட்டு போயிருக்காரு...'

- சொக்காரன் பட்டாளம் பாலைய்யன் கரகரத்தான்.

'சின்னைய்யா... கடைசி தம்பி ஆண்ட்ரூசு வரணும். அவன் வந்த பெறவு மத்த காரியத்தையெல்லாம் பாக்கலாம்...'

'அது இல்லடே.... பங்கு சாமியாருக்கு தகவல் சொல்லணும். ஆரெங்கிலும் சென்னியளா என்ன?' -அவர் பேச்சை நெறுத்தவில்லை.

'ஆப்ரகாமு மாமோய்... மையப்பெட்டி வந்தாச்சு மையப்பெட்டி வந்தாச்சு...' - லொடக்கு காக்கி நிக்கரை இடுப்புக்கு மேலே தூக்கி பிடிச்சிட்டு ஓடிவந்தான் பொடிப்பயல் நிக்சன்.

'இப்ப எளையவனுக்கு தந்தி குடுத்தியளாடே... அவன் வாரதுக்கு ஒருபாடு சமயம் ஆவும்னா மத்த காரியத்த பாப்போம்...' - ஞானமுத்து வாத்தியாரு அவசரப் படுத்தினார்.

திண்ணையில் வச்சிருந்த பனைநாரு கட்டிலை சுத்தி மெழுழுவர்த்திகளோ, சாம்பிராணி திரிகளோ எரியூட்டப் படவில்லை. பூமாலைகளும், மலர் வளையங்களுமாய் கட்டில் முழுக்கவும் பரவி கிடந்தன. பூக்கள் மட்டுமே துக்க வீட்டின் வாசமாயிருந்தன. தோழர்களால் போர்த்தப்பட்ட செவப்புத்துணியானது எரோணிமூசு வாத்தியாரின் சரீரத்தை மூடியிருந்தது. அவருடைய தலமாட்டில் வெரோணிக்காளும், மொவள் ரெபேக்காளும் விரும்பியதால் வேதாகமம் விரிக்கப்பட்டிருந்தது.

அதில் அவருக்கு பிடிச்ச பத்துக்கட்டளை வசனம்

வெளியில் எல்லோர் கண்ணிலும் தெரியும்படி வைக்கப் பட்டிருந்தது.

வீட்டுக்குள்ளிருந்து வெரோணிக்காளின் அழுகுரல் ஒப்பாரியாய் கேட்டுக் கொண்டேயிருந்தது. எரோணிமூசு வாத்தியாரின் மோளுவளும் தள்ளையோடு சேர்ந்து கொண்டனர். முற்றமெங்கும் சாவு வீட்டுக்கு வந்தவர்கள் அதுகுறிச்சி கேட்டறிந்து துக்கமாய் நின்றனர்.

'சாமியாரை பாக்கணும்- பூசைக்கு இன்னும் சொல்லல்ல- என்னத்த செய்ய... எரோணிமூசு வாத்தி யாரின் மருமகன் சகாயதாசு எரிச்சலோடு புலம்பினான்.

'லேய் சகாயம்... மக்களே சின்ன பிள்ளைய வவுறுபோச்சி பட்டினியால கெடக்குதுவ... கொஞ்சம் போல கருப்பட்டியும், இளங்குடியும் கொடுக்கியதுக்கு ஏதாவது செய்ல...'

இரக்கப்பட்டு பேசிய அருளம்மை கிழவியை செறஞ்சான் சகாயதாசு. அவள் பம்மினாள்.

'ஒனக்கு வெவரம் இருக்கா அருளம்மை... இஞ்ச கருப்பட்டி தண்ணி கொடுக்கிய சீர்லையா இருக்கியாவ... பச்சதண்ணிய குடிச்சிட்டு கிடக்கட்டும் சவங்க.... ஒவ்வொருத்தனும் இஞ்ச மத்திரம் வச்சிட்டு கிடக்கியானுவ- இவளுக்கு காப்பித்தண்ணி போடணும்.... இளங்குடி குடுக்கணுமாம்... போறா இல்ல பலவட்டர கிழவி...'

வாய்பாறிட்டே முற்றத்துக்கு வந்தான். அங்கு ஓரமாய் துக்க மூஞ்சியுடன் நின்னுட்டிருந்தான் மச்சினாரு ஆப்ரகாம்.

மச்சான்... போனவரு போயிட்டாரு... இனும ஆக வேண்டியத பாக்கண்டாமா? ஏன் இப்படியே நின்னுட்டு இருக்கீரு- எல்லாரும் ஒரு நாளு போவ வேண்டியது தான்-'

'மச்சினன் மயிருன்னு பாக்க மாட்டேன். நீரு ஓம்ம ஜோலிய பாத்துட்டுப் போவும். எல்லாம் எங்களுக்குத் தெரியும்...'

-ஆப்ரகாமின் சீற்றம் சகாயதாசை அப்படியே அடக்கிப் போட்டது. திருப்பி பேசினால் செத்த வீட்டில் குழப்பம்தான்னு நெனச்சவன் வேறு திசை பக்கமாய் நவுண்டான். வாத்தியாரின் மூத்த மொவள கட்டியவன் தான் சகாயதாசு. பேல்சியகாரன்னு அந்த வீட்டுக்கு மருமகனாட்டு வந்தவன், பத்து வருசத்திலே குடிச்சே சம்பாத்தியத்தை எல்லாம் அழிச்சான். அதுக்கப்பெறவு அவனுடைய குடும்பத்தை தாங்கி பிடிச்சது எரோணிமூசு வாத்தியாருதான்.

ஏதேதோ ஜோலிக்கு போனவரு மொதமொதலா கண்ணீரும் கம்பலையுமா கண்ணு முன்னாடி நிக்கும் போதெல்லாம், சேத்து வச்சதயெல்லாம் குடுத்து தாங்குறவரா இருந்தார். இன்னு சகாயதாசு பெத்து போட்ட மக்கமாரு பத்து, பன்னிரெண்டு வகுப்புல படிச்சியதுக்கு காரணமும் அவரு தான். வெறும் வாய்ப்பேச்சு மட்டும் தான். அவனுட்ட உண்டு. 'ஆ... ஊ...' அத செய்யணும் இத செய்யணும் என்பான். ஆனால் எதுக்கும் லாயக்கற்றவன் என்பது எரோணிமூசு வாத்தியாருக்கு நல்லாவே மனசிலாயி போன விசயம்தான்.. அவனாலேயும், அவர் நோவுகளை சுமந்தார்.

'இனி வாத்தியாரை குளிப்பாட்டலாம் இல்லியா... மணி பத்தர தாண்டுது... எதுக்கு நேரம் கடத்தணும்...' -ஊர் குடிமகன் புண்ணியதாசு ஓர்மையூட்டினான். சொக்காரன்மாரு சேர்ந்து எரோணிமூசு வாத்தியாரு உடலை தூக்கி முற்றத்துக்கு கொண்டு சென்றனர். வெரோணிக்காளின் ஒப்பாரி முற்றம் தாண்டி ரோடு வரைக்கும் கேட்டது.

குளிப்பாட்டி சென்டும் - பன்னீரும் தெளிச்சப்பட்ட சரீரமானது மையப் பெட்டியில் நீட்டி வைக்கப்பட்டது. இனி சிமித்தேரிக்கு கொண்டு போறதுக்கும், இறுதி பூசைக்குமாய் அவருடைய மக்கமாரு தயாராய் நின்றிருந்தனர்.

'எல்லாம் செரிதான்... கொப்பன் சாவக்கிடக்கிய சமயத்துல ஓஸ்தி வாங்கல. பங்கு சாமியாரு அப்பவே

வரமாட்டேன்னு செல்லிட்டாரு. ஓங்களுக்கெல்லாம் ஒண்ணு செல்லணும். துக்கமணியே அடிச்சல தெரியுமா?'

-ஞானமுத்து வாத்தியாரின் வார்த்தைகள் வேகவேகமாய் வெளிச்சாடிய கணத்தில் துக்க வீடானது அதிர்ச்சி கலந்து அனக்கமற்று போனது.

'அய்ய... அய்ய... அய்யோ... ஓமக்கா இந்த கெதி...' -வெரோணிக்காள் மாருல அடிச்சி வச்ச ஒப்பாரி மட்டும் அமைதியை குலைச்சது.

'இனி சிமித்தேரிக்கும் கொண்டு போவ முடியாது. அங்க சவக்குழி வெட்டப்போன அழுக்கன் அம்புரோசை பங்குல உள்ள முடுதமும், கணக்கரும் செறுத்து வெரட்டியடிச்சிட்டதாட்டு'.

- ஊர் குடிமகன் புண்ணியதாசு பேச்சு இன்னும் எல்லோரையும் நிலை குலைய வச்சது. எரோணிமூஸ் வாத்தியாரின் மூணு மொவனுவளும் ஒண்ணும் புரியாமல் ஒருவரை ஒருவர் மலங்க மலங்க பார்த்து தெகைச்சி நின்றனர்..

கோயிலு பங்குன்னு எதுக்கு இருக்குடே... ஓங்க கொப்பச்சி பெரிய கம்யூனிஸ்டு தத்துவமெல்லாம் பேசிட்டு திரிஞ்சாரில்லியா? அவருக்க சடலத்த பூத்த மட்டும் பங்கு கோயிலு, திருப்பலி, சிமித்தேரி வேணுமா?...

சத்தமாய் பேசிட்டே முற்றம் நோக்கி வந்தனர் முடுதமும், கணக்கரும்.

'ஆமால... சவக்குழி வெட்டியதுக்கு விடல... சிமித்தேரியில அடக்கியதுக்கு ஊர் காரனுவளும் வுட மாட்டானுவ... ஆண்டவனுக்கு எதிராட்டு திரிஞ்ச கொப்பன் சாமிமாரைப் பத்தியெல்லாம் என்னவெல்லாம் பரியாசம் பேசி தானக்கெடு போட்டிருக்கான். அதெல்லாம் பொறுக்க முடியாதுல... நீங்க அதை பாத்திடுங்க...'

'ஆண்டவரே'

-எரோணிமூசு வாத்தியாருடைய சொக்காரி குருசம்மாளு வானத்த பாத்து பெருமூச்சு விட்டுட்டே போனாள்.

'இதெல்லாம் மீறி சாமியாரு இஞ்ச வந்தாருன்னா மொத அடி அவருக்குத்தான்...'

-பவுல் சபை இளைஞன் இலியாசுடைய குரல் ஓங்கியது.

எரோணிமூசு வாத்தியாரை சுத்தி எதிர்ப்புதான் வலுத்ததாயிருந்தது. அவரோ பேச்சு மூச்சற்று மையப் பெட்டிக்குள் நீண்டு கிடந்தார். 'எல்லாத்துக்கும் காரணம் அவர் பத்துக்கட்டளைப்படி நடந்ததுதான்...' பேச்சு வந்த பக்கமாய் எல்லாவனும் தலையை திருப்பினர்.

'இவ்வளவு தூரம் எதிராளியாட்டு மாறி நின்னு பேசிதிய. ஓங்க எல்லாருட்டேயும் கேக்கிறேன். வாத்தியாரு அப்படி என்ன பாவம் செய்திட்டாரு.. நீதி, நியாயத்துக்கும், நேர்மைக்கும் எதிராட்டு நடக்குற அநியாயத்தைதானே அவரு தட்டிக் கேட்டாரு.. அதுக்காக இவ்வளவு பெரிய அக்கிரமம் செய்றதெல்லாம் நியாயமே இல்ல...'

'ஆருல அது... நீட்டி தீட்டி வேளம் முழங்கியது...'

-மொறச்ச பார்வையோடு பூர்த்தீசுவை எதிர்கொண்டு வந்தான் கத்தோலிக்க இளைஞர் பேரவை தலைவன் ஜெரோமு.

'ஐயா தோழரே... ஓமக்க அநியாயம், அநீதி, நீதி யெல்லாம் இஞ்ச எடுபடாது.. சொவப்பு துண்ட தோள்ல மாத்திரம் போடும். இஞ்ச செத்த வீட்டுல அத செங்கொடி யாட்டு பறக்க விடுற எண்ணம் வேண்டாம்.

-ஜெரோமுடைய அடங்காதனத்து திமிரு பேச்சு அவரை சினமடைய வச்சது.

'லேல... ஜெரோமு... ஒன்னையும் தெரியும், கொப்பன் இரத்தம் குடிச்சான் ஏசுதாசனையும் நல்லாத் தெரியும். மரியாதைக்கு வர்த்துவானம் இருக்கணும். இல்லைன்னா மானம் கிழிஞ்சிடும்... ஆருட்டல... தேவடியா பயலே...- கொத்தன்மாரையெல்லாம் வியாலைக்கு விளிச்சிட்டு

போறது. அவனுவளுக்க கூலியில கையவச்சி மாடியும், காருமா சுத்திட்டு திரியறதையெல்லாம் இப்ப இங்க செல்லட்டால அக்கிருமி நாயே'

எவரும் கோப ஆவேசப் பேச்சை எதிர்பார்க்கவில்லை. ஜெரோமும், அவனுடைய கூட்டாளிமாரும் பம்மினர்.

'பாவிகள் பல்கி பெருகினால்தான் மதம் வளரும். பாவங்களுக்கும் கெதியத்ததுவளுக்கும் மதம் மட்டுமல்ல, பாதுகாக்காத அரசாங்கமும் கூட தேவையில்லை... ஒழுங்கா சொல்லப்போனா இந்தா இங்கு நீண்டு செத்து கிடக்கியாரே எரோணிமூசு வாத்தியாரு... அத்தனை பாவக்கறைகளுக்கும் எதிரானவருதான்

சிமித்தேரி இல்ல... கடைசி திருப்பலி இல்ல... ஓஸ்தி குடுக்கல... இதெல்லாம் நீங்க குடுக்கனும்னா சாக்கு நெறைய நோட்டு தரணும்... அப்படித்தானே! பணக்கட்டை தந்துட்டா பாவம் எல்லாம் பறந்து போயிருமோ. கல்லற வரி, கல்லியாண வரி, சிமித்தேரி வரி... வரி... வரி... எடுத்ததுக் கெல்லாம் வரி... ச்சே.. சாவு வீட்டுல பேச வச்சிடாதீங்கல' சீறிய பூர்த்தீசு வாத்தியாரின் வேளம் எல்லாவனையும் மடக்கியது. ஜெரோமுக்கு பீக்குடலு கலங்கியது. இன்னும் எதிர்வாதம் செஞ்சா தனக்க மானத்த பூர்த்தீசு வாத்தியின் நாக்கு நங்குற புங்குற கிழிச்சி எறிஞ்சிடுமுன்னு மடங்கி மொடங்கி பம்மினான்.

'மாமா இப்ப என்ன செய்யது...' வாத்தியாருடைய மூணு மொவன்களும் அவரை வளையமிட்டனர். கலவர மூண்டு அடங்கி அமைதியானது சாவு வீடு மொத்தமும்.

பூர்த்தீசு வாத்தியாரு சாதாரணப்பட்டவரு இல்ல. கத்தோலிக்க சங்கத்தின் தலைவர். ஜெரோமின் தவப்பன் ஏசுதாசன் குறிச்சி நாலுமறிஞ்சவர். தேவாலய பழங்கால கல்குருசு கொடிமரத்தை இடிச்சி தரைமட்டமாக்கிட்டு பித்தளை பூசிய மினுங்கும் கொடிமரமும், பீடமும் கட்டிக் கொடுத்தது ஏசுவடியான்தான். வலிய கண்டுராக்கு. கொத்தன்மாருடைய சம்பளத்துல கையவச்சியது.

கேரளாவுக்குப் போனால் கையாளு பயலுவள கொத்த னார்மாராட்டு காட்டி வீட்டு ஒடமஸ்தன்மாருட்ட கள்ள கணக்குல பணம் பறிச்சியது எல்லாம் ஏசுவடியானுக்கு கைவந்த கலையாகும்.

மணலி முக்குல முதன்முதல்ல பூர்த்தீசு வாத்தியாரும், இரத்தினசாமி கொத்தனாரும் சேர்ந்து 'கல்குளம் தாலுகா கட்டிடத் தொழிலாளர் சங்கம்' ஆரம்பிச்ச போது ஏக போகமாய் வரவேற்பு. முளமூடு தங்கையன் கட்டிடத்திலதான் அலுவலகம் எல்லாம் இயங்கியது. ஞாயிற்றுக்கிழமை யானால் பூர்த்தீசு வாத்தியாரின் வகுப்பு நடக்கும்.

அதில் டாடூ நதி கடந்து போன நீண்ட படையின் வரலாறு விரியும், டேனிஷ் மலையடிவாரத்தில் துப்பாக்கி குண்டு பாய்ந்து மரித்த ஹீதுங்கின் குல்லாவானது வேங்-டே-சிங்குக்கு மாறிய நிஜமும், அதன் நிலை குலையாத தன்மையும் குறித்து எடுத்துரைப்பார். பூர்த்தீசு வாத்தியாருக்கு பக்கபலமாய் இருந்தவர் இரத்தினசாமியும், பத்துக்கட்டளை எரோணிமூசு வாத்தியாரும்தான். 'கல்குளம் கட்டிட தொளிலாளர் சங்கம் வளர்வதை கண்டு ஏசுவடியான் பொறுமியதுண்டு.. அதைக் சுக்குநூறாய் ஒடைச்செறிய சதியாடியவருக்கு எல்லாமே சாதகமாயிருந்தது. மதவாதத்தை பிரயோகப்படுத்தி சுலபமாய் தனது திட்டத்தை நிறைவேற்றி கொண்டார். பணபலமும், ஆள்பலமும் கொண்டவரோடு பூர்த்தீசு வாத்தியார் கூட்டத்தினரால் கலகம் ஏற்படுத்த முடிய வில்லை. இருவத்தஞ்சி வருசத்துக்கு முன்பு இப்படி நிலை குலைஞ்சி போனாலும் உணர்வுகளால் தோல்வியடையாத தெடம் கொண்டவர்தான் பூர்த்தீசு. அவரிடம்தான் ஜெரோம் வாலாட்ட முனைந்தான்.

என்னல ஜெரோமு... பேச்சு மூச்ச காணோம். ஒனக்கு மட்டுமல்ல, கொப்பன், ஒனக்க கூட்டுகட்டுமாரெல்லாம் கோயில்ல என்னத்த கிளிச்சியதுன்னு எடுத்து சொல்லட்டா- இப்ப கேட்டுக்கல. இந்த செத்த வீட்டுல வச்சி சொல்லியேன்.

இனிமேலாவது கோயிலுக்கு வார குட்டியளூட்ட ஒனக்க மன்மத தனத்த காட்டுனான்னு வச்சுக்க வெள்ளரி ஏலா முக்கு வள்ளியாத்துல கொண்டு போய் குலையை அறுத்துப் போட்டுடுவேன், தேவாலய முடுதம் சாந்தப்பனும், கணக்கன் மதலைமுத்துவும் கிடுக்கத்தோடு பூர்த்தீசுவை பார்த்தனர். ஒடம்புக்குள் நடுக்கம் ஏற்பட்டது திகிலடைஞ்சி போயினர்.

'என்ன முடுதம் சாந்தப்பா... ஓய் கணக்கர, ஏல பவுல் சபை இலியாசு பெலயாடி மோனுவளே... அநீதியெல்லாம் கூட்டு சேர்ந்துட்டு கும்மாளம் தட்டுவியாளாம்... நாங்க பாத்துட்டு அடங்கி ஒடுங்கி சகிச்சிட்டு போவனுமாம்... இல்லியால... ஒங்க ஆண்டவன் போயிருந்தான்னா இன்னு இந்த ஒலகம் இல்ல. மனசிலாச்சால இலியாசு. - அவன் அவரது முகத்தைப் பார்க்கவில்லை குனிஞ்ச தலை நிமிராமல் நின்னுட்டிருந்தான். அவர சுத்தி இரத்தின சாமியும், இன்னும் சில செம்படை இளைஞர்களும், தோழர்களுமாயிருந்தனர்.

'இ...இலியாசு இஞ்சவால...'-அவனை சட்டைய பிடிச்சி இழுத்தார். இந்த கோயிலு ஒம்பதாம் திருநாளு அன்னைக்கு அந்த பாவபட்ட பாட்டுக்காரிகிட்ட ஒனக்க வேலையை காட்டுனாயே பலவட்டர பயலே... இந்த கூட்டத்துல வச்சி ஒனக்க வீரத்த காட்டுல பாப்பம்...'

-பூர்த்தீசு வாத்தியார் பிடிக்குள்ளிருந்து திமிறினான் அவன். அழாதக்குறையாய் விடுபட முயன்றான். புரட்சி என்பதும், கலகம் என அறியபடுலும் முறிகளுக்குள்ளும், அரங்குகளுக்குள்ளும் பேசிபேசி அடங்கி போவதல்ல. இது போன்ற தருணங்களில் எழுந்து அநீதிக்கெதிராய் களமாடல் வேண்டும் என்பதற்கு அத்தாட்சியாய் பூர்த்தீசு வாத்தியாரின் இயக்கமிருந்தது. பத்துக்கட்டளை எரோணிமூசு வாத்தியார் அவரிடம் சொன்னதுண்டு. தன்னுடலை என்ன செய்ய வேண்டும் என்பது குறித்து. அதற்கான நேரம் நெருங்கியது.

அப்போதுதான் அந்த கறுப்பு நிறத்து வேன் வந்து நின்றது. வேனில் இருந்து இறங்கிய இரண்டு பேர் எரோணிமூசு வாத்தியாருடைய மையப் பெட்டியை நோக்கி நடந்தனர். வந்தவர்களில் ஒருவர் குரல் உயர்த்தினார். வெரோணிக்காள் முட்டாங்கியோடு திண்ணைச் சுவரில் சாஞ்சி கிடந்தாள்

அவள் பக்கமாய் போன மருத்துவர் தோற்றம் கொண்டவர், காதுகளில் அமைதியாய் விசயத்தைச் சொன்னார். ஏதேதோ தாள்களை வெரோணிக்காளிடம் அவர் நீட்டினார். அவள் பெடைத்து கொண்டு ஒப்பாரியின் சத்தத்தை அதிகமாக்கினாள்.

‘செத்துப் போன பத்ரோசு சாரு ஏற்கனவே உடல் தானம் செய்து எழுதிக் கொடுத்த உறுதிமொழிப் பத்திரம் இது’ தூக்கிக்காட்டினார். எல்லானும் அவர் காட்டிய உறுதிமொழி பத்திரம் பேப்பரை வச்சகண்ணு மாயாம பார்த்தனர். ‘எல்லோரும் கொஞ்சம் வழிவிடுங்க. பாடிய கொண்டு போவனும்...’ வாத்தியாரு சரீரத்தை தூக்கினர்.

மையப் பெட்டியிலிருந்து எரோணிமூசு வாத்தியாரின் சரீரமானது அந்த கறுத்த வேனுக்கு தூக்கி செல்லப்பட்டது. அவர்கள் வந்த அந்த வாகனமானது ஆசாரிப்பள்ளம் அரசு மருத்துவமனை கல்லூரிக்கானது என்பதை காட்டியது லேவை வெரோணிக்காளின் ஒப்பாரியோடு மோளுவ ரெபேக்காளும், ரோணிக்கம்மாளின் புலம்பலும் ஒண்ணாய் சேர்ந்து ஓலமாகியது. அது அந்த ஊரையே கலைத்தது. துயரமூண்டு நின்றிருந்தனர் மொவன்மாரு. தனக்க விருப்பம் நடந்தேறிய களிப்பில் வீட்டுத் திண்ணைச் சுவரில் சந்தோச முகம் காட்டி சிரித்துக் கொண்டிருந்தார் பத்துக்கட்டளை எரோணிமூசு வாத்தியாரு அந்த பழைய காலத்து கறுப்பு வெள்ளை போட்டோவில். ●

இது கிண்ணாரம் ஸ்டீபன் ஸ்டெல்லா மேரி அத்தியாயம்

மூப்பத்தஞ்சி வருசத்துக்கு மேலாகியும் அச்சம்பவத்தின் தடமாக மிச்சமிருப்பவன் ஸ்டீபன் மாத்திரம்தான். காலம் அவன் மூலமாய் முடிந்து போனதை இன்னும் ஓர்மையூட்டி கொண்டுதான் இருக்கிறது. அதற்கொரு அத்தாட்சியாய் இந்த ஸ்டீபனை அடையாள மாய் விட்டு வைத்திருக்கலாம் நீண்டு உருண்டோடும் நெடிய காலமானது

ஒவ்வொரு அமாவாசை இருளிலும் ஓலமாய் எழும்பும் அவனது துயரத்தின் பாடலானது ஒப்பாரியாகவும், ஊழப் பாட்டொலியாகவும் ஊருக்குள் சாமத்தின் அமைதி குலைக்கும் அனக்கமாய் இன்னுவரை நீளும் வழக்கமாகும். அவ்விருளானது ஊர் முழுக்கவும் பரவும் தருணங்களில் வீடுகளின் கதவுகளை அங்கு தாமசிப்போர் அடச்சி கொள்வர். ஒவ்வோர் ஆண்டும், படுதுக்கமான நாளில்தான் வியாகுலத்தோடு ஆன்மாக் களின் நள்ளிரவுப் பாடல்கள் காற்றில் எழுந்தொலிக்கும் என்பது அவர்கள் நெனப்பில் நெடுநாட்களாய் கிடக்கும் அழிந்தொழிந்து போகாத தடம். வயோதிகத்தின் வரைதல் கொண்ட பழம் மனிதர்களும், முந்தைய காலத்தை

யெல்லாம் மனப்பொந்துக்குள் இட்டு வச்சிருக்கும் மூப்பத்தி, மூப்புலுமாரும், அந்த காற்றின் ஓலம் குறித்து கதைப்பதுண்டு. அது கேட்டு பலருக்கும் ஈரக்குலை நடுக்கமுண்டு.

தேய்ந்து ஓய்ந்து போவும் முழுநிலவானது புதைந்து போகும் அமாவாசையன்று வானம்-பூமியெங்குமே குத்திருட்டானது கவ்விப் பிடிக்கும். பெருவெளியெல்லாம் பரவும் நடுசாமத்தின் கறுப்பு நாளில்தான், அனலில் வெந்துருகிப் போன ஜீவிதங்களின் கதறலும் புலம்பலும் காற்றில் கலந்தொலிக்கும். அக்கணத்தில் வீடுகளின் முறிக்குள் கண்ணுறக்கத்தில் கிடப்போரெல்லாம் ஐமுக்காளத்துக்குள் அடஞ்சி முடங்கி போவதுண்டு. செறுதுவளும் தள்ள- தவப்பன்மாரோடு ஒட்டி கெடந்து ஒறங்கிப் போவார்கள்.

இத்தன வருசமாகியும் ஊழப் பாட்டொலியெழுப்பும் ஸ்டீபனின் குரலொன்றும் ஒடுங்கி போயிடவில்லை. அமாவாசை நாள் மட்டுமல்லாமல் செவ்வாய், வெள்ளி யாச்சைகள் கூட நடு நிசி தருணங்களில் அழுகையும், பற்கடிப்பும், அலறலோடு சாமத்து காற்றைக் கிழிக்கும். வீட்டுக் கதவுகளை தட்டி ‘வெள்ளம் வெள்ளம்...’ என்று குரல்கள் தவிக்கும். ‘எரியுது எரியுது... வெள்ளம் கொண்டா...’ கரகரத்து கிளம்பும் குமுறலை கேட்பதாய் வெள்ளியோடு மரியதாசன் வைத்தியர் வருவோரிடம் எடுத்துக்கூறியதுண்டு. இரவானாலே அந்த நாட்களில் நாலுமுக்கு ரோட்டை இருட்டின் பயமானது கவ்வி பிடிக்கும். அதற்கு அச்ச மில்லாமல் ஒற்றைக்கு திரிபவன் ஸ்டீபன் மாத்திரம்தான்.

மணலி முக்கு, அந்தோணியாரு குருசடி திண்ணை யோரத்திலும், பனவிளை கலுங்கிலுமாய் ஒறக்கமும், கண்டதை தின்னுட்டு கருஞ்சுருட்டை ஊதி புகைப்பவனின் நீண்ட தலைமுடியானது சடையாய் மாறி ஆண்டுகள் பல உருண்டோடி விட்டன. மொகத்தை மறைக்கும் உரோமுமானது நெடுந்தாடியாய் நீண்டு சடை பிடிச்சி, யாழ்ப்பாணத்து புகையிலை சுருளுகளாய் மாறிப்

போயிருந்தது. உடுத்தியிருக்கும் உடுமுண்டு, அதன் வெள்ளையை இழந்து முடநாற்றமடிக்கும். அழுக்கு பாண்டையாய் மாறியும் பல காலமாயிற்று. அதுக்க மேலேயே அவனது படுத்துறக்கம் பழகிப்போனது. தாடியும், தலமுடியும் ஒண்ணாய் தெத்தி நரச்சி சடை பிடிச்சி அறுவத்தெட்டு வயசு வயோதிகனாய் அவனை ஆக்கியிருந்தது. ஆனால் அவனது பிராயம் அம்பத்தெட்டு தான். அவனுடைய முந்தைய காலமறிந்தவர்களுக்கு ஸ்டீபன் எப்படிப் பட்டவன் என்பது தெரியும்.

பாட்டுக்காரன் கிண்ணாரம் ஸ்டீபன்னா எல்லா குட்டியளுக்கும் பிடிக்கும். பெல்பாட்டம் பேண்டும், முழுக்கை வரியிட்ட சட்டையும் போட்டுட்டு தக்கலை பஸ்டாண்டுக்கு நடந்து போனான்னா 'மஞ்ஞில் விரிஞ்ச பூக்கள்' மோகன்லால் ரூபமாய் தெரிவான். அப்படியொரு சந்தமும் கெம்பீரமும் அவன் நடை உடையிலிருக்கும். என்னைக்கு அந்த குட்டி எரிஞ்சு கரிஞ்சு போனாளோ, அன்னைக்கு நெலகுலஞ்சி போனவன்தான். இப்படி அலங்கோலமாய் மாறிபோனான்.

கிண்ணாரம் ஸ்டீபனு-க்கும் கிஸ்டரி உண்டு. நாரோலு காலேஜூக்கு பஸ் ஏறுவதுக்கு மணலியில் இருந்து தக்கலை பஸ்டாண்டுக்கு நடந்தே போவான். மேட்டுக்கடையில் இருந்து ஸ்டெல்லா மேரி வருவாள். அவளுடைய முகத்தைப் பார்க்காமல் இவனுக்கு படிப்பும் ஏறாது. எரணமும் இறங்காது. அப்படியொரு உசுரோடு கலந்து போன சிநேகிதம்.

படப்புவிளைக்காரிதான் ஸ்டெல்லா மேரி. பாபிலோன் தோட்டத்து கருந்திராட்சை உருளை கண்ணும், முகிழ்ந்து நிற்கும் கீலேயாத்து மலை கிச்சிலி பழக்குலையாய் அவளது முன்னழகும், ஸ்டீபனை முடக்கி போட்டது. சிரிப்பாய், பேரழகாய் துலங்கும் அவளது இயங்குதலும் நாள்கணக்கில் கிண்ணாரம் ஸ்டீபனை இரவு பாடகனாய் ஒறக்கம் தொலைய வச்சது. அவனைப் போலவே அவளும் நெனைப்புகளில் உருகி, கண்படும் இடமெல்லாம்

அவனையே கண்டாள். இருவரும் ஒருயிராய் பிணைஞ்சி போனதறிஞ்சி கொண்டார் படப்புவிளை ஆமோசு. அவர்தான் ஸ்டெல்லா மேரியின் தகப்பன். படப்பு விளை ஆமோசு திட்டியபோது கொஞ்சம் இருதயம் துடிச்சி போனது அவளுக்கு. அவரது அடுக்கடுக்கான கேள்விகள் குடைஞ்சபோதுதான் 'எல்லாம் நேரு தான் பப்பா' பம்மி பயந்து வாய் திறந்தாள். 'அடங்கு' அவர் அதட்டியும் அடங்காதனத்துடன் கின்னாரம் ஸ்டீபன் - ஸ்டெல்லா மேரி சினேகம் நீண்டது.

தக்கலை பஸ்டாண்டு நடுவுல நாலு வேப்பம் விருட்சங்கள் உண்டு. அதன் நிழலில்தான் ஐயப்பா காலேஜி ஸ்காட்டு, உமன்ஸ்சு, சிலுவைக்கல்லூரி குட்டியளும், பயலுவளும், புத்தகமும்-கையுமாட்டு பஸ்சுக்கு நிப்பது. படிக்கட்டுல தொங்கியும், பஸ்சுக்குள்ள புகுந்தும், பிடியும்-வலியுமாட்டு தொட்டி பயலுவ அக்கிரமம் செய்வதுமுண்டு. கின்னாரம் ஸ்டீபன் எந்த பாதகமும் செய்ததில்லை. தொட்டியளை போல சாதகமும் புரிந்ததில்லை. மணியாய் புன்னகைப்பவன். அதிகம் நெருக்கடியில்லாத பஸ்சுக்குள்ளதான் அவனுடைய கல்லூரி பிரயாணமிருக்கும்.

கொப்பும் குழையுமாய் விரிஞ்சு நிழல் விரிக்கும் வேப்ப மரத்து நிழல் மூட்டில் நிக்கும் கின்னாரம் ஸ்டீபனின் புன்னகையும், இடதோரமாய் உள்ள பெட்டிக் கடையொட்டி நிக்கும் ஸ்டெல்லா மேரியின் பார்வையும் ஒன்றுக்கொன்று மோதாத நாட்கள் குறைவு. அவனுடைய இடக்கையில் சீக்கோ-பைவ் தொடலு வாச்சு தளந்து கிடக்கும். காதுரெண்டையும் கிப்பி தலைமுடி மறைச்சிருக்கும். இருவரின் புன்னகைக்கும் பார்வைகள் அகத்தினுள் ஆயிரமாயிரம் உன்னதபாட்டுகளின் சங்கீத திருப்பாடல் களாய் மவுனிக்கும். ரெண்டுவருமே ஒரே பஸ்சில்தான் ஏறுவார்கள். பஸ்சுக்குள் உருகி உருகி வழியும் ஜோடி களின் பார்வைகளில் ஏதேன் தோட்டம் பூத்து சிரிக்கும்.

•••

ஆமோசுக்கு அடக்க முடியாத ஆத்திரம்தான். 'இப்பவும் அவனுட்ட பழகுறியாமே, ரெண்டுவரையும் பாத்த ஆளுவ பராதியா சொல்லிட்டு போறாவ'.

'ஆமா...! பப்போய், எனக்கு ஸ்டீபனை பிடிச்சிருக்கு விவாகம்னா ஸ்டீபன்கூடத்தான்' -உறுதியாய் சொல்லி விட்டாள் ஸ்டெல்லா மேரி.

'ம்...ம்... கின்னாரம் ஸ்டீபன் தானே ஒனக்க ஜோடிக்காரன். மணலிக் கோயில்ல ஒன்னையும் - அவனையும் பாத்தவங்க அன்னே சொன்னாங்க... வெட்டி முறிச்சி போடியதுக்கு. அந்த பயலுக்க தவப்பன்காரரு பட்டாளம் பாபிலோன் தானே...'

'பப்பா... தறிச்சு முறிச்சு போட்டாலும் தழுத்து கொழுத்து வளரும் சிநேகமாக்கும் என்னோடது. ஸ்டீபனுக்கு எந்த குறைச்சலும் இல்ல... எனக்கு ஸ்டீபன் வேணும்...'

'மோளே ஸ்டெல்லா'

தகப்பன் - மொவளுக்கிடையே புகுந்து கொண்டாள் தள்ளக்காரி மாசிலா.

'ஏளா மாசிலா... மொவளுக்க பேச்ச பாத்தா இல்லியா? சவத்து மூளியே... வெலக்கி வச்சா வை... இல்லன்னா இவா படிச்சி சிழிச்சது எல்லாம் போதும்...'

'பப்பா....'

'என்ன பொப்பா... போ அப்பாலே' - எரிஞ்சி விழுந்தார் ஆமோசு.

அன்னு சாமம் முழுக்கவும் ஸ்டெல்லா மேரிக்கு கண்ணுறக்கம் இல்லை. ஸ்டீபனை நெனச்சி நெனச்சி கண்ணயரும் நாழிகையை கூட தொலைச்சிருந்தாள். ஆமோசுக்கும் பெஞ்சாதி மாசிலாவுக்கும் மொவள் ஸ்டெல்லா மேரியின் பிடிவாதமானது பெருஞ்சங்கடத்தைக் கொடுத்தது.

‘அவன் ஆளு சரியில்லைன்னு சென்னாவ... அதனால தான் எனக்கு அந்த கின்னாரம் ஸ்டீபன் பயல ஒரு பொடியும் பிடிச்சல’

‘ஓங்களுக்கு தெரியுமில்லியா?’ அவனைப் பத்தி எவனாவது குண்டணி மூட்டி விட்டிருப்பானுவ... இப்ப எம்.ஏ படிச்சிட்டிருக்கிய பயல் ஏதோ சர்க்காரு உத்தியோகத்துக்கு எல்லாம் பரீட்சை எழுதிட்டிருக்கான். அவனுக்கு ஜோலியெல்லாம் கிடச்சிரும். எனக்கு ஸ்டீபனை பத்தி நல்லாத் தெரியும்...’ - மாசிலா அவனைக் குறிச்சி ஆமோசிடம் விவரிச்சாள்.

‘செரி ஆவட்டு பாப்பம்.. நா அங்க தாமசிக்கிற கோர்ட்டு குமாஸ்தா அந்தோணியப்பன்கிட்ட கேட்டு பாத்துட்டு, அவன் சொன்னா எல்லாம் செரியா இருக்கும்...’

ஆமோசு மொவள் ஸ்டெல்லா மேரியின் முடிவில் குறுக்கிட முடியாதவராய் விக்கினார்.

கின்னாரம் ஸ்டீபன் குறிச்சி அவர் விசாரிச்ச வரைக்கும் அவன் நல்லவனாகவே அவருக்கு அறிமுகப்படுத்தப் பட்டான். எவரும் எக்கு-தப்பா ஒரு வார்த்தை கூட ஸ்டீபனை பத்தி சொல்லாதது ஆமோசுக்கு அடி மனசில் ஒருபாடு குதூகலத்தை கொடுத்தது.

‘ஆமோசு வாத்தியாரே... நம்ம பயல் தான். என்ன எப்பவும் கிட்டாரும் கையுமா இருப்பான். இராணித் தோட்டம் டெப்போவில் ஜோலி கிடச்சிரும். ஏதோ அங்க மீயூசிக் குரூப் இருக்குல்லியா? அதுதான் அவனுக்கு வேல வரப் போவுதுன்னு அறிஞ்சேன். தங்கமானவன். தைரியமா மோளுக்க ஆசையை நீரு தீத்து வச்சலாம்...’ அந்தோணியப்பன் ஸ்டீபனைப் பற்றி கொடுத்த சான்று ஆமோசுவை நிமிர வச்சது.

வீட்டுக்கு வந்தவரு மோளுட்ட விசயத்தை சொன்னாரு. அவளுக்குள் ஒருபாடு குதூகலம். உவகையோடு அப்பன் ஆமோசை கட்டிப்பிடிச்சி கொண்டாள்.

'மோளே பள்ளியாடி ஆரீசு நாடாரு கடைக்கு போவம். ஒனக்கு தேவையான உருப்படிய வாங்கலாம். தொங்கச்சியையும் விளிச்சிக்க. இன்னும் ரெண்டு மூணுநாள். ஒனக்கும்-ஸ்டீபனுக்கும் வார்த்தைப்பாடு... போதுமா?...' - ஸ்டெல்லா மேரி முகம் புன்னகையாய் பூத்தது. நெனச்ச வாழ்க்கை நடந்தேற போவதால் அந்தோணியார் குடியிருக்கும் தேவாலயம் நோக்கி கைக்கூப்பினாள். கொஞ்ச நேரத்தில் தள்ள, தகப்பன் தங்கச்சிகாரி இசபெல்லாலோடு சேர்ந்து பள்ளியாடிக்கு புறப்பட்டாள்.

கிண்ணாரம் ஸ்டீபன் கண்ணுக்குள் நெறஞ்சிருந்தான். அவ்வப்போது கண்ணிரெண்டையும் திறந்து மூடினாள். அவளுடைய இமையிரண்டும் பக்கிகளின் சிறகடிப்பு களாய் இருந்தன. பள்ளியாடிக்குப் போகும் வழியில் புளியமூடு தேமையாரு குருசடி பக்கமாய் பிளசரை நிறுத்தச் சொன்னார் ஆமோசு. எல்லாரும் இறங்கி தோமையார் குருசடிக்குள் புகுந்து சின்னதாய் பிரார்த்தனை ஏறெடுத்தனர். எல்லோரையும் வலிய சந்தோசம் வளைச் சிருந்தது. குருசடியை விட்டு படியிறங்கி வருகையில் எதிரில் ஸ்டெல்லா மேரியின் கூட்டுக்காரி அமலா கண்ணில் பட்டாள். ரெண்டுவரும் நலம் விசாரிச்சனர்.

'ஆமா... ஒனக்க தொம்பி தோமசு வரலயாட்டியே... வார்த்தப்பாட்டுக்கு வந்துருவான் இல்லியா...'

'வந்துருவான்.. லேட்டி அமலா அடுத்த வாரமாக்கும் வார்த்தபாடு நீ கண்டிப்பா வரணும்...'

-ஸ்டெல்லா மேரி அவளுடைய கைகளை பற்றிக் கொண்டு விசயத்தை சொன்னாள்.

'எல்லாம் தெரியும் பிள்ள. நீ நெனச்சதுமாதிரி ஜீவிதம் கிட்டப் போவுது.

ஆமா... ஒனக்க கிண்ணாரம் ஸ்டீபன் இப்ப இந்த வழியாத்தான் வருவான். அவன கண்டுட்டு போலாண்டியே'.

'இல்ல... சமயமாச்சிடியே...'

கூச்சத்தோடு அவளிடமிருந்து விடுபட்டு கொண்டாள் ஸ்டெல்லா மேரி. தவப்பன், தள்ளை, தங்கச்சியுடன் பிளசரில் ஏறிக் கொண்டாள்.

இரண்டு வாரம் கழிஞ்ச போது ஸ்டெல்லா மேரி - கிண்ணாரம் ஸ்டீபன் விவாகம் ஒரப்பிச்ச விஷயத்தை தேவாலய திருப்பலி முடிஞ்சி பிறையாய் வாசிச்சார் தேவாலய சாமியாரு மல்கீசு அடிகளாரு. அதுக்கப் புறமாய் கல்லியாண ஆயத்த வேலைகள் விறுவிறுப் படைந்தன.

• • •

அந்த ஞாயிற்றுக் கிழமையில் ஆமோசுடன் மொத்த குடும்பமும் திருவனந்தபுரம் செல்வதற்கு ஆயத்தமாயினர்.

'இப்ப போனாதான் சாமத்துக்குள்ள திரும்ப முடியும்.' - ஆமோசு தக்கலை பஸ்டாண்டில் இருந்து கேரள பஸ்சுக்குள் குடும்பத்தோடு ஏறிக் கொண்டார். திடீரென ஆமோசு தலை பஸ்சுக்குள்ளிருந்து வெளியே நீண்டது.

'நம்ம ஸ்டீபன்... ஓ... ஸ்டீபனே வா... வா...'-அவனை சத்தமாய் விளிச்சார். ஆமோசின் முகத்தைப் பார்த்து விட்ட ஸ்டீபன் ஓட்டமும் சாட்டமுமாய் வந்து பஸ்சுக்குள் ஏறிக் கொண்டான்.

'என்ன ஸ்டீபன்... எப்பமே வரச் சொன்னது... ஏன் இவ்வளவு நேரமாச்சி...'-பஸ்சில் இருந்த மாசிலா ஸ்டீபனைப் பாத்துக் கேட்டாள்.

'அதொண்ணுமில்ல... புளியமூடு தோமையாரு குருசடி கஞ்சி தர்மம் அன்னு நடக்கும் விழாவுக்கு பாடல் பிராக்டீசு.. பிள்ளையளுக்கு சொல்லிக் கொடுக்க வேண்டியதாயிற்று, அதான்...'

'எப்படியோ ஸ்டீபன் சரியான நேரத்துல வந்து சேர்ந்திட்ட.... ஆமா திருவனந்தபுரம் கிழக்கே கோட்டை ரோட்டுலயாக்கும் போவணும்....'

'அது நாம போற எடம்தானே. சீக்கிரம் போயிடலாம். எதுக்காம் அங்கவரைக்கும் யோயிட்டு...'

'ஒண்ணுமில்லதான். நம்ம ஒடையக்காரன்மாரு ரெண்டு மூணு பேரு வீடுவளும் அங்குண்டு. அவங்களையும் பாத்துட்டு அப்படியே ஒனக்க ஸ்டெல்லா மேரிக்கு பிடிச்ச சாரங்கபாணி ஜவுளி கடைக்கும் போவணும்...'

அவர்கள் பேசிட்டே இருந்தனர். ஸ்டெல்லா மேரி -ஸ்டீபன் கண்கள் பார்வைகளால் சிநேகத்தை உள்ளுக்குள் இறுக்கியது. ஸ்டீபன் கிட்டதட்ட அவர்களோடு கலந்து விட்டான். இனி கல்லியாணம் மட்டும்தான். ஊரு மெச்சுறமாதிரி ரெண்டுவரின் விவாகத்தையும் நடத்தணும். ஆமோசுக்கு வலிய ஆசை. ஆயர் அம்புரோசு அடிகளாரு தலைமையில்தான் ஆடம்பர கூட்டு பாடற் திருப்பலி நடத்தணும்னு மாசிலா ஒருபாடு ஆசை கொண்டாள். அவளுடைய அந்த ஆசை அவருக்கும் இருந்ததை தலையாட்டல் மூலமாய் தெரிந்து கொண்டாள்.

தக்கலை பஸ்டாண்டில் இருந்து திருவனந்தபுரம் போய் சேர்ந்த போது உச்சையாகியிருந்தது. காபிகவுசில் எல்லோருமாய் சேர்ந்து போஜனம் எடுத்துக் கொண்டனர். ஸ்டீபனும் ஸ்டெல்லாமேரியும் புன்னகையால் மட்டுமே பேசிக் கொண்டனர். அவர்களின் அந்த வரைமுறை ஆமோசுக்குப் பிடிச்சிருந்தது. அது காதலின் ஆழமா யிருந்தது. 'இந்த உன்னதப்பாட்டுக்காரன் எனக்க மொவள நல்லா பாத்துடுவான்'- ஆமோசு மாருக் குள்ளாடி சந்தோசம் முட்டியது. கண்ணிரெண்டிலும் கொட்டிய நீரை கைலாஞ்சாயில் தொடச்சார்.

திருவனந்தபுரத்தில் இருந்து தக்கலைக்கு பஸ் ஏறும் போதே சமயம் ஒருபாடு கடந்திருந்தது. சாமம் மணி ஒம்பதரை தாண்டி விட்டது. ஆளுக்கொரு கையில் சாரங்கபாணி ஜவுளிகடை தஞ்சிகள் இருந்தன. அப்போதுதான் ஸ்டீபன் உள்ளில் குடைஞ்சல். அவனுடைய முகம் மாறுவதை ஸ்டெல்லா மேரி உழிஞ்சு

பார்த்தாள். கலவரம் மூண்டவனாய் தவித்தது மொகத்தில் தெரிந்தது.

‘பப்போய்.. அவருக்கு என்ன ஆச்சு’

‘என்ன ஸ்டீபன் ஒரு மாதிரி இருக்குதிய.. ஏதெங்கிலும் நெனைப்பு வந்துட்டோ...’

‘ஒண்ணுமில்ல அங்கிள்... ஏதோ ஒரு தோணலு... அவ்வளவுதான்...’

‘ஆமா ஆமா... நிறைய தோணலு வரும்... கல்லியாண மாப்பிளைளை ஆவப் போற பிள்ளை இல்லியா...?’ - மாசிலா தமாசாய் சிரிச்சாள். கன்னியாகுமரி அறிவிப்பு பலகையோடு நின்றிருந்த தமிழ்நாடு பஸ்சில் எல்லோரும் ஏறினர். திருவனந்தபுரத்தை விட்டு பஸ் கிளம்பியது. களியக்காவிளையை தாண்டும் போது பஸ்சின் வேகம் குறைந்தது. அது பிரயாணிகளுக்கு எரிச்சலூட்டியது.

‘ஏற்கனவே ஒருபாடு சமயமாயிட்டு. இதுக்க இடையில் இவரு இப்படி பஸ்ச மாட்டு வண்டியாட்டும் ஓட்டுறாரே...’-ஆமோசுக்கும் ஒப்பிராளம். அவர் முறுமுறுத்தார்.

‘டிரைவரே கொஞ்சம் வேகமாட்டு போவணும்.... நேரமாயிட்டு இல்லியா...’

- இன்னொரு பயணி எகிறினார்.

பஸ்சை ஓட்டிய டிரைவர் ரோட்டின் இரண்டு பக்கமும் பார்த்துக் கொண்டேதான் ஓட்டினார். தொடுவட்டியை தாண்டி எருதூர்கடை கடந்து சாமியார் மடம் நெருங்கியதும் குத்திருட்டாயிருந்தது. ஒருவாறு காட்டாத்துறையை பின்னுக்கு தள்ளிட்டு முன்னேறிய பஸ் வெள்ளிகோடு முக்கில் நின்றது. பஸ்சில் இருந்து ரெண்டுமூணுபேர் எறங்கினர். அதையடுத்து நவுரத் தொடங்கிய பஸ்சை நாலஞ்சிபேர் கொண்ட கும்பல் செறுத்தது. ஓட்டுனருக்கு பதைப்பு கூடியது.

அவர்கள் முகத்தை தோர்த்து கொண்டு மறச்சிருந்தனர். எதுவும் யோசிக்கவில்லை. இருட்டோடு வந்த அக்கும்பல் பெட்ரோல் நிரப்பிய குப்பிகளை தீக்கொழுத்தி பஸ்சுக்குள் எறிந்தனர். டயருக்கு இரண்டு மூணு பேர் தீ வச்சனர். பஸ் மளமளவென்று எரியத் தொடங்கியது. தீயின் நாக்குகள் மொத்த பஸ்சையும் சுருட்டிவிழுங்க தொடங்கின. கடைசி பஸ் என்பதால் நெருக்கியடித்து, முண்டியடித்த பயணியர் பலரும் வெளியே சாடினர். அரைத் தூக்கத்தில் இருந்தவர்கள் வெளியேற முடியாமல் அகப்பட்டு போயினர். மனிதர்களின் அலறலும், ஓலத்தையும் எதையும் கண்டு கொள்ளாத தீச்சுவாலை நாவுகள் அந்த பேருந்தை எந்த ஈவிரக்கமுமின்றி முழுசாய் விழுங்கி பசியடக்கியது. சாமம் முழுக்கவும் எரிஞ்சி போன பஸ்சுக்குள் கரிக்கட்டையாகி கிடந்தன ஒம்பது பேரின் சடலங்கள். எந்த அடையாளமும் காணாதவாறு படுகாயத்தோடு உருக்குலைந்து உயிர் தப்பியிருந்தனர் சிலர் மாத்திரம்.

இந்திராகாந்தி கைதை பொறுத்துக் கொள்ள முடியாத கும்பலின் வெறியாட்டமாய் அந்த மனித காவு எடுக்கப்பட்டது. பலியான உயிர்களில் ஆமோசும் உண்டு. குற்றுயிராய் கிடந்த ஸ்டெல்லா மேரியின் உயிர் ஊசலாடியது. உடலெங்கும் எரிந்துருகிப் போன அவளது உருண்டு மறியும் கருவிழிப்பார்வையானது ஸ்டீபனைத் தேடியது. சுண்டெல்லாம் எரிந்து தீப்புண்களோடு லேவை மொத்தமும் இழந்திருந்த ஸ்டீபன் இன்னொரு பக்கமாய் குலைஞ்சி கிடந்தான். அவனுடைய இருதய துடிப்புகள் ஸ்டெல்லா மேரியை விளிச்சது. பச்ச தண்ணி கூட இறங்காமல் அவதிப்பட்டவனின் உதடுகள் அவள் பெயரை மட்டும் உச்சரித்து கொண்டேயிருந்தன.

'இரண்டு பேர் இறந்துட்டாங்க' செவிலியர் ஒருத்தியின் குரல் அவன் காதுகளில் பாஞ்சது. அவசர சிகிட்சை பிரிவில் இருந்த அந்த இரண்டு பேரில் ஒருத்தியாய் அவனுடைய ஸ்டெல்லா மேரியும் இருந்தாள்.

படுக்கையில் படுகாயத்தோடு கிடந்தவனி டமிருந்து ‘ஓ...’ எனும் அலறல் கேட்டது. அது மொத்த வார்டின் அமைதியையும் குலைச்சது. உடலின் அத்தனை நோவுகளையும் தாங்கிக் கொண்டவன் எழும்பினான். ஆஸ்பத்திரியை சுற்றி ஓடினான். பிண அறையின் வெளியே படுக்க வைக்கப்பட்டிருந்த ஸ்டெல்லா மேரியின் கண்கள் அவனை தேடி களச்சி போய் ஓய்ந்திருந்தது. இப்போது அந்த கண்களில் எந்த உருளலும், மறியலும் இல்லாமல் போயிருந்தது. ஆனாலும் அழகான அந்த உருளை கண்கள் மட்டும் மூடாமல் முளிச்சிருந்தது. அம்முளிப்பின் பார்வை ஸ்டீபனுக்கானதாயிருந்தது. இரண்டு கைகளால் அவளை நெஞ்சோடு வாரியணைச்சான். அவனை அங்கிருந்து அப்புறப்படுத்தினர் பிரேத முறியின் ஊழியர்கள். ஸ்டெல்லா மேரியின் இமைகள் மூடி போயின. பிணவறைக்குள் இழுத்து செல்லப்பட்டது அவளது சடலம். அங்குமிங்குமாய் ஓடி சாடியவன் ஓலமிட்டான். காயம் பட்ட தேகத்தோடு அழுதான். சிரித்தான். திடீரென பாடினான்.

‘ஓராயிரம் பாடலிலே.....

உன் பார்வையை நானறிவேன்....’

-அவனின் துயரங்களின் பாடல்கள் ஆண்டுகள் கழிஞ்சும் அவனது குரல்களில் இருந்து விடுபட்டு போகவில்லை.

‘இந்த மானிட காதல் எல்லாம்,

ஒரு நாளில் மாறிடுமே

நம் காதலின் கீதம் மட்டும் எந்த நாழிகையும் ஓயாது.

ஓராயிரம் பாடலிலே... உன் பார்வையை நானறிவேன்-

இப்படியே இரவும்-பகலும் ஒறக்கம் தொலைச்சி புலம்பினான்.

வெள்ளியோட்டில் பேருந்து எரிக்கப்பட்ட நாளில்

அவனிருப்பு நிச்சயமிருக்கும். அங்குள்ள நிழற்குடையில் நீண்டு கிடப்பவன் அமாவாசை சாமத்தில் பாட்டெடுப்பான். அவன் ஊழப்பாட்டொலியானது ஒறக்கத்தில் மூழ்கிப்போனவர்களின் காதுகளில் கேட்பதுண்டு. ஓலமாகவும், ஊளைப்பாட்டாகவும் கிழக்குதிசை சப்பற பாறைவரைக்கும் எதிரொலிக்கும். அவனது குரலானது காட்டுகுளம் ஏலாவில் அடங்கும். முப்பத்தஞ்சு வருசம் தாண்டியும் ஸ்டெல்லா மேரியின் நெனைப்புகளில் இருந்து விலக முடியாமல் அவளை தன்னோடு கொண்டு பாடியாடுகிறான்.

அவனுக்கான காலத்தில் மணலி தேவாலயத்தில் அவன் கைவிரல் பட்டு மீட்டப்பட்ட கிண்ணாரமானது மவுனித்து போய் கிடக்கிறது. அவனுக்கு பிறகு எவரும் அதில் பாட்டுக்கு மெட்டெடுக்கவில்லை. மணலிமுக்கு ரோட்டில் அந்தோணியார் குருசடி திண்ணையில் ஒரு கையை கிட்டார் போலாக்கிக் கொண்டு தாளமெடுத்து பாடுவோனை பார்ப்போரெல்லாம் மர்க்கப்பட்டு அவனைக் கடந்து போவர்.

காலமானது ஒருபாடு மாற்றத்தையும், கூடவே ஒப்பனையையும் ஏற்படுத்தி கொண்டோடியது. ஆண்டு கணக்கில் இருளின் பெரு வெளியில் பாடி திரிஞ்ச கிண்ணாரம் ஸ்டீபன் ஓர் நாள் இரவில் ரோட்டின் குறுக்கும் மறுக்குமாய் பாடியாடிய போதுதான் விரைவாய் வந்த வாகனம் இடிச்சி தள்ளியது. அந்த இடத்திலேயே சதைஞ்சி சாவுண்டு போனான். அவனது ஊழ பாட்டொலியும் காத்தோடு கலந்து போனது. ஆனாலும் பேருந்து எரிக்கப்பட்ட நாள் வரும் போதெல்லாம் நடு நிசி நாழிகையில் அனக்கமற்ற இருளின் பெருவெளியில் கிண்ணாரம் ஸ்டீபனும்.-ஸ்டெல்லாவும் ஜோடியாய் ஆடிப்பாடி திரிவதுண்டு. லோகத்தின் கண் படாமலும் ஆருக்கும் ஒத்திரவம் இல்லாமலும். ●

சிலுவைமேரிக்கும் சீற்றமுண்டு

பெருத்த சங்கடத்துக்குள்ளாகி போனாள் சிலுவைமேரி.

தேவாலயத்தின் பங்கு பேரவையினருடன் மத்தேயு சாமியாரும் கச்சம் கட்டி கொண்டு கூட்டு சேர்ந்து நிற்பது தான் எல்லாத்துக்கும் காரணம். சிலுவை மேரி பாவப்பட்ட பெண்ணு. அவளுக்கும் பங்கு பேரவையில் பொறுப்புண்டு. அது துணைத் தலைவரை அடுத்துள்ள செகரட்டரி பொறுப்பாகும். கள்ளன் பெடவு சப்பர பாறையில் தோமையாரின் நினைவாய் எழும்பி நிற்கும் கல்குருசுக்கு மூணு நாள் திருவிழா நடத்த வேண்டும் என்பது பங்குபேரவையின் இப்போதைய தீர்மானம். 'குருசடிக்கு எல்லாம் எதுக்கு திருநாளு... இனி அதுக்குன்னு தனியா பங்கு மக்கள்கிட்டபோய் வரி வசூலிக்கணும். அதை நம்ம தேவாலய திருவிழாவோடு சேத்து நடத்தலாமே...'

இது சிலுவை மேரியின் வாதம்.

'ஏம்மா சிலுவைமேரி... ஒனக்கு விவரம் பத்தாது. நம்ம தேவாலயம் முன்னாடி கல்குருசு முளைச்சி நூறாண்டு கடந்து போச்சி... அதுக்குன்னு தனியா ஒரு விழா எடுக்கலாம்னா, நீயே தடையாட்டு குறுக்காட்டு நிப்பாய் போலிருக்கே...'

-மத்தேயு சாமியாரு அவளைப் பார்த்து சீறிக் கொண்டு வர்த்துவானத்தை வெளியே தள்ளினார்.

'பாதர் என்னால எல்லாம் குருசடி திருவிழாவுக்குன்னு இனி தனியா பங்கு மக்ககிட்ட வரி வசூலிச்ச வர முடியாது. இதுக்கு எனக்க மனசும் ஒத்துக்காது. ஏற்கனவே சிமித்தேரிவரி, கல்லறைவரி, கல்லியாணவரி, திருவிழா, நவநாள் திருப்பலி வரின்னு ஒவ்வொருத்தரு தலைக்கு மேல தாங்க முடியாத வரிசுமையை ஏத்தி வச்சிருக்கோம்... இதுக்கிடையில... குருசடிக்கு திருவிழா நடத்த எல்லாம் ஒத்துழைப்பு தர முடியாது. இந்த தேவாலய பங்குல இருக்கிற பெரும் பணக்காரங்களும் ஐசுரியவான்களும் சேர்ந்து குருசடிக்கு திருவிழா எடுக்கட்டுமே... எதுக்கு பாவப்பட்டதுவள பாடாய் படுத்தணும்...' - சிலுவை மேரியும் மடிக்காமல் வாதிட்டாள். மத்தேயு சாமியாரும், பங்குபேரவை அங்கத்தினர்மாருடைய மொத்த பார்வையும் அவளை எரிப்பதாயிருந்தது.

குருசடி திருவிழா நடந்தால் இரு தரப்புக்கு இடையே வெகளம் மூளும் அபாயமுண்டு. இதில் அவள் நடு நிலையாய்தான் நிற்பாள். ஆனால் அவளை இன்னொரு தரப்புக்கு ஆதரவாய் மாற்றி சூதுவாது சூழ்ச்சியில் செறுகி செகரட்டரி பொறுப்பில் இருந்து விலக்கம் செய்வதற்கு பங்கு பேரவையின் சில காய்மாறம் கொண்டவன்மார் சதி செய்திருந்தனர். இதையெல்லாம் முன்கூட்டியே அறிஞ்சிருந்தாள் அவள். இதனால் எந்த பிரச்சனைக்கும் எவரையும் பலியாக்க கூடாது என்பதில் உறுதியாயிருந்தாள். ஞாயிற்றுக் கிழமை திருப்பலி முடிஞ்சதும் பங்கு பேரவைக் கூட்டம். அதில் அவளது அறிக்கை வாசிக்கப்படல் வேண்டும். செகரட்டரியின் அறிக்கையானது பிரதானமானது. ஞாயிற்றுக் கிழமைக்கு இரண்டே நாள்தான் இருந்தது. அதனால்தான் அவளுக்குள் சங்கடங்களின் சிலுவையேற்றமானது அழுத்தியது. அவளது நடையானது தேவாலயம் நோக்கியதாயிருந்தது. நெனப்பு முழுதும் பங்கு பேரவையின் வாதமானது ஓடிக்கொண்டேயிருந்தது.

பதினொரு மணிக்கெல்லாம் தேவாலய படிக்கட்டுகளில் ஏறி உள்ளே புகுந்தாள். கட்டி சிவப்பு கலந்த குங்குமகலர் சுடிதாரில் பொலிவாய் தெரிந்தவள், துப்பட்டாவை முட்டாங்கியாய் தலையை சுற்றி கழுத்தோடு இட்டிருந்தாள். அது காஷ்மீர் பாவையாய் அவளைக் காட்டியது. வழக்கத்துக்கு மாறாய் அழகும், ஐசுவர்யமும் கூடியிருந்தது. ஆனாலும் நடந்து முடிந்த நிகழ்வும், அது தொடர்பான வழக்காடும் முகத்தில் லேசாய் சங்கடத்தையும் அப்பியிருந்தது. அனக்கமற்று கிடந்த ஆலயத்தினுள் நுழைந்தவள் கையிரண்டையும் ஒண்ணாக்கி கூப்புகையோடு வியாகுலம்மையின் முன்னால் முழங்காலிட்டு கொண்டாள். தலை குனிஞ்சவளின் கண்ணிரண்டையும் இமைகள் இறுக மூடின. கண்ணுக்குள் பரவிக் கொண்டது இருள்மயம். அதில் துக்கமூண்ட முகத்தோடு தரிசனமானாள் அவளுடைய வியாகுலம்மை.

சிலுவைமேரிக்கு இதெல்லாம் புதுசில்லை. மனசுக்குள் சங்கடங்களின் துயரம் கூடும்போதெல்லாம் அவள் மனப்பாரங்களோடு மரியம்மையின் முன்னால் முழங்காலிடுவது முந்தைய பள்ளிக்கூட காலந்தொட்டே தொடரும் பழக்கம்தான். மனமொழி மன்றாட்டுகள் சிலமணி நேரமாவது திருப்பலி பீடம் நோக்கி இருக்கும். பிரார்த்தனை முடித்து வெளியேறும் கணம் மனசின் அழுத்தமானது இலேசாகியிருக்கும்.

தேவாலயம் வரும் மக்களுக்கெல்லாம் புனித மேரி மாதாவாய் காட்சியருளும் தேவமாதா, சிலுவை மேரிக்கு மட்டும் மரியம்மை ஆவாள். அவள் ஓடி விளையாடிய நாள்தொட்டே 'மரியம்மை... எனக்க மரியம்மை'-ன்னு விளிச்சே பழகி போனவள். தோணும்போதெல்லாம் தேவாலயம் புகுவாள். திருப்பலி பீடத்தின் முன்பு பெருந்தூணோடு நிற்கும் மேரி மாதாவை கை கூப்பி கும்பிட்ட கையோடு ஏறெடுத்து பார்ப்பாள். அப்படியே முழங்காலிட்டு கொள்பவள் உள்ளுக்குள் வலிக்கும் காயங்களின் நோவுகளை எல்லாம் மனமொழியில்

முனங்கி வரம் வேண்டுவாள். மனசு இலேசானதும் மேரி மாதாவின் பாதங்களைத் தொட்டு கண்களில் ஒத்திக் கொண்டு போவாள். செறுப்பம் தொட்டே சிலுவை மேரியின் பழக்கமிது. கொடும் பாடுகளால் காயமுற்று மரணத்துக்கு ஒப்புக் கொடுக்கப்பட்ட மகன் இயேசுவின் உடலை மடியில் போட்டு தனியாளாய் அந்த மரியம்மை அழுது புலம்பியபோது துயரங்கள் ஆட்கொண்டது. இருதயத்தில் ஊடுருவிய வாளால் செங்குருதி பீறிட்டது. இக்கோலத்தில் நிற்கும் தேவமாதாவை தரிசிப்போரெல்லாம் வியாகுலமாதாவாய் கண்டு மனமுருகினர். மக்களின் துன்ப துயரங்களை துடைக்கும் மேரி மாதாவுக்கு செப்டம்பர் தோறும் திருவிழா எடுப்பர். அப்போது சப்பரத்தில் தூக்கி வைக்கப்படும் மரியாளின் கண்ணும், முகமும் மக்களைப் பார்த்து புன்னகைப்பது போலிருக்கும். மரியாளின் கதையை களியல்பாட்டு தாத்தா கபிரியேலிடம் செறுப்பத்திலேயே கேட்டு தெரிஞ்சு கொண்டவள் சிலுவை மேரி.

நெஞ்சுக்குள்ள கொடுவாள் சொருகி, செங்குருதியாய் வடிஞ்சிட்டிருக்கிற கோலத்துலதான் மரியம்மை வியாகுலமாதாவாய் இந்த தேவாலய திருப்பீடம் முன்பாய் அம்பது வருசத்துக்கு மேல் நிற்கிறாள். இயேசுவை யூதவீரர்கள் வதைசெய்து சிலுவையில் தூக்கிவச்சி அறஞ்சி கொலை செய்தபோது, தாங்க முடியாத துக்கத்தின் வேதனையை வெளிப்படுத்திய தேவமாதாவின் ஈரக்குலையில் ஊடுருவிய வாளினால் இரத்தம் பீறிட்டு தெறிச்சி பாய்கிறது. அக்கணம் தாங்கொண்ணா துயரமும் வியாகுலமும் மூண்டவள் துக்கம் கொண்டு கண்ணீர் வடித்த கோலம்தான் வியாகுலத்தின் அடையாளமாய் கெபிகள் தோறும் இன்னும் மரியம்மையை நிறுத்தி வைத்துள்ளது. அவளுக்கும் வியாகுல மாதாவுக்கும் நெருக்கம் அதிகமுண்டு. பாவாடை செம்பரு போட்டு தேவாலய முற்றத்தில் கூட்டுக்காரியளோடு மண்ணழஞ்சு அச்சிகுச்சி விளையாடிய

காலம் முதல் இன்னுவரை அவள் மேரி மாதாவைப் பார்த்துட்டேதான் போவதும் வருவதுமாய் உள்ளாள். இருவருக்குமான உறவின் பின்னலும் பிரிக்க முடியாதது.

ஞாயிற்றுக் கிழமை திருப்பலி ஆராதனை பாட்டும், பிரார்த்தனையும் சிலுவைமேரியின் குரலில் முன்னொலிக்கும். அதையடுத்ததே அவளுக்கடுத்த மற்ற பாட்டுக்காரிகளின் குரல்கள் குழுவாய் ஒலிக்கும். திருவிழா காலங்களில் ஆர்மோனிய கட்டைகளில் மெட்டுக்கேற்ப அவளது பாடலின் மொழி காற்றின் இசையோடு கலந்தொலிக்கும். அது தேவாலயத்தின் உச்சி கோபுரத்தின் ஒலி பெருக்கி குழாய் வழியாய் ஊர் திசைகள் கலைக்கும். வெளியேறும் பாடலை மெய் மறந்து கேட்பவர்கள் பலருண்டு. பாட்டு, பேச்சு, பிரார்த்தனைன்னு உன்னதங்களின் கலை யாவும் அவளின் உள்ளில் பதியமானதாகும்.

மரியம்மையின் முன்னாடிதான் பாடுவாள். பிரார்த் தனை ஏறெடுப்பாள். சிலுவை மேரியை பத்தி வியாகுல மாதாவுக்கு எல்லாமே தெரியும். பள்ளிக் கூடத்துல பரீட்சையில பாசாயிட்டாலும், விளையாட்டு போட்டியில ஜெயிச்சிட்டாலும் சந்தோசம் பொங்கிச்சாடி மறிய மாதாவுக்க முன்னாடி வந்து முழங்கால் போட்டுட்டு நன்றியோடு பாடலும் - பிரார்த்தனையும் ஏறெடுத்து விட்டுதான் மறுவேலை பார்ப்பாள்.

காலமானது எல்லாத்தையும் விழுங்கிட்டாலும் ஓர்மை பொதிக்குள்ள கலையாம இருக்கிற முந்தைய காலத்து நிஜங்களின் நிகழ்வுகளானது எளிதில் நீங்கி போக கூடியது அல்லவே!. இந்த தேவாலயத்து முற்றத்து மண்ணுல அச்சிகுச்சி குழஞ்சியும், கண்ணாம்பொத்தியும், கள்ளன்-போலீசு விளையாடியதை எல்லாம் கழிஞ்சு போன காலம் கொய்து கொண்டு போனாலும், ஓர்மைகளில் அவையெல்லாம் இன்னுமுண்டு. சில நாள் சாமத்துல தேவாலய திண்ணையில் பனையோலை விரிச்சி, அந்த இருள் காலங்களில் பாட்டியளின் கதைகளை கேட்டே கண்ணயர்ந்து போனதும், கூட்டு

கெட்டுகளோடு அடிபிடி நடத்தியதெல்லாம் இப்போது போச்சி. சாமம் வந்தா தேவாலய முற்றம் வந்து கண்ணயர யாருமில்லை. கூடி கதை பேசி கலஞ்சி போவதுமில்லை. நவநாகரீக யுகமானது மனிதர்களை வீடுகளுக்குள்ளேயே முடக்கி விட்டது. எல்லா வீடுகளையும் மறைத்து எழும்பி நிற்கிறது கோட்டைச் சுவர் போல் மதிலுகள். அழைப்பு மணியொலியும் இரும்பு கேட்டுகளின் திறப்புமே இப் போதைய மனித மனங்களின் பழக்கமாயிற்று. பேரு, உறவு சொல்லி விளிச்ச காலமெல்லாம் மலையேறி கப்பலேறி போயாச்சு.

இப்போதெல்லாம் நவநாளு, ஞாயிறு பூசையோடு கூடி கலஞ்சி போவதோடு சரி. யாரும் யாரையும் கண்டு கொள்வதுமில்லை. பேசிக்கொள்வதுமில்லை. ஒருவருக் கொருவர் சமாதானம் கூறிக்கொள்வதெல்லாம் திருப்பலி நேரத்தில் அருட்தந்தையர் விடுக்கும் வேண்டுகோள் நேரத்தில் மட்டும்தான். மற்றபடியெல்லாம் மிசிறும், எறும்புமாய் மனசுகள் கடிச்சி குதறிக் கொள்ளும் கொடுங்கால கூட்டமாய் மாறி விட்டன மனித ஜென்மங்கள்.

சிலுவை மேரிக்கு திருவிழா ஞாயிறு பூசை, நவநாள் காலம் மட்டுமல்லாம எப்பவுமே மரியம்மையிடம் இறுகிப்போயிருந்தது தொடர்பும் உறவும். விடியிற ஒவ்வொரு நாளும் அவள் அந்த மாதா முகத்துல முளிச்சாகணும். தேவாலயத்தை சுத்தியே அவளுடைய வாழ்க்கை இருந்தது. பங்கு பேரவை, அன்பியம், மறைக்கல்வி இப்படி எல்லாவற்றிலும் தன்னை இணைச்சி கொண்டவள். பொறுப்பை உணர்ந்து காரியத்தை எல்லாரும் மெச்சிய அளவுக்கு செய்து முடிப்பவள். ஆனால் இப்போது அவளை பெருஞ்சோதனையானது கவ்வியிருந்தது. அதிலிருந்து அவள் மீள முடியாத சங்கடம் அவளுக்கு ஏற்படுத்தப்பட்டிருந்தது.

இன்னு மரியம்மைகிட்ட கண்ணைமூடி முழங்காலிட்டு கொண்டிருக்கும் சிலுவைமேரியின் உள்ளுக்குள் அழுகை

யானது வெளியேற முடியாமல் முட்டியது. இமை மூடியிருந்தவளின் கண்ணிருட்டுக்குள் தான் துக்க முகத்தோடு மரியம்மையே வந்தாள். 'நான் போறேன் எனக்க மரியம்மை நான் போறேன்'- சிலுவைமேரியின் உள்ளின் குரல் மரியம்மைக்கு கேட்டது. இரண்டு கைகளால் அவளது முகத்தை ஏந்தி கொண்டாள் மரியம்மை

'ஒனக்க பாட்டை நான் கேக்கணும் மொவளே ... இன்னும் நீ எனக்க முன்னாடி பாடணும் செல்ல மோளே...'

'மரியம்மையே...'

படாரென கண்ணிமைகள் இரண்டும் திறந்து கொண்டன. எதிரே மரியம்மை மாதா சுரூபமாய் நின்னுட்டிருந்தாள். சிலுவை மேரி உழிஞ்சு பார்த்தாள். ஒம்பதாம் திருவிழாவுல சப்பரத்துல ஏத்தி வைக்கும் போது வேதனையோடு இருக்கிற மாதா இப்ப அவளை நோக்கி கண் மூடாமல் கூர்மையாய் பார்வையை வீசிக் கொண்டிருந்தாள்.

'மரியம்மா... எனக்க மரியம்மா... சிலுவை மேரியின் நாக்கு அவளையறியாமல் குழறியது. தேவாலயம் முழுக்கவும் முழு அமைதியானது பரவிக் கிடந்தது. பிரமாண்ட சாளரங்கள் வழியே உள்புகுந்த வெளிக் காற்று அவள் கன்னத்தை தழுவி போனது. கழிந்தவாரம் ஞாயிறு திருப்பலி நடந்த போது தேவாலயம் முழுக்கவும் சனங்கள் நிரம்பியிருந்தனர். இன்னு சிலுவை மேரியையும், மரியம்மையையும் தவிர வேறு எவருமில்லை.

'நீ என்ன விட்டும்' இந்த தேவாலயத்தை விட்டும் போயிட்டா எல்லாம் முடிஞ்சிருமா? மோளே... ஒண்ணும் முடியாது வலுத்தவங்களும், கொழுத்தவங்களமாட்டு சூழ்ந்துட்டு இருக்கிய எடத்துல சிலுவைமேரி மொவளும் தலை நிமிர்ந்து நிக்கியதும், எனக்க முன்னாடி வந்து பாடியதும் சந்தோசம் செல்ல மொவளே'.

ஒனக்க நேர்மையும், நீதியும் கச்சங்கட்டிக் கொண்டு நிக்குற அநீதி வஞ்சகம் முன்னாடி எத்தனை நாளுதான் போராடும். நீ தோத்து போனாலும் ஜெயிச்சவள்... ஒன்ன இனிமேலயும் தோத்து போறதுக்கு விடமாட்டேன். -மரியம்மையை நோக்கினாள். சங்கடத்த சொமக்காத வளாய் அவளுக்குள் தைரியமூட்டினாள் மரியம்மை. சிலுவைமேரிக்குள் புதிய உற்சாகம் கொந்தளித்தது.

சிலுவைமேரியின் காதலால் அவள் தோற்கடிக்கப் பட்டவள். துவண்டு போனவளை தேத்தி எடுத்த தெல்லாம் மரியம்மையிடம் அவள் முறையிட்ட பிரார்த்தனையும், அழுகையும்தான். முறிஞ்சு போனபோது நெனப்புகளை அந்த காதல் தறிச்சு முறிச்சு போட முடியாத தவிப்பு அவளை நிலைகுலைய செய்ததுண்டு. நீண்ட நெடு நாட்கள்! கரங்களில் ஜெபமாலை குருசானது பாரசிலுவையாய் கனத்ததும், முள்முடி சுமந்த வேதனையும் இருதயத்தை பிழிஞ்சதுண்டு. தன்னுடைய காதலன் கல்லறக்குழிக்குள் போனபோது தோற்கடிக்கப்பட்ட வளாய் காயங்களின் தழும்புகளை நெடுங்காலம் சுமந்தவள். இதுவும் கூட மரியம்மைக்கு எல்லாம் தெரியும். தோத்து போனவளை தூக்கி நிறுத்தி துலங்கவச்சது அவள்தான். இந்த மரியம்மையோடு அவளுக்கு இயேசுவையும் பிடிச்சிருந்தது. சிலுவைமேரி ஓர் ரசனைமிக்கவளாட்டு மிருந்தாள். யாருடைய கவனிப்புமில்லாம குருத்து மொளச்சி பூச்சொரிந்து நிக்கும் காட்டு பூக்களும், வேலிச்செடிகளும் அவளுக்குள் அழகானவை. எல்லோரும் புறக்கணிக்கும் முள்ளு முருக்கை மரங்களும், மஞ்சள் பூக்களாய் சொரியும் காட்டு கொன்னையும் கூட பிடித்தமானவை. மரம், செடிகொடி களோடு பேசுவாள். அவைகளை கட்டி பிடிச்சி தனது தோழர்களாய் கொண்டாடி தீர்ப்பாள். இரவின் பேரழகை உள்வாங்கி ரசிப்பவள். குத்திருட்டு கருநீலவானத்து நட்சத்திரங்களை எண்ணி எண்ணி உள்ளில் பூரித்து களிப்புறுவாள்.

முதன்முதலாய் அவளை கண்ட மாத்திரத்தில் குருசின்

மனசுக்குள் அவனையறியாமல் ஊடுருவி போனது அவளது ரூபம். அவள் வேலை பார்த்த அலுவலகத்தின் பணிதளத்தில் சன்னலின் வெளிச்சத்தில் இருந்தாள். முகத்தில் சன்னல் வழியாய் பாய்ந்த இளங்காலை வெளிச்சம் அவள் முகத்தில் விழுந்தது. அப்போது குரூசின் பார்வையில் அவள் ஓர் தேவதையாய் பட்டாள். குண்டுருளி கண்ணும், அடர்கூந்தலும், அவளுடைய தேகத்து நிறமும் கண்டு அவன் மனம் அவளை முழுசாய் விழுங்கிக் கொண்டது. அவளிடம் பழகிய நாட்களில் சிநேகிதனா யிருந்தான். காதலை விட சிநேகிதம் வலுத்தது. எப்ப வேணாலும் முறிஞ்சு போற திடமற்ற காதல் மீதான நம்பிக்கை தோற்றுபோனபோது சிலுவை மேரியும் விரக்தியுற்று போயிருந்தாள். குரூசுக்கு அவளைக் குறிச்சி மனசிலாகியிருந்தது. அவளோடு பேசும் போதும், வாக்குவாதம் செய்யும்போதும், அவனுக்கு முன்பாய் அவள் வேளமாடும் மொழியால் மலர்ந்து கொண்டிருப்பாள்.

இன்று மரியம்மையின் முன்பாயிருக்கும் சிலுவைமேரிக்கு நேற்றைய ஒறக்கத்து சாமம் விழுங்கப்பட்டிருந்தது. அவள் பங்கு பேரவையின் பொறுப்பில் இருந்ததால் வலுத்த கூட்டம் செய்த அநியாயத்துக்கு ஆதரவாய் பேச வேண்டியிருந்தது. ஞாயிறுக் கூட்டத்தில் அப்படி அவள் பேசாவிடில் அநீதியானது அதன் வாய் பிளந்து அவளை விழுங்குவதற்கு தருணம் பார்த்துக் கொண்டிருந்தது. சிலுவைமேரி தனக்க பாட்டை கூட்டுக்காரன் குரூசோடு பரிமாறிக்கொண்டாள்.

‘மரியம்மையை முழுசாட்டு நம்புற ஒனக்கு நல்லது நடக்கும்...’-அவளை ஆறுதல் படுத்தினான் குரூசு.

‘மொத்த கூட்டமும் வலுத்தவன் மாரோடாக்கும் சேர்ந்து ஒண்ணா நிக்குது... ஆனா நா நியாயத்துக்கு மாத்திரம்தான் கட்டுப்படுவேன்’. சிலுவைமேரியின் குரலில் தீர்க்கமிருந்தது. குரூசுக்கு அவளுடைய அந்த திடம் பிடிச்சிருந்தது. ‘ஆனாலும் இனிமேல் பொறுப்பில இருந்து விலகிடலாம்னு இருக்கேன் எதுக்கு இந்த

தேவாலயம் மதம் எல்லாம்...' -சிலுவைமேரியின் வார்த்தையில் வெறுப்பும் விரக்தியும் கூடியிருந்தது. நேற்றைய சாமத்து பேரழகை அவளால் ரசிக்க முடியாமல் போனது. கண்ணுறங்கியபோது நடுசாமம் தாண்டி யிருந்தது. இரண்டு நாள் கழித்து வரும் ஞாயிற்றுகிழமை முடிவெடுக்க வேண்டியுள்ளது.

சிலுவைமேரி மரியம்மையின் முன்னால் அந்த முடிவை எடுப்பதா? வேண்டாமா? என்பதை கேட்கவே கண்மூடி இருந்தாள். மனசுக்குள் வியாகுலம்மை அவளோடு பேசினாள்.

'வேண்டாம் மோளே- ஒனக்க பாட்டும், பிரார்த்தனையும் கேக்காமல் என்னால இருக்க முடியாது செல்லமே...' -மரியம்மை அவளிடம் பேசினாள்.

'அய்யோ... எனக்க மரியம்மை...' இப்போது அவள் மரியம்மையை தலையை நிமிர்த்தி பார்த்தாள். முகம் துக்கம் பூண்டிருந்தது. கண்ணீரும் கம்பலையுமாய் சங்கடத்தோடு சிலுவை மேரியை மரியம்மை பார்த்தாள். மவுனமாய் முழங்காலிட்டிருந்த சிலுவைமேரி எழும்பி கொண்டாள்.

'மொவளே ஓடுனா ஓடிட்டே இருக்கணும். துரத்திட்டே ஓடும் கூட்டத்தை எதிர்த்து நிக்கணும்' -சிலுவை மேரிக்குள் தைரியமூட்டினாள் மரியம்மை. தனக்க ரெண்டு கையளையும் மரியம்மையின் பாதங்களின் மாட்டில் வச்சி கண்ணில் ஒத்திக் கொண்டாள்.

'எனக்க மரியம்மைய விட்டுட்டு
எங்கேயும் போவமாட்டேன்'

-சிலுவை மேரி தீர்மானித்துக் கொண்டாள். தேவாலயத்தை விட்டு வெளியே வந்தாள். பேரிரைச்சல் ஓலத்தோடு பெருங்காத்து கிழக்கு திசையில் சுழன்று சீறியது. தேவாலயம் சுத்தி நின்ன வேப்பும், புளியமர கொப்புகளும் பூக்களை தொளித்தன. எல்லா பூக்களும்

சிலுவை மேரியின் தலையில் விழுந்தன. கள்ளன் பெடவு பொத்தையின் சப்பர பாறையிலிருந்து வீசிய ஆடிமாச காற்றின் சுகம் அவள் முகம் தொட்டு நெருடி பேசிப் போனது. தேவாலய முற்றத்தில் நிமிர்வோடு நடந்தாள் அவள். எதிரே கோயிலான் சந்தியாகப்பன் வந்தான். அவளை எளக்காரமாய் பாத்தான்.

'இன்னும் இரண்டு நாள்தாண்டி....
ஒனக்க திமிரு அடங்கும்'

-மனசுக்குள் கறுவி கொண்டான். அவனை பார்க்காம லேயே அவள் கடந்து போனாள். அவனது பார்வையில் இருந்து மறையும் வரை நிமிர்வாய் நடந்தாள். சிலுவை மேரியையே சந்தியாகப்பனின் முண்டக்கண்ணுவ ரெண்டும் செறஞ்சது.

•••

ஞாயிற்றுக்கிழமை

தேவாலய திருப்பலி முடிந்தது.

மத்தேயு சாமியார் தலைமையில் பங்கு பேரவையினர் புளியமூடு நிழலில் கல்குருசை வளையமிட்டிருந்தனர். அந்த கல்குருசு அவ்விடத்துக்கு தோமையின் கூட்டாளி வந்த காலத்தில் நிறுவப்பட்டதாகும். கிட்டதட்ட நூறாண்டுகளை கடந்தது. கறுத்து புறுத்து போன கல்குருசு மேடையில் எப்போதும் மெழுகுவர்த்திகளை எரியூட்டிவிட்டுத்தான் தேவாலயம் வருவோர் வேண்டிய வரத்தை தேவ மாதாவிடம் கேட்பது வழக்கம். குறிப்பாக தனக்கு பிடிக்காதவர்கள் நாசமாய் போவனும்னு வேண்டுவதெல்லாம் உண்டு. சிலுவை மேரிக்கும் கூட அந்த கல்குருசு நெருக்கமானது.

வெகுநேரமாகியும் சிலுவைமேரியின் வரவுக்கான எந்த அறிகுறியும் இல்லாமலிருந்தது. இது சாமியாருக்கும், பங்கு பேரவையினருக்கும் எரிச்சல் கிளப்பியது. அவர் களுடைய முகங்கள் விதவிதமாய் மாறின. 'பூச முடிஞ்சி

பதினொரு மணியாயிட்டு... இன்னும் கூட செகரட்டரி பொறுப்புல உள்ளவள் இந்த பக்கம் தல காட்டல்ல. இது அக்ங்காரம்தான். வேறொன்னுமில்லை' -பாதரின் பக்கத்தில் இருந்த அன்பியம் குருசம்மாளின் கோவம் கொந்தளிச்சது. அவளைத் தொடர்ந்து மற்ற பெட்டச்சியளும் சிலுவை மேரியை வாய்க்கு வந்தபடி கீறுக்குமாறாய் வைதனர். இவ்வளவு நேரம் திருப்பலியில் அன்பு, பண்பு, சமாதானம், சகிப்பு குறிச்செல்லாம் பிரசங்கித்த மத்தேயு சாமியார் வாய் திறக்கவே இல்லை. அதுக்கு மாறாய் ஒட்டிய உதடுகள் புன்னகைத்தது. அது சிலுவைமேரியை பின்னி எடுக்கும் வர்த்துவானங்களை இரசிப்பதாயிருந்தது.

இன்னும் வரவே இல்லை சிலுவை மேரி.

பங்குபேரவை செகரட்டரியான அவள் எடுத்து படிக்கப் போகும் தீர்மானங்களின் அடிப்படையில்தான் குருசடி திருவிழா நடத்த வேண்டியுள்ளது. இத்திரு விழாவுக்கென்று தனியாக வரி வசூலித்து ஊதாரித் தனமாய் வீராடி தள்ளுவதற்கன்றே, நிர்வாகிகள் சிலரின் காத்திருப்பும் முறுமுறுப்பும் சிலுவை மேரி குதறுவ தாயிருந்தது. நேரம்தான் போனதேயொழிய அவளுடைய வரவில்லாததால் ஆத்திரம் கொண்டனர். 'அவளைத் தேடி வீடு நோக்கி போகலாமே' -என்று நிர்வாகிகளில் ஒருவனான ததேயு பயல் நாக்கை நீட்டினான். அப்போது சிலுவை மேரியின் உறவு பயல் மரியமுத்து கல்குருசுவை நோக்கி வந்தான். அவனது கையில் கரத்தில் இருந்தது செங்காவி கூடு ஒன்றிருந்தது. அது பசையிட்டு பூட்டி ஒட்டப்பட்ட தாருந்தது.

'என்னல மரியமுத்து ஒனக்க மாமியாருக்கு நீக்கம் பால... இன்னு பங்குபேரவை கூட்டம் உண்டுன்னு தெரியுமா? தெரியாதா? பூசைக்கும் வரல... இங்கயும் வரல...'

குருசம்மாளுக்கு கோவம் பொத்துசாடியது. மரிய முத்து அந்த கவரை மத்தேயு சாமியாரிடம் நீட்டினான். அவர் அதை ஒரு மாதிரியானப் பார்வையோடு

வாங்கியதும், அவ்விடம் விட்டு வேகமாக நகர்ந்தான். அவன் கொடுத்தக் கூட்டின் ஒட்டப்பட்ட வாய்ப்பகுதியை கிழித்துவிட்டு உள்ளே இருந்த கடிதத்தை எடுத்து மனசுக்குள் படித்தார் மத்தேயு சாமியார்.

'குருசடிக்கு என தனியாய் திருவிழா நடத்த சம்மதிக்க மாட்டேன். அதற்காக பாவப்பட்ட பங்கு மக்களிடம் போய் தனியாக வரிவசூல் செய்யவும், மூணு நாள் ஆடம்பர விழாவுக்காய் அத்துமீறுன செலவு செய்து கள்ள கணக்கு குறிச்சி வைக்கிற கூட்டத்தோடு துணைக்கு போவமாட்டேன். ஏற்கனவே எதுக்கெடுத்தாலும் வரிவரின்னு வசூலிச்சி நசுங்கி புசுங்கி போயிருக்கும் பாவப்பட்டதுவள நிம்மதியாட்டு பூச காண விடுவோம். இதையும் மீறி குருசடி திருவிழாவுக்கான முயற்சி எடுத்தால் கோர்ட்டில் தடை வாங்குவேன்'.

கழுத்து முதல் தொடங்கி கரண்டைகால் வரை கிடந்த லோவைக்குள்ளிருந்த பாதரின் சரீரமானது வெசர்ப்பில் நனைஞ்சது. முகத்தை லோவை சாப்பில் இருந்து எடுத்த கர்ச்சீப்பால் தொடைச்சிக் கொண்டார். சுற்றி வட்ட மிட்டிருந்தவர்களின் பார்வை மொத்தமும் அவர் மீதாயிருந்தது. அவர் கையில் இருந்து அடுத்தடுத்து பல கைகளுக்கு மாறியது சிலுவைமேரி கைப்பட எழுதிய அந்த கடிதம்.

வாலாங்கொட்டை, வேப்ப மரங்களிடையே கெபியில் நின்று கொண்டிருந்த வியாகுல மாதாவைப் பெருமூச்சோடு ஏறெடுத்தார்.

அவளது பார்வை, அதென்னவோ சிலுவைமேரியின் மொகரையாய் தெரிந்ததை தவிர்க்க முடியவில்லை மத்தேயு சாமியாருக்கு. ●

பொன்னும் - குருசும்

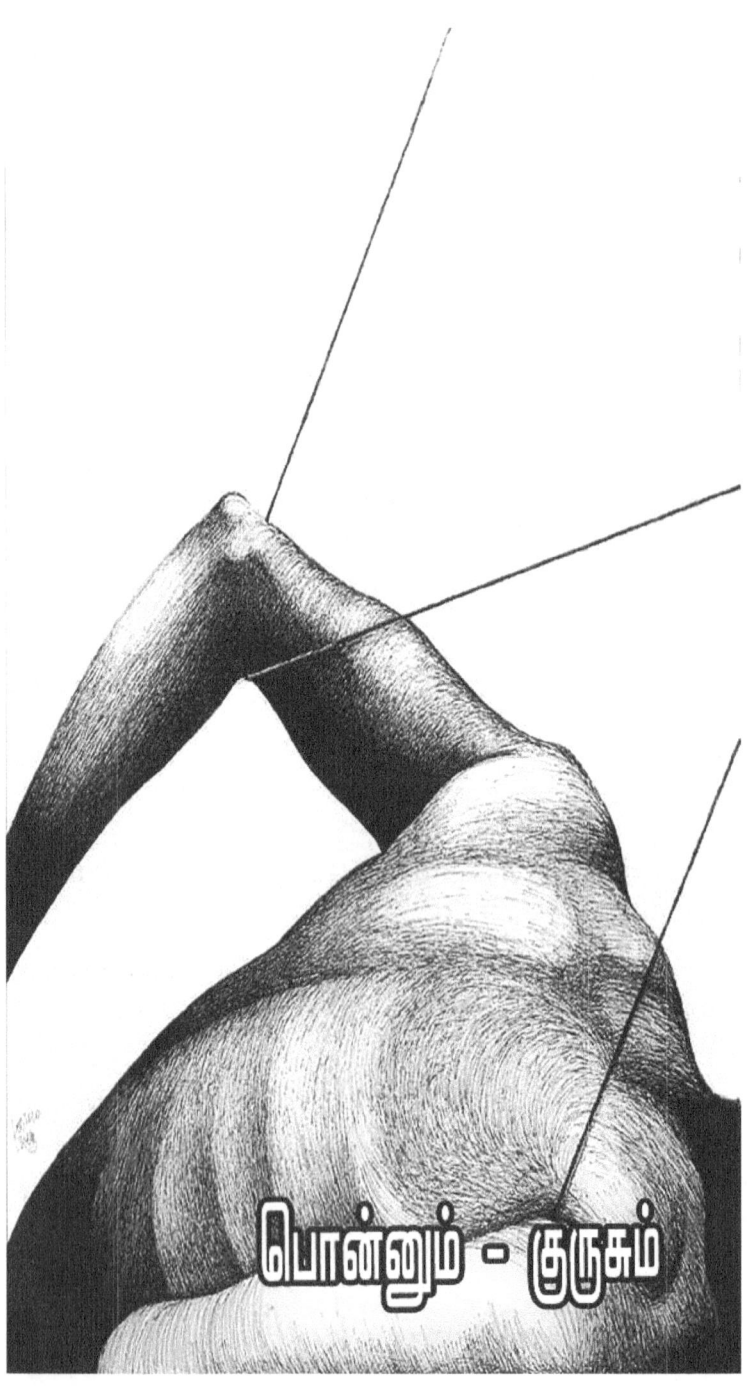

நாரோலு நோக்கி போவும் போதெல்லாம் ரூபனின் பார்வையில் இருந்து தப்பாது. அந்த மலை உச்சி பொன்னிறத்து குருசு. அதை அவனது கண் நோக்காமல் இருக்காது. அவ்விடத்தை பேருந்து கடக்கும் வரைக்கும் பொன்னிறத்து குருசானது, கண்ணிரண்டிலிருந்தும் நவுராது. அப்போதெல்லாம் ரெண்டு சொட்டு கண்ணீரு கன்னத்துல வழியும். கண்ணுவ ரெண்டும், கண்ணீருக்குள் உருளும். கைலாஞ்சியால் தொடச்சிக் கொள்வது அவனது வழக்கமாயிற்று.

ஒருபாடு காலம் கடந்தும் ஓர்மையில முட்டி நிக்குற வாழ்நாளின் அச்சம்பவ மானது, அழித்திட முடியாத அடையாள மாயிற்று. இன்னும் அவனால் தொடச்சி எறியாத கறையாவே இருதயத்தில் பதிஞ்சி நிகழ்காலத்தின் நெனைப்புகளில் கிடக்கிறது அச்சம்பவம். வந்துபோவும் கொடுநாளானது கொடுங்குருசு பாரமாய் உள்ளில் அழுத்தும் கணமெல்லாம் சங்கடங்களின் முள்முடியில் மண்டை வலிப்பதுண்டு.

இன்னா பிடின்னு இருவத்தஞ்சு வருசம் ஓடிபோச்சு. ஆனாலும் சுங்கான் கடை மலை உச்சி பொன்னிறத்து குருசு,

முந்தைய காலமானதை கண் முன்பு கொண்டு நிறுத்தி விடுவதை தவிர்க்க முடியவில்லை. துள்ளிப்புட்டானாய் பறந்து சாடி திரிஞ்ச செறுப்பத்தை காலமானது கொய்தும் உள்ளின் குரல் எப்போதும் அவனை குற்றவாளியாய் குருசில் அறஞ்சது கொடுமுடி வரையறை விலங்கு பூட்டப்பட்ட வாழ்வுக்குள்ளும், குடும்ப கொட்டடிக்குள்ளும் அடங்கி போவதில் முரண் கொண்டவனாயிருந்தான்.

எந்தவொரு உடன்பாடும் அவனை இறுக்கிட முடியாததாய், சுதந்திரமாய் தேவதை களோடு காதல் பேசி கனாகாலங்களை கொண்டாடி குதூகலித்தவன். வலுக்கட்டாயமாய் வாழ்வுக்குள் திணிக்கப்பட்ட போது, தலையாட்டியாய் அவன் மாறிய நிர்பந்தம்தான் அவனது நினைவடுக்குகளில் இருந்து பறித்தெடுக்க முடியாத வண்ணம் துருத்தி கொண்டிருக்கிறது.

பேருந்தில் ஜன்னல் பக்கமாய் இருந்தான் ரூபன். கறுத்தும், நரச்சும் வெளிறிபோயிருந்தது கன்னத்து தாடி. கருஞ்சுருட்டை தலைமுடியும் கூட கருமையை இழந்து, அலங்கோலமாய் கிடந்தது. கன்னத்தில் கைவச்சவனின் பார்வைக்குள் நீண்டு பரந்து கிடந்த ஏலாக்கரையும், அக்கினியாகுளமும் வந்தது. அங்கிருந்து வீசிய தனுப்பு காற்றானது அவனை கண்ணயர வச்சது. ஒறக்கத்துக்கு கிறுங்காமல் இருந்த தலச்சோறுக்குள் காலம் கடந்தும் புரட்டப்படும் கல்யாண ஆல்பத்தின் வண்ண நிழற்படங்கள் கடக்க தொடங்கியது.

‘பொண்ணுக்க வீடு நம்ம நுள்ளிவிளைதான். பழைய பாட்டக்காரரு பரலோகம் பேத்தியாக்கும்... கடவுள் பக்தி பயங்கரம்..’ -மாதவடியாள் கொண்டு வந்த சம்மந்த கதையை சொன்னாள்.

‘அவன்தான் கல்லியாணம், மயிரெல்லாம் வேண்டாம்னு திரியுறானே... அவனுட்ட என்னத்த வேளம் செல்லி மனசிலாக்கியது. நீங்க காபிதண்ணிய குடிங்க அக்கோ’

-லூரயிசம்மாளு மொவன் ரூபனை பத்திய நெலமையை விவரிச்சாள்..

‘ஏளா லூரயிசம்மோ... எல்லாத்தையும் எலியாசியாரு பாத்துடுவாரு. ஒம்பாட்டுக்கு இரு.... எனக்க உள்மனசு சொல்லுது. ஒனக்க சங்கடம் தீரும்...’ -காபி கிளாசை சுண்டுக்கிடையில் வச்சிட்டே வேளத்தை சொன்னாள் மாதவடியாள்.

ஓட்டம் பிடிச்ச ரூபன் ஒருவழியா ஆளாளுக்கு எடுத்து சொல்லி தலையிட வேண்டிய கட்டாயத்துக் குள்ளாகி போனான். அவன் வார்த்தப்பாட்டுக்கு சம்மதிச்ச தினத்தில லூரயிசம்மாளு ரெண்டு கைய தூக்கிட்டும் முட்டாங்கி தலையோடு எலியாசி முன்பு முழங்காலு போட்டாள். ஒலக்கைதடி வண்ணத்துல வலிய ஆரத்தை அவரு கழுத்து வழியா இட்டவள், உப்பும்-நல்ல மிளகையும் எடுத்து கொவுட்டுக்குள் போட்டுக் கொண்டாள்.

நுள்ளிவிளை பொண்ணு வீடு.

ரூபனுக்கு இணையாய் மணவாட்டியாய் வர போகும் ஜெபம் தவப்பன் முன்பு வச்ச கண்ணு மூடாம நின்னுட்டி ருந்தாள். மோசஸ் வாத்தியாரும் மொவள் ஜெபத்தை உழிஞ்சு நோக்கினார். ஜெபத்தின் தவப்பனாரு அவளுக்கு அப்பன் மாத்திரம் இல்லை. நல்லது, செட்டதை எடுத்து சொல்லிக் கொடுக்கும் நல்லதொரு தோழரும் கூட. ரெண்டு வருசத்துக்கு முன்னாடிதான் திடீரென மரணமானது அவரை சாச்சிட்டு போனது. அதை இன்னுவரை ஜெபத்தால் ஜீரணிக்கவே முடியலை. ஒற்றை மின்விளக்கின் ஒளியில் மூக்குக் கண்ணாடி முகத்தை காட்டி கொண்டிருந்த மோசஸ் குரல் மொவள் ஜெபத்துக்குள் கேட்டது.

‘செல்ல மொவளே சம்மத்திச்சிரு ஓங்கூட எப்பவும் நானுண்டு’

உள்ளில் பேசிய மோசஸ் வாத்தியாரின் போட்டோவை

தொட்டு கண்ணில் ஒத்திக் கொண்டாள்.

இதுநாள் வரைக்கும் வந்தவனெல்லாம் கறுப்புன்னும், சந்தம் கொறவுன்னும், இலட்சம் தாண்டி கோடி வரைக்கும் விலை வச்சதுனால, விவாகமே வேண்டாம்னு ஒதுங்கியவள்தான் ஜெபம்.

'இந்த கல்லியாண பேரம் எல்லாம் எனக்கு சரிபடாது...

நா இப்படி பட்ட வியாபாரத்துக்கு வரல...'

-அவள் பம்மி கொண்ட காலமெல்லாம் வயசானது கோலத்தை மாற்றிக் கொண்டே போனது. தள்ளக்காரி அந்தோணியம்மாளுக்கு ஜெபத்தை நெனச்சி மனசு துக்கத்தில் மடங்கும். தள்ளையின் மொனகல் மனசை குத்தினாலும் எல்லாம் சகிப்பாள் ஜெபம். சிலநாள் அந்தோணியம்மாளோடு மல்லுக்கு நிக்க வேண்டிய கட்டாயமும் வரும்.

'நமக்குன்னு ஆருண்டு... ஒனக்கு அடுத்தது ஆண்டரூசு இருக்கியான். இப்பவே இருவத்தாறு ஆச்சி. அவனுக்கு அடுத்தவளாட்டு நிக்கிய ஒனக்க தொங்கச்சி, ஜென்சிய பாரு.... அவளுக்கும் கல்லியான வயசு ஆயிட்டே போவுது. நீயோ... கல்லியாணமும் வேண்டாம் கச்சேரியும் வேண்டான்னு ஓடுற... பாவி மட்ட.... இந்த மாதவடியா கொண்டு வந்துருக்கிய சம்மந்தத்தை மட்டும் நீ வேண்டான்னு செல்லு... இங்க பாரு கொம்மைய நீ ஜீவனோடு பாக்கமாட்டா...'

- மருகி தீத்து மனசுக்குள் கிடக்கும் வார்த்தை களையெல்லாம் கொட்டி தீர்ப்பாள் அந்தோணியம்மாளு.

ஜெபமும் லேசுல விடமாட்டாள். வாயாடியாய் மாறி பேயாட்டம் போடுவாள். கூடவே ஒப்பாரியும் வைப்பாள்.

'லேட்டி.... வாயை அடக்கு, கொண்டு போறவனுட்ட இப்படி நீ ஆட்டம் போட்டியன்னா தீ வச்சி கொழுத்தி போடுவானுவ'.

அந்தோணியம்மாளுடைய எச்சரிக்கை சாபத்தோடு

தான் நீளும். 'அப்ப அம்மைக்கு என்னை கட்டியவன் எரிச்சி கொல்லனும்... அப்படிதானே சாபம் போடியா... நா போறேன். எங்காவது குண்டோ, குளமோ பாத்து விழுந்து செத்து மாஞ்சி போறேன்...' -அழுது புலம்பித் தீர்ப்பாள் ஜெபம்.

'எக்கோ... அம்மை சும்மா ஆத்திரத்துலதான் ஒன்ன பேயுது... அழாதடே...' -தம்பிக்காரன் ஆண்ட்ரூசு அவளை தேத்துவான்.

'லேல... ஒனக்கடுத்ததாட்டு ஜென்சி இருக்கியா... அவா இப்ப படிச்சி முடிச்சதும் கல்லியாண வயசு தொட்டுரும்... இதுக்க இடையில் இவா அவன் சரியில்ல... இவன் செரியில்லன்னு சம்மதிக்கலேன்னா என்னத்தடே செய்யது...'

'எம்மோ... அக்காளுக்க மேல அம்புடு பழியையும் போடாண்டாம்... வாரவனுவ எதிர்பாக்கியது கிட்டல்ல, அதுக்கு நாம என்ன செய்யது...'

'எனக்கு ஒரு எழவும் தெரியாது. இப்ப மாதவடியாள் கொண்டு வந்திருக்கிய தக்கல காரனை சம்மதிக்க லேன்னா இவா இடிவிழுந்து போவா...'

'என்னத்த இது அம்மைக்கு வட்டா... இப்படி கிடந்து வர்த்துவானத்தை விடுது... இதொன்னும் செரியில்ல கொம்ம...'

-மூணாவது மொவா ஜென்சி செறஞ்சிட்டே அந்தோணி யம்மாளை பேஞ்சி தீர்ப்பாள்.

'அம்மைக்க நொம்பலம் மனசிலாகுது. இங்க கல்யாணத்துக்கு பெண்ணு கேட்டு வாறவனுக்கு அவனுவ பேசுற விலையை நம்மால கொடுக்க முடியல. அதனால தான் அக்காளுக்கு கல்லியாணத்துக்கு தாயமாடு. எம்மோ... நாமளே பணம் கொடுத்து அதுல அவனுவ தாலிசெஞ்சி, பட்டு எடுத்து... இதெல்லாம் நெனச்சா அருவருப்பா இருக்கு...'

-ஆண்டுரூசுவின் பேச்சு அந்தோணியம்மாளுக்கு கோவத்தை கூட்டியது.

'ஆண்டாண்டு காலமாட்டு இருக்கிற பழக்க வழக்கத்தை மாத்த போறியோ... நீங்க மூணுவரும் நாசமா போற புத்தியை வச்சிட்டு நடக்காதுங்க... ஆண்டவரே... எனக்க கார்மலு மாதாவே ஒரு வழிய காட்டு தாயே...'

- நடு வீட்டுச் சுவரில் மாட்டியிருந்த கார்மலு மாதா படத்தை பாத்து பெருமூச்சு விட்டுட்டே அடுப்பங் கரைக்குள் போனாள் அந்தோணியம்மாளு.

ஒருவாரம் தாண்டிபோச்சி.

மாதவடியாள் மாதா ரூபத்துல அவளுக்கு முன்னாடி வந்து நின்ன சம்மந்தம்தான் தக்கலைகாரன் ரூபன். தவப்பனாரு மோசஸ் போட்டோவை தொட்டு வணங்கிய ஜெபம் இரண்டு மணி நேரத்துக்குள்ளாடி அலங்காத் துக்குள் மாறியிருந்தாள். நேரம் உச்சையை தாண்டிய போது ரூபன் சொந்தபந்தங்களோடு நடையேறினான்.

நல்லொழுக்கமும், கௌரமும் கொண்ட ரூபன் சாம்பல் கலர் பேண்டும், நீலக்கலரு சட்டையும் போட்டி ருந்தான். ஜன்னல் வழியாய் அவனைப் பார்த்த ஜெபத்தின் கூட்டுக்காரிகள்

'நடிகரு நெப்போலியன்' போல இருக்காண்டி மக்களே...'

-செல்லமாய் நளியடிச்சி சிரிச்சனர். ஜெபமும் பக்கவாட்டு பார்வையை ரூபனின் பக்கமாய் திருப்பினாள். அவளுக்கு ரூபனை பிடித்து விட்டதற்கான அறிகுறியை மனசு தெளிவு படுத்தியது. அது முகத்தை கவிழ்த்தது.

இதுவரைக்கும் காரங்காடு, கொடுப்பைக்குழி, கொன்னக்குழின்னு எத்தனையோ எடத்துல இருந்து சம்மந்தம் வந்தது. வந்தவன் எவனும் ஜெபத்தின் குணம், மனம் பார்க்கவில்லை. அதுக்கு பதிலாய் அவளுடைய நெறம், சந்தம் பாத்துட்டு அதுக்கேத்தபடி பொன்னும்

பொருளுமாய் கேட்டு ஓடி போயினர். எத்தனை முறைதான் அவள் காபி தட்டோடும், வகை வகையாய் பட்டு உடுத்தியும் அலங்கார பொம்மையாய் ஒவ்வொருத்தன் முன்பும் தன்னை சிலையாய் காட்டிட்டு கடந்து போவது. ஒரு கட்டத்தில் அவளுக்குள்ளேயே வெறுப்பு கூடி விட்டது. கல்லியாணமே வேண்டாமுன்னு வெறுத்து போய் ஒதுங்கி போனாள்.

இரண்டு வருசமாகிவிட்டது. அதுக்கு பெறவு இதோ மீண்டும் அலங்காரத்துக்குள் தன்னை சிறைபடுத்தி கொண்டு நிற்கிறாள். இதுவும் நடக்கவில்லயானால்... அவளுக்குள் ஒரு முடிவு திடமாகியது. ஆனால் அதையும் மீறி மனசுக்குள் ரூபன் பதிய தொடங்கினான்.

பனாரசு பட்டு உடுத்தியும், முப்பத்தஞ்சு பவுனு உருப்படியை சுமந்து கொண்டும் வழக்கம் போல ரூபன் முன்னாடியும், அவனுடைய சொந்த பந்தங்களின் வளையத்துக்குள் காபி தட்டை ஏந்திக்கிட்டு வந்து நின்னாள். முதலில் ரூபன் முன்பு தட்டை நீட்டினாள். ஒரு கிளாசை எடுத்து கொண்டவன் குனிஞ்சி கொண்டான்.

‘எப்படிடே... ரூபன் பொண்ண புடிச்சிருக்கா...’ -ஒடப்பரந்தாள் அமலா ஆருக்கும் தெரியாம காதோடு காதாக அவனிடம் கேட்டாள்.

அவனது சுண்டுக்குள் ஒட்டி வெளிச்சாடாத சிரிப்பு சம்மதம் என்பதற்கு அடையாளமாகியது. ஜெபத்துக்கு சந்தோசம். தேதியும், கிழமையும் குறிக்கப்பட்டது. தேவாலய ஓதேயு சகாயம், பங்கு சாமியார் மல்கியாசு பிரார்த்தனையை ஏறெடுத்தனர். ஜெபத்தின் கூட்டுகாரிகள் முட்டாங்கியை இழுத்து போட்டவாறு மணவாளன் - மணவாட்டி கீதம் பாடினர்.

ஜெபத்தின் கைவிரலுக்குள் நெளிவு மோதிரம் ஒன்றை சொருகினான் ரூபன். அவனுடைய தலை வழியாய் கழுத்தில் போட்டாள் அஞ்சரைபவுன் செயினை. வார்த்தப்பாடு முடிஞ்சதுன்னா அரைக்கல்லியாணம்

நடந்தது மாதிரிதான். அந்தோணியம்மாளுக்கு சந்தோசம் பொங்கியது. மொவன் ஜெபத்தின் கன்னத்தில் முத்தம் பதிச்சி கட்டி பிடிச்சாள். தம்பிக்காரன் ஆண்ட்ரூசுவும், தங்கச்சிக்காரி ஜென்சியும் ஜெபத்தை சுத்தி நின்னு களிப் படைஞ்சனர்.

ஜெபத்துக்கு கல்லியாணம் ரெடியானது கூட்டுக் காரியளுக்கும் ஒருவாடு சந்தோசம். இத்தன நாளும் கறுப்பு, காக்காகருமி, சந்தம் கெட்டவான்னு ஒதுக்கிட்டு போனவன்மாரெல்லாம் சவுட்டுபட்டு ஓட்டமெடுத்தனர். ஜெபத்தின் கண்ணுக்குள் ரூபன் அழகிய மணவாளனாய் வலம் வரத் தொடங்கினான்.

கண்ணை மூடினாலும், திறந்தாலும் ரூபனின் தோன்றல் தவிர்க்க முடியாத தாயிற்று. ஓறக்கம் விழுங்கிய சாமங்களை ரூபன் ஏற்படுத்தியிருந்தான். அவனும் கூட அவளுடைய ரூபத்தை எண்ணமெல்லாம் சுமந்தலைந்தான். கல்லியாண தேதிக்காய் ரூபன்-ஜெபத்தின் காத்திருப்பு ஏக்கமா யிருந்தது. உடனடியாய் தங்களை காலம் இணைத்துவிடக் கூடாதா எனும் எதிர்பார்ப்பு இருவரது இதயத்தையும் ஆக்கிரமித்திருந்தது.

•••

நாட்காட்டி தேதிகள் கிழிக்கப்பட்டன.

விவாக நாளில் ஜெபத்தின் வீட்டு மரங்கள் இருளில் மின்னொளி அலங்காரத்தில் பூத்திருந்தன. வரவேற்புக்கு வந்தவர்களை வணங்கி அவர்கள் கொடுத்த பரிசு பொருட்களையும், அன்பளிப்புகளையும் பவ்யமாய் வாங்கி கொண்டாள் ஜெபம். ஜோடிக்கப்பட்ட தேவதையாய் ஜெபம் சிரிச்சி களிச்சி நிற்பதை வச்சக் கண்ணு மூடாமல் பார்த்தாள் தள்ளை.

'இனி இவள் எனக்கு சொந்தமில்லாமல் போய் விடுவாளோ... போனவாரம் வரை எனக்க செல்ல மோளுட்ட என்னத்த எல்லாம் பேஞ்சேன். ஆண்டவரே

எனக்க மொவள ஒரு கொறையும் இல்லாம காத்தருளும்' - மனசுக்குள் உருகி வேண்டினாள். கலகலப்புக்கு இடையே அந்தோணியம்மாளை பார்த்து விட்டாள் ஜெபம். 'எம்மோ... என்னா?'

'ஒண்ணுமில்ல மக்கா...' தள்ளையின் துயரம் தோய்ந்த முகத்தோரமாய் ஆனந்த கண்ணீரு வழிவது அவளுக்கு தெரிஞ்சது. வரவேற்பு பந்தல் பெரையை விட்டு திண்ணைக்கு போனாள். தள்ளையை தனக்க தேகத்தோடு சேர்த்தணச்சி கொண்டாள். இந்த ஒட்டும், அணைப்பும் இன்னோடு முடிஞ்சு போவும். அந்தோணியம்மாள் ஜெபத்தின் நெற்றியில் முத்தமிட்டாள்.

முந்தின இரவு மணவாளன் வீட்டில் இருந்து பட்டும், ஆரமும் ஒரு காரில் வந்தது. ரூபனின் ஒடப்பரந்தாள்மார் வயசாளி ஒருவரோடு காரில் வந்து இறங்கினர். பட்டும் ஆரமும் வைக்கப்பட்டிருந்த தாம்பூல தட்டை ஜெபத்திடம் நீட்டினர். அதை இரு கைகள் கூப்பி வாங்கி கொண்டாள் வந்தவர்களிடம். பாதம் தொட்டு கும்பிட்டாள். கல்லியாண வரவேற்பானது சாமம் தொடும் வரைக்கும் நீண்டது.

விடியகாலை இருளை வேகமாய் விழுங்கி கொண்டிருந்தது சூரிய கதிரொளி. குளிமுறிக்குள் புகுந்து கொண்டாள் ஜெபம். குட்டுவத்திலும், சருவத்திலும் இருந்த வெள்ளம் முழுவதையும் கோரி தலைவழியாய் ஊத்தினாள். இடுப்பு வரைத் தொட்டு நீண்டு அடர்ந்து கிடந்த தலைமுடி ஈரத்தில் தனைஞ்சி கொவுந்தது.

தேகம் முழுக்கவும் வாசனை சோப்பு தேச்சி கொண்டாள். ஜெபத்துக்குள் கல்லியாணத்தின் குறு குறுப்பு. தன் சரீரம் தொட்டு சுவாசித்து இணையாகும் ரூபனின் நெனைப்பானது நரம்புகளில் ஊடுருவியது. தலையிலும், முகத்திலும் சந்தணமும், சீயைக்காயும் போட்டு கழுவி கண்களை திறந்தாள். இருட்டு வெளுத் திருந்தது. தேகத்திலும் புத்துணர்ச்சி கூடியிருந்தது.

அந்தோணியம்மாளின் விளிப்பு கேட்டது.

முறிக்குள் போனவள் நீலக்கலரு காஞ்சிபுர பட்டுடுத்தினாள். கொஞ்ச நேரத்தில் சித்திகாரி மொளுவ மெல்பினும், பிரீத்தாவும் ஒப்பனைக்காரிகளுடன் அவளது முறிக்குள் புகுந்தனர். தலைமுடியை வாரி ஒதுக்கி சீவி ரீத்தும், பொட்டும், நெற்றிச் சுட்டியும் வச்சி மணவாட்டியாய் அவளை மாற்றினர். அட்டியலும், கொத்தமல்லி மாலையுமாய் சூட்டினர். ஒவ்வொரு உருப்படியும் அவளது கழுத்தில் தொங்கியதால் அழகாய் மாறியிருந்தன. நகைக்கடையில் இருக்கும் வரை ஊமையாய் அழகற்று போயிருந்தலையெல்லாம் ஜெபம் சூடிக் கொண்டதால் கூடுதல் பொன்னாகி பொலிவூட்டின .

மணவாளன் ரூபன் வருவது பேண்ட் வாத்திய முழக்கத்தில் இருந்து முன்னறிவிப்பாய் அவளது காதுக்குள் கேட்டது. இன்னோடு இன்னொரு உலகமானது அவளை வசப்படுத்திக் கொள்ளும். அம்மை, தம்பி, தங்கச்சி, பூபறிச்சும், புட்டான் பிடிச்சும் விளையாடிய முற்றம் மறந்து, அவள் கடந்து போக வேண்டும். காலமானது அவளை இன்னொரு புதுஉறவுக்குள் பூட்டும். இனி அவள் அவனது சரீரத்தில் பாதியா யிருப்பாள். பந்தல் பெரை பரவியிருந்தது முற்றமெங்கும். அதற்குள் மணவாளன் ரூபன் நுழையும் முன்பாக அவனுக்கு எதிர்மாலையும் - சந்தன பொட்டுமிட்டும் வரவேற்றுக் கொண்டான் ஜெபத்தின் தம்பி ஆண்ட்ரூசு. மண மேடையில் அமர வைக்கப்பட்டான். கடாவிளக்கோடு வந்தாள் ஜென்சி. அவளுக்கு கும்பிடுகட்டு பணம் கொடுத்து சிரித்தான்.

'நேரமாயிட்டு... கோயிலுக்குப் போவோம்...' -அற்புத ராஜி அவசரப்படுத்தினார். அவர் ஜெபத்துக்கு சித்தப்பா. தேவாலயம் நோக்கி மண ஊர்வலம். ஓதேயி ஜெபமணி கோபுரத்தில் இருந்து நீண்டு கிடந்த கயிற்றை இழுத்து இழுத்து பெருமூச்சு விட்டான். திருமண திருப்பலிக்கான மணியோசை நாலா திசையையும் கலைக்கத் தொடங்கிற்று. திருப்பலிபீடமானது கூடுதல் அலங்காரத்துடன்

ஒளிர்ந்தது. பாதர் பாக்கியதாசும், சின்ன சாமியார்கள் சிறிலும், அலெக்சுமாய் ஜெபத்தின் திருமண திருப்பலியை ஏறெடுக்கத் தொடங்கினர். ஆடம்பர பாடற்திருப்பலி ஆராதனையானது தேவாலயம் முழுதும் நிரம்பியது.

ஆசீர்வதிக்கப்பட்ட தாலிச்சரடு செயினை பாதர் பாக்கியதாசு ரூபன் கையில் கொடுத்தார். ஜெபத்தின் கழுத்தில் அதை பூட்டியவன் முழங்காலில் நின்றான். ஒருவருக்கொருவர் இன்பதுன்பங்களில் இணைந்திருப்பதாய் வாக்களித்தனர்.

பாதர் பாக்கியதாசுடன் நின்று மணமக்கள் புகைப் படம் எடுத்துக் கொண்டனர். மணமகள் ஜெபத்தின் வீட்டில் ஒருவருக்கொருவர் மாறிமாறி பால் பாயாசம் ஊட்டியும் செந்துளுவன் பழம் உரிச்சி தின்றும் வெட்கப் பட்டனர்.

பிறந்த வீடு விட்டு படியிறங்கினாள் ஜெபம். கண்ணிரண்டும் கண்ணீருக்குள் உருண்டு திரண்டன. அந்தோணியம்மாள் அவளுடைய நெற்றிப் பொட்டில் முத்தமிட்டு கொண்டாள். தம்பியாரு ஆண்ட்ரூசு. ஓடப்பரந்தாள் ஜென்சியின் கண்களில் இருந்து நீர் வழிந்தது. உறவுகளின் பிணைப்பில் இருந்து விடுபட்டவள் முற்றம் தாண்டி புதுஉறவுடன் நடந்தாள். மணமக்கள் பிளசருக்குள் புகுந்து கொண்டதும், அது நகரத் தொடங்கிற்று.

மேட்டுக்கடை கல்லியாண மண்டப மேடையில் ரூபன் - ஜெபம் மண ஜோடியாய் நின்றிருந்தனர். வரவேற்புக்கு வந்தவர்களெல்லாம் வாழ்த்தி வணங்கி விட்டு, அன்பளிப்புகளையும், கல்லியாண பரிசுகளையும் கொடுத்தனர். ரூபன் ஒவ்வொருவரையும் தனது இணையாளிடம் அறிமுகம் செய்து வைத்தான். வீடியோ விளக்கொளியின் மஞ்சள் வெக்கை அவளை உறுத்தியது. போட்டோக்காரனின் கேமராவில் இருந்து தவறாமல் மின்னலடித்துக் கொண்டது. வீடியோவும் - புகைப்பட

கருவியும் இருவரையும் பதிவாக்கிக் கொண்டது. அவளுக்கு அது செறையாய் இருந்தது. மார்த்தாண்டம் மோகன்தாசும், அவனுடைய சிஷ்யன் குன்னிமுத்து கிளீட்டசும் விடாமல் புகைப்படம் எடுத்துக்கொண்டே இருந்தனர்.

வீடு காண வந்தோர்களால் மண்டபம் நிரம்பியது.

அந்தோணியம்மாள் பெத்த மொவள் ஜெபம் இணையாளனுடன் நிற்பதை கண்டு ஆனந்தமாய் கண்ணீர் விட்டாள். ரூபனுக்குரிய சீர்வரிசையானது கட்டில், பீரோ, மிக்சி, கிரைண்டர் இன்னும் குட்டுவம், சட்டுவம், சருவமாய் ஒரு டெம்போவில் இருந்து இறக்கப்பட்டது. அவனது வீடு முழுவதும் பெண் வீட்டாரின் பொருட் களால் நிறைவானது. நேரம் இருட்டியது. சுருளு வைக்குமிடத்தில் வட்டமாய் செயரில் சொக்காரன் மாரெல்லாம் பட்டாளமாய் இருந்தனர்.

'மாப்பிள்ளக்காரனின் தம்பி முறைக்காரன் எல்லாம் வாங்கடே...' -எடிசன் நாலாபக்கமும் தலையை நீட்டி இழுத்து திருப்பி அனக்கமெழுப்பினான்.

மணமகன் ரூபனின் சித்தப்பா, பெரியப்பா உடன் பொறந்தோர் எல்லாம் எடிசன் குரல் கேட்டதும் அங்கு வளையமிட்டனர். ஜெபத்தின் தம்பி ஆண்ட்ரூசு வெத்திலை, பாக்கு, சுண்ணாம்புடன் ஒரு வெங்கல தட்டை ஒவ்வொருத்தர் முகம் எதிரே நீட்டினான். அவர்கள் 101 ரூபாய் கணக்கு வச்சி எடுத்து கொண்டனர்.

மாப்பிள்ளைக்காரன் ரூபனுக்கு 501 ரூவாயும் ஒரு கைச்செயினும் தட்டில் வச்சி நீட்டினான். 'அந்த கைச் செயினை மருமோனுக்க கையில மாட்டி விடுங்களாம்...' -அந்தோணியம்மாளைப் பார்த்து எடிசன் இளிச்சிட்டே சொன்னான். அவள் கூச்சமாய் சிரிச்சாள். 'என்னவாம்... நீங்க. இனி அவனும் நீங்களும் ஒத்த குடும்பம். மூத்த மருமொவன்... சும்மா எடுத்து போட்டு விடுங்களாம்...' -செல்லையன் கிழவரும் வேளத்தை எடுத்துவிட்டார்..

எல்லோரும் மாறி மாறி பேசவும் அந்தோணியம்மாள் ரூபனின் வலக்கையில் கைச் செயினை போட்டுக் கொடுத்து கண்ணியை இணைச்சாள்.

'அதுக்கப்புறம் ஒண்ணு செல்லணும்... இப்பவே இங்குன வச்சி பேசிட்டா எல்லாம் சரியாயிரும்...'- எல்லோரும் நரச்ச முடியானை நோக்கி பார்வையை திருப்பினர். வெளுத்த முகம், காப்பிகலர் கண்விழியோடு அவனும் எல்லோரையும் பார்த்தான். நரைமுடியன் நத்தானியேலுன்னுதான் எல்லோரும் விளிச்சியது. வயசு அறுவத்தொண்ணு இருக்கும். ரூபனுக்கு நரைமுடி நத்தனியேல் சின்னையன் முறை. அவன் பேசினால் வெட்டு ஒண்ணு துண்டு ரெண்டுன்னு தான் நிப்பான்.

'எல்லாம் நல்லபடியா முடிஞ்சது. ஒங்களுட்ட ஒண்ணு செல்லணும்...' அந்தோணியம்மாளின் முகத்தைப் பார்த்தான். ரூபனோடு இருந்த ஜெபமும் நரைமுடி நத்தானியேலை படபடப்புடன் பார்த்தாள்.

'நம்ம ரூபனுக்க செயினு இருக்குல்லியா...? அதுல ஒரு குருசு போட்டு கொடுத்தா நல்லாயிருக்கும்...' -நரைமுடி நத்தனியேல் விசயத்தை இழுத்தான். அந்தோணியம்மாள் கொஞ்சம் சங்கடப்பட்டு சிரிச்சாள். 'நாம எல்லாம் வேதகாரங்க இல்லியா...? இதெல்லாம் ஒங்களுக்கு இப்ப செல்லி தெரிய வேண்டியதில்லை... ரூபன் போட்டிருக்கிற செயினில ஒரு குருசு தொங்குனா எப்படி சந்தமாட்டு இருப்பான் தெரியுமா?' -ரூபனின் சித்திக்காரி ஒருத்தியின் வாய்க்குள் இருந்து நாக்கு நீண்டது. எல்லாத்தையும் பாத்துட்டு மாப்பிள்ளை பொம்மையாய் கல்லுளி மங்கானாய் இருந்தான் ரூபன். பக்கத்தில் இருந்த ஜெபம் தள்ளக்காரியின் முகம் நோக்கினாள். 'எவ்வளவு பாடுபட்டு அம்மை இந்த கல்லியாணத்தை நடத்துச்சி' அவளது மனசு துடிச்சது.

'ஆமா... ஆமா... குருசு முக்கியம்... மூணுக்கு விருந்துக்கு விளிச்ச வரப்ப குருசோடு வாருங்க...' -எடிசனின் பேச்சு

எளக்காரத்தோடும், கண்டிப்போடும் இருந்தது. 'விருந்துக்கு வாரப்ப பேழபெட்டிகாரிக்கும் நல்லா செய்திடுங்க... கல்லியாணம்னா எல்லாத்தையும் ஒழுங்கா செய்யாம... என்னத்த இது' -நரைமுடி நத்தானியேலின் பேச்சு எல்லை மீறியதாயிருந்தது. சுருளு வைக்குமிடத்தில் மாறிமாறி தள்ளக்காரி அந்தோணியம்மாள் எள்ளலுக்கும், மற்றவர்களின் அநாகரீகப் பேச்சுக்கும் பலியாகிக் கொண்டிருப்பது கண்டு ஜெபத்தின் கும்பி எரிந்தது.

'என்ன இப்ப... ஆளாளுக்கு என்னவெல்லாமோ பேசுதிய.... குருசு, செயினுன்னு...' -அவளை நோக்கிய மொத்த பார்வையையும் எதிர்கொண்டாள் ஜெபம்.

'குருசு இல்லன்னா செயினு மாப்பிள்ளைக்க கழுத்துல தொங்காதோ... இயேசு நாததரை அறஞ்சி வச்சது தானே சிலுவை. அதை சுமந்துட்டு திரியணுமோ... பொன்னுல அப்படியொரு குருசு போடாண்டாம்...' -ஜெபம் படபடவென பேசியது கண்டு தள்ளைகாரி அந்தோணி யம்மாளோடு எல்லோருமே மூச்சடக்கிய அமைதியில் இருந்தனர்.

'செரியான வாயாடி பொண்ணு.. லேல ரூபன் ஒனக்கு இவா பொருந்தமாட்டா... எழும்புல இந்த கல்லியாணம் பாதியில நின்னதாட்டே இருக்கட்டும்...' -எடிசன் துள்ளினான்.

'சீ... ஒரு புதுப்பொண்ணு பேசுற பேச்சா இது... நல்ல வளப்புதான்... எவம்புல இப்படியொரு சம்மந்தம் பாத்தது...' -நரைமுடி நத்தானியேலும் எகிறினான்.

'பொன்னுக்கும், குருசுக்கும் அடி - பிடின்னா இப்படியொரு வாழ்க்கை எனக்கு தேவை இல்லை... மாப்பிள்ளையாய் வந்தவன் வாய்திறந்து பேசுனும்... பொண்ணு வீட்டுல இருந்து வாரி சுருட்ட வந்தவன் கூட எல்லாம் குடும்பம் நடத்த முடியாது...'-ரூபனின் தலைதொங்கி கிடந்தது. அவனது தேகம் முழுக்கவும் மின்விசிறி காற்றையும் மீறி வெசர்ப்பு துளிகளாய் வடிய

தொடங்கிற்று. அவனால் கழுத்தில் கொழுத்து போடபட்ட தாலியை கழட்டிய ஜெபம் இருக்கையில் இருந்து எழும்பினாள்.

'இந்த தாலிக்குகூட பொண்ணு வீட்டு பணம். அத கட்டியதுக்கு மாத்திரம் எவனோ ஒருத்தன். இது எதுக்கு இனி தேவை இல்லை...பொன்னும், குருசும், பணமும் கொடுத்துதான் ஒருத்தன் கூட வாழனும்னா, எனக்கு அப்படி ஒரு நிலை வேண்டாம்'.

மொவளின் வரம்பு மீறலும், வாய் பேச்சும் அந்தோணி யம்மாளை தவிக்க வச்சது.

'எம்மோ... எழுந்திரு... சங்கடபடாத ஆம்புள ஒருத்தன் வந்தா அவன் கூட

நான் வாழப் போறேன்...'

-ஜெபத்திடம் இருந்து வெளிப்பட்ட குரல் ரூபனை குத்தி கீறியது. அந்தோணியம்மாள் சகிதம் அந்த எடத்தை விட்டகன்று போனாள் ஜெபம். எதிர்கால வாழ்க்கை கனவுகளும், இலட்சியமும் தகர்ந்து போனவனாய் நிலைகுலைந்து அசையாமல் இருந்தான் ரூபன். ஜெபம் தீர்க்கமாய் கூறிமுடித்துவிட்டு கல்லியாண மண்டபம் விட்டு வெளியேறியபோது அனக்கமற்று போனது இது வரை கேட்ட கலகலப்பும் சிரிப்பொலி சந்தோசங்களும்.

•••

மனசுக்கு பிடிச்சவளோடு ஒண்ட முடியாமல் போனது இன்னுவரை அவனை சிலுவை மரத்தில் அறைந்து கொண்டிருந்தது. கண்ணையர்ந்து முந்தைய ஓர்மைக் குள்ளிருந்தவனை நடத்துனரின் குரல் கலச்சது.

'சுங்கான்கடை எறங்குங்க...' கால்கள் கொஞ்சம் லம்பியது. மலையுச்சியின் குருசு அவனது பார்வையில் பட்டபோது கண்கள் இன்னும் கூசியது. அந்த குருசு அவனை நளியடிச்சது போலிருந்தது. தலையை கமத்திக் கொண்டான்.

மலையோடிருந்த தேவாலயத்துக்குள் போவதற்காய் கௌரமான படிகட்டுகளில் ஏறினான். நரச்சி தெரச்ச கன்னத்து உரோமமும், நீண்ட தலைமுடியும் அவனை ஓர் வயோதிகனாட்டம் அடையாளப்படுத்தியிருந்தது. ஒரு மலைமுகட்டுக் கல்லில் இருந்து கொண்டவன் கைப்பையில் இருந்து தண்ணிக்குப்பியை எடுத்து வாய்க்குள் ஊத்தினான்.

சுங்காங்கடை மலைகாத்து தலையிலும், கன்னத்திலும் தாறுமாறாய் கிடந்த கேசத்தை கலைச்சது. ரூபனின் நெனப்பில் இருந்து எதுவும் விட்டு போகவில்லை. எதிரே கண்ணில் பட்ட மலையுச்சி குருசின் ஒளியானது இன்னும் கண்ணை கூசவைத்தது. அங்கிருந்து எழும்பிய வனை சுற்றிலும் பொன் குருசுகளாய் ஒளிவீசின. ஓர் மீறலோடு நடந்தவனின் கண்கள் இருண்டன. நடை தள்ளம்பாறியது. லம்பியவாறே ரோட்டுக்கு இறங்கி வர படிகட்டுகளில் கால் வைத்தான். 'படக்கென' இடறி விழுந்தான். மேலேறி வந்தவனின் கைகளை தாங்கி பிடித்துக் கொண்டன கைகள் இரண்டு.

'மக்களே... அந்த வெள்ளத்த எடு'

அவளோடு வந்த சிறுமி தண்ணி பாட்டிலை எடுத்து நீட்டினாள். அதை வாங்கி அவனை குடிக்க வச்சாள். அந்த பெண்ணோடு இன்னும் ரெண்டு மூனு பத்து பதினைஞ்சி வயசு பிள்ளையளும் இருந்தனர். ரூபனின் கண் எல்லோரையும் பார்த்தது.

'பாத்து போங்க அங்கிள்...'

சிறுமி ஒருத்தியின் குரல் அவன் காதுக்குள் பாஞ்சது. ரூபன் அந்த கௌரமான படிகட்டுகளில் இருந்து கீழிறங்கினான். அந்த பெண்ணும் அவளோடு வந்த சிறுமியளும் மேலேறினர். அவள்தான் ஜெபம் என்பதும், இவன் தான் ரூபன் என்பதும் ஒருவருக்கொருவர் தெரியவில்லை. ஜெபம் தனித்துவமானவள். தக்கலை இம்மானுவேல் அனாதை பிள்ளையளின் காப்பகம்

அவளுடையது. ரோட்டுக்கு வந்த ரூபன் சிறுமிகளோடு சென்ற அவளை வச்ச கண்ணு திரும்பாமல் பார்த்துக் கொண்டே நின்றான். ஒவ்வொரு படிக்கட்டுகளாய் சிறுமிகளோடு மேலேறிக் கொண்டிருந்தாள் ஜெபம். ●

வருத்தப்பட்டு பாரம் சுமந்தவள்

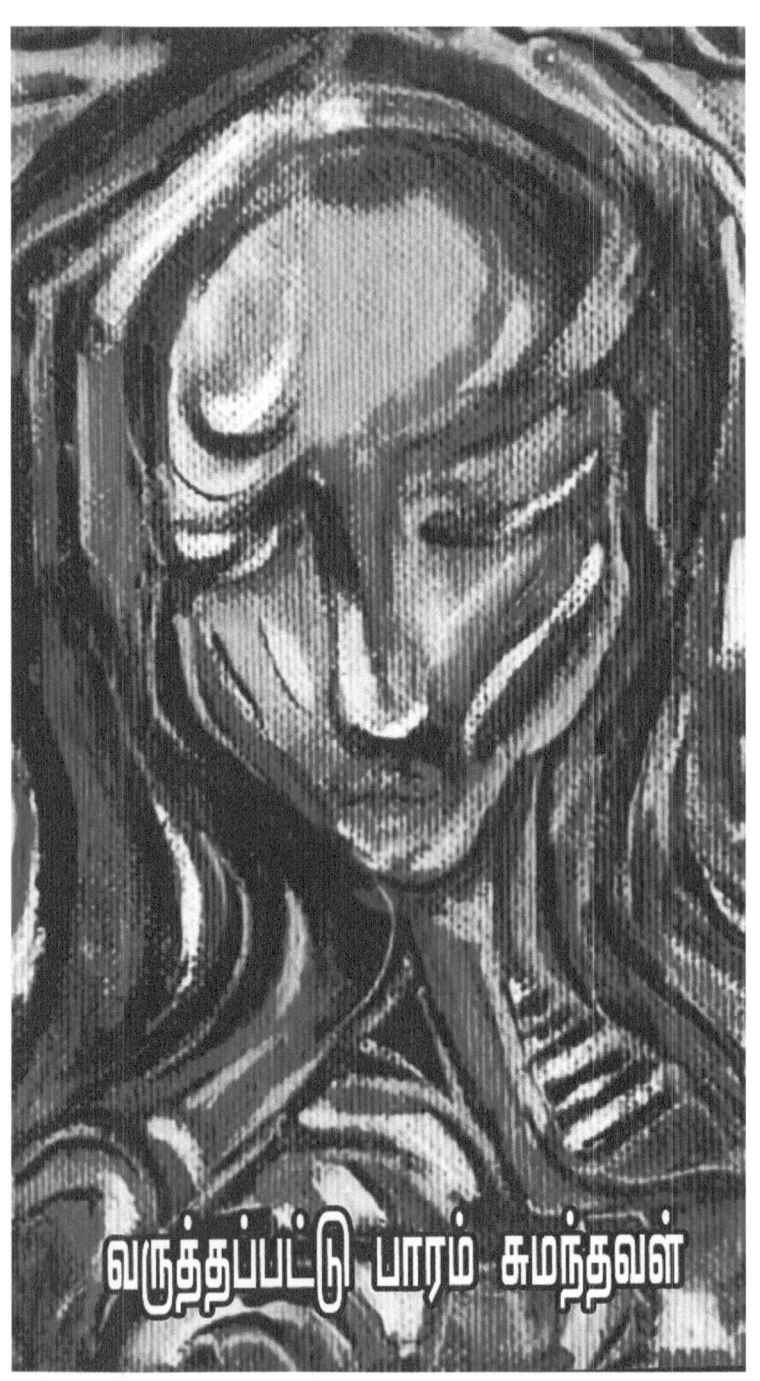

ஆசுவத்திரியின் அவசரவார்டு பிரிவில் ஆக்கினைக்குள்ளாகி நிலை குலைஞ்சி போய் கிடந்தாள் ஆக்னசு. அவ்வப் போது அவளது நாக்கானது வாய்ப் பாறிக் கொண்டேயிருந்தது. இரண் டாண்டுகளில் முற்றிப்போன சர்க்கரை வியாதி அவளை உருக்குலைத்திருந்தது. அவளது சரீரத்தை ஒட்டுமொத்தமாய் அலங் கோலமாக்கியிருந்தது. அது கொடு நோயாய் மாறிப் போனதி லிருந்தே தேகத்தின் திடகாத்திரமானது அவளிடமிருந்து விட்டுப்போனதால் வலுவிழந்து கோதலாய் மாறிப்போயி ருந்தாள். மொழுமொழுவென்றிருந்த தேகமானது நலிஞ்சி, மெலிஞ்சியும், தடித்த கன்னத்து தசையும் குழிவிழுந்து ஒடுங்கியும் போயிருந்தது. மொத்தத்தில் ஆக்னசின் சந்தமெல்லாம் சின்னா பின்னமாய் போயிருந்தது. அந்த அவசர வார்டு பிரிவின் இரும்பு கட்டில்களில் நீண்டு கிடந்த ஏனைய ரோகிகளின் நிலையும் கூட ஏகதேசம் மரணத்துக்கான விளித்தலை நோக்கியதாகவே இருந்தது. நாள் முழுக்கவும் ஆக்கினைக்குள்ளாக்கப் படும் நோயாளிகளின் நோவுகளின் கதறல்களை கேட்டபடியே விவிலியம் புரட்டிக் கொண்டும், கதையடித்து

ஜான்போஸ்கோவின் இன்னொரு அத்தியாயம் ♦ 233

களிச்சி, இளிச்சி கொண்டிருப்பவர்கள்தான் அவசர வார்டின் செவிலியர்மார்கள்.

வியாதி தீராவிடினும் பணம் பறிக்கும் நோக்கில் ஒவ்வொரு நோயாளிகளின் ஒடம்புக்குள் தொங்கி கிடந்த குளுக்கோசு, குருதி நிரப்பிய குப்பிகளில் இருந்தெல்லாம் சொட்டு செட்டாய் வடிந்து கொண்டிருந்தன தேகத்துக் கான சோரையும் திரவமும்.

ஆணும் - பெண்ணுமாய் கௌரமான தனித்தனி இரும்பு கட்டில்களில் பச்சை ஜமுக்காளம் விரிக்கப்பட்ட மெத்தைகளில் நீண்டு மலந்து கிடந்தனர். அவர்களின் வாய்கள் வியாதிகளின் பாடுகளால் ஏதேதோ வாய்ப்பாறு வதாயிருந்தது. சிலருக்கு குப்பிகளில் இருந்து குளுக்கோசு சொட்டு சொட்டாய் வடிந்தது. இன்னும் ஒன்றிரண்டு பேருக்கோ, ஒரு பக்கம் குளுக்கோசும், இன்னொரு பக்கம் செங்குருதியும் தொங்கி கிடந்த குப்பிகளில் இருந்து சிறு பிளாஸ்டிக் பைப்புகளின் வழியாய் சரீரத்துக்குள் ஊடுருவி போனது. அங்குள்ள நோயாளிகளின் நிலை பார்ப்பதற்கு மர்க்கமாயிருந்தாலும் மருத்துவர்கள் அவர்களை மரணத்தின் வலிகளில் இருந்து மீட்டுக் கொள்வதற்குரிய மருத்துவ நிவாரணங்களை அளித்தனர்.

எவ்வளவுக்கு எவ்வளவு மருந்தும் மாத்திரையும் ரோகிகளின் சரீரத்துக்குள் போகிறதோ, அவ்வளவுக்கு அவ்வளவு அந்த மருந்துகளின் பட்டியலையும், விலையையும் செவிலிப்பெண்ணொருத்தி குறிப்பெடுத்து கொள்வதில் கவனமாயிருந்தாள். கூடை கூடையாக மருந்து குப்பிகளும், வெண் பஞ்சும், மாத்திரையும் அம்பா ரத்தோடு வாங்கி வந்த வியாதி யஸ்தர்களின் உறவுகள் உயிரை மீட்கும்படி அவசர வார்டுக்குள் அத்தனை மருந்து கூடைகளையும், இன்னொரு செவிலியிடம் கொடுத்தனர். அத்தனை மருந்துகளுக்குமான விலையும், அந்த ஆஸ்பத்திரியின் ஊடே இருக்கும் மருந்துகடைகளுக்கே வருமானமாய் போவதுதான் வழக்கம். அது ஒரு மிஷன் ஆஸ்பத்திரி.

தினமும் காலையில் அங்குள்ள சிறியதொரு சர்ச்சில் இயேசுவுக்கு தோத்திர பாடல்களை பயிற்சி நர்சுகளும், மூத்த நர்சுகளும் ஏறெடுக்கத் தவறுவதில்லை. அத்தோடு பாஸ்டர் ஒருத்தரின் பிரார்த்தனை பிரசங்கமும் உண்டு. இதெல்லாம் அங்குள்ள வியாதிதஸ்தர்களுக்கு தொல்லை யாயிருந்தும் கூட அவர்களின் அல்லேலூயா கோஷங்களும் தோத்திரப் பாடல்களும், ஒப்பாரி கத்தல்களுடன் கூடிய தேவாதி தேவனுக்கான கானங்கள் ஒன்றும் அடங்கிய பாடில்லை எந்தவொரு நாளிலும். அவர்களின் ஓத்திர வமிக்க தோத்திர பாடல்களால் எந்தவொரு வியாதியஸ் தரும் சுகமடைவதுமில்லை, இறப்பவர்கள் உயிர்ப்பதும் இல்லை. ஆனாலும் அவர்கள் தேவாதி தேவனுக்காய் கோஷ கானங்களை எழுப்பி தங்கள் வயறுகளை நிரப்புவது வழக்கமாயிற்று.

இத்தோடு மட்டுமில்லாமல் மீசைமுடி மழுக்கிய முகங்களும் முழுக்கை வெள்ளை சட்டையுடனும், வெள்ளை சூட்டுகளுடனும் தேவ ஊழியர்கள் கூட்ட மானது அந்த ஆஸ்பத்திரிக்குள் சர்வ சாதாரணமாய் தினமும் புழங்கினார்கள். அவர்களோடு வெள்ளை சேலையுடுத்திய சகோதரிமாரும் கூட வருவதுண்டு. கனத்த கறுத்த அட்டை கொண்ட வேதாகமங்களுடன் நோயாளிகளின் படுக்கையை சுற்றி வளையமிடுவது வாரத்தில் இரண்டு மூன்று நாட்களாவது அந்த ஆசுவத்திரியில் நடப்பது வழக்கம்.

படுக்கையில் நீண்டு, மலந்து நித்திரையில் கிடக்கும் ரோகிகளின் அருகில் நின்று வேதாகமத்தை விரித்து வசனம் படித்து, சிறியதொரு பாடலையும் அவர்களுடைய காதுகளுக்குள் பாய்ச்சியபோது ‘மனம் திரும்புங்கள் கர்த்தரின் வருகை சமீபமாயிருக்கிறது’ என்று கூறுவதுண்டு. பூர்வீக மதநம்பிக்கையாளர்களைப் பார்த்து இந்த பிணி, துயரம், வேதனை எல்லாம் நீங்கி போவதற்கு நீங்கள் இயேசுவிடம் திரும்பி வாருங்கள் என்று மதமாற்றத் துக்கான செய்தியையும், தங்கள் சபைகளுக்கு ஆட்களைக்

கூட்டிச் சேர்ப்பதிலும், ஒருத்தருக்கொருத்தர் ஏட்டிக்குப் போட்டி போட்டுக் கொண்டு ஒவ்வொரு மருத்துவ மனையாய், பிணியாளிகளுக்கு ஓத்ரவம் கொடுப்பது வழக்கமாயிற்று. மனம் திரும்பியவர்களை 'உனது விசுவாசம் உன்னை வியாதியிலிருந்து குணமாக்கியது' என்று அறைகூவல் விடுத்து கன்வென்சன் கூட்டங்களின் தண்ணீர் தொட்டியில் முக்கியெடுத்து முழுக்காட்டுதல் கொடுப்பதோடு, மேடையேற்றி சாட்சி பகர வைத்து பணம் பறிப்பது எல்லாம் தேவாதி தேவனின் ஊழியக் காரர்கள் நடத்தும் வித்தையாட்டம்தான்!

அந்த மிஷன் ஆஸ்பத்திரியானது முந்தைய காலத்தில் வெள்ளைக்காரர்களால் கட்டப்பட்டதுக்கான அத்தனை அடையாளங்களையும் இழந்து கொண்டிருந்தது. காலப்போக்கில் பெருஞ்சுவர்கள் கொண்ட கட்டிடங்கள் தரைமட்டமாக்கப்பட்டு நவீன முறையில் அடுக்குமாடி கட்டிடங்களாய் படபடவென உருமாறி உயர்ந்தது. மருத்துவமனை சர்வ ரோக நிவாரணத்துக்கான சிகிட்சைப் பிரிவுகளும் அங்குண்டு. காச்சல் - பீச்சல் தொடங்கி அத்தனைக்குமான மருத்துவப் பிரிவுகளோடு ஆஸ்பத்திரி இருந்தது. ஆட்கொல்லி நோயான எய்ட்சுக்கும், புற்றுக்கும் கூட குணமாக்கும் வல்லமை கொண்ட மருத்துவர்கள் உண்டு என்று நம்பிய ஏழை பாழைகள் எல்லாம் அம்மருத்துவமனையை நோக்கி ஓடுவதுண்டு. ஆங்கிலேயர்கள் காலத்திலானது என்பதால் கூடுதல் பெயர் புகழ் வேறு!

ஆக்னசின் நிலைமை நாளுக்கு நாள் நலிவடைஞ்சு கொண்டே போனது. கண்டன்விளை தெரசம்மை தேவாலய திருவிழா கொடியேற்று காலத்தில்தான் அவள் அங்கு படுக்க வைக்கப்பட்டிருந்தாள். சர்க்கரை நோயின் தழும்புகள் ஆறாப்புண்களாய் மாறும் போதெல்லாம் அறுவை சிகிட்சை கூடம் நோக்கி அவளை நோயாளிகளுக்கான படுக்கை வண்டியில் போட்டு செவிலியர்களோடு, ஆண் ஊழியர்கள் இரண்டு பேர் இழுத்துச் சென்றனர். புன்

இருந்த சதையை தோண்டியெடுத்துவிட்டு அந்த இடத்தில் பஞ்சோடு மருந்து முக்கி அடைத்தனர். வெட்டி யெடுக்கப்பட்ட அந்த இடத்தில் இருந்து குருதியும், சீழும் இரண்டாம் நாளில் வழியத் தொடங்கும். உள்ளங்காலில் இருந்து தொடங்கிய சர்க்கரை வியாதியின் தழும்பு புண்ணானபோது முட்டு வரை காலை தறிக்க வேண்டும் என்று மருத்துவர்கள் உத்தேசித்தனர்.

‘சாம்… நீ தானே அவங்க மகன். மூத்த பையன் தானே… ஒன்னோட அம்மாவுக்கு வியாதி உடல் முழுக்கவும் பரவும் அபாயம் உள்ளது. வலது காலை ஆப்ரேசன் செய்து எடுத்துவிடுவது நல்லது…’

அவனுடைய கண்களில் இருந்து வெளிப்பட்ட கண்ணீர் உருண்டு தரையில் விழுந்தது..

‘அந்த மருத்துவர் தொடர்ந்து பேசினார். ‘நீங்க எத்தனை பேருப்பா…’

‘நாங்க மூணு பேர் டாக்டர்’ - அவன் கிடுக்கத்துடன் கூறினான்

- அவனது அழுகுரல் வெளிச்சாடவில்லை.

‘ஓ… நீங்க மூணு பேரும் கையெழுத்து போட்டு தரணும். வலது காலை முட்டுவரை எடுத்துவிட்டோ மானால் ஒடம்புக்குப் போகும் சுகர் நோய் தாக்கத்தை மட்டு படுத்திடலாம் யோசிச்சு சொல்லுங்க’.

ஆக்னசின் மூணு பிள்ளையளும் அவள் பாடுகளோடு படுத்து கிடந்த கட்டில் படுக்கையை சுற்றி நின்றிருந்தனர். அம்பது வயசுதான் அவளைத் தொட்டிருந்தது. அதற்குள் வியாதியானது வயோதிகத்தின் முதுமையாய் அவளை ஒடுக்கி குலைத்து இருந்தது.

‘என்ன மக்களே… அம்மை திரும்ப வந்துருவேன்… நம்ம தெரசம்மை ஒங்க கூட என்னை திரும்ப அனுப்புவாள்… அப்பா போனதை போல நான் ஒங்களை வுட்டுட்டு போவமாட்டேன்…’

ஆக்னசின் வர்த்தைகள் அந்த மூணு பேரின் குரலை உடைத்து அழுகையை வெளியேற்றியது. 'அம்மோ... ஒனக்கு சுகர் முத்திப் போச்சாம்... ஒன்னோட வலது காலை...' - சாமுக்கு பேசமுடியவில்லை..

'எந்த காலையும் இழக்க மாட்டேன்... வேணும்னா என்னோட உசுரு போவட்டும். ஒரு காலு மட்டும் இல்லாம இந்த லோகத்துல என்னால ஜீவிச்ச முடியாது...' - விசயத்தை மனசிலாக்கிக் கொண்டவள் பிள்ளைகளிடம் படாரென மறு பதில் அளித்தாள்.

'நீ ஜீவிச்சு இருக்கனும்னா எடுத்துத்தான் ஆவணும் அம்மா... எங்களுக்கு நீ வேணும். ஒனக்கு நாங்க காலாட்டும், கையாட்டும் இருப்போம்....' - கடைக்குட்டி மொவன் சிறில் புலம்பினான். அவளது அழுகை புலம்பல் அடங்குவதுக்குள்ளாய் அங்கு வந்த பணியாளர்கள் படுக்கை வண்டியில் அவளை தூக்கிக் கிடத்தினர்.

'எனக்க செல்ல மக்களே... காலை எடுத்தா நா பிளைச்சிடுவேன்னா ஒங்களுக்க விருப்பம்... ஆனா எனக்கு இதுல விருப்பம் இல்ல....' - ஆக்னசு பரிதாபமாய் அவர்களை நோக்கி ஓலமாய் புலம்பினாள்.

அந்த புலம்பலோடு அறுவை சிகிட்சை பிரிவுக்கு இழுத்து செல்லப்பட்டாள். அந்த தகர வண்டியின் சங்கரங்களின் சத்தம் சாய்வு பாதையின் மேலேறி செல்லுகையில் ஒப்பாரிப் பாடலாய் ஒலித்தது. மூணாவது மாடியின் மேலே வராந்தாவில் நின்றிருந்த போதுதான் புற்று நோய்க்கான கட்டிடத்தின் வெளியை நோக்கியது பார்வை.

இருமல் விட்டு விட்டு அவளுக்குள்ளிருந்து வெளிப் பட்டது. எப்படியும் முப்பத்தாறு இருக்கும். திடமான தேகமும், பொலிவான முகமும் கொண்டவள். தலைமுடி அத்தனையும் சிரைத்தெடுக்கப்பட்டு வழுக்கையாய் மஞ்சள் நிறத்தில் இருந்தது அவளது தலை. கழுத்து தொட்டு தொங்கிய நைட்டி கால்கரண்டை வரை நீண்டு

கிடந்தது. அவளை சுற்றி நின்ற ஆண்கள் பெண்களின் முகங்கள் துக்கத்தால் நிரம்பியதாயிருந்தது. அவளுடைய கண்களில் இருந்து சொட்டு சொட்டாய் கண்ணீர் துளி வழிந்தது. அந்த பெண்ணின் குரல் உடைந்து சிதறியது.

'என்னோட வாழ்நாள் இத்தனை சீக்கிரமாய் முடிஞ்சுப் போகும்னு நெனைக்கலியே' அதைக் கேட்டு மவுனமாய் அழுதவள், அவளுடைய சினேகிதியாய் இருக்க வேண்டும். 'வளர்... என்னோட வளர்மதி... ஒண்ணும் ஆகாது... ஒன்னோட ஜீவிதம் இன்னும் இருக்குடே... கலங்காதடி' - அவளை அந்த சினேகிதி ஆறுதல் படுத்தினாள்.

இது ஒன்னோட பாஷைடே. அது எப்படி இருந்தாலும் ஒங்களை எல்லாம் பாக்கியதுக்கு நான் இத்தனை நாள் உயிரோடு இருந்ததே மேல் மக்கா... அந்தா பாரு... என்னோட ரெண்டு பிள்ளைங்க... அம்மைக்கு எதுவுமே இல்லைன்னு நெனச்சி பூப்பறிச்சி துள்ளி மறிஞ்சி விளையாடியதை பாரு...' - அவள் கை நீட்டிய திசையில் காணப்பட்ட ஆஸ்பத்திரி பூங்காவில் மூன்றரை நாலரை வயசில் பெண் குழந்தைகள் ரெண்டுபேர் சிரிச்சி களிச்சி திரிஞ்சனர்.

'மரணத்தைக் கூவி அழைக்கிறேன்
முட்டும் வேதனையோடு கூப்பிடுகிறேன்
என்னை விழுங்குவதற்கு தருணம் எதற்கு!
இதோ உனது வாயின் அருகே பலியாய் நிற்கிறேன்
ஓ... மரண மிருகமே எடுத்துக்கொள்
எனது உயிரின் சுவாசத்தை....'

அந்த பெண் ஒரு வெள்ளைத் தாளை விரித்து சுற்றி நின்ற தனது தோழமைகள் முன்பு படித்தாள். எல்லோரும் கண்ணீர் விட்டு கதறினர். இரண்டொரு நாளில் வளர்மதியின் ஜீவனை மரண மிருகமானது விழுங்கி போயிருந்தது.

அவளுடைய உலர்ந்த உடலினை தூக்கிச் போடுவதற்கு

ஆளற்று நாதியற்று கிடந்தது. தாலி கட்டியவனோ, உறவினர்கள் எவரும் வரவில்லை. உறவுகள் அறுந்து போனவளாய் நெடுநேரமாய் வெள்ளைத் துணிகளில் பொதியப்பட்ட அவளுடல் பிணவறை அருகே ஒதுங்கி கிடந்தது. சில மணி காத்திருப்புக்கு பின்பு நெருங்கிய தோழமைகளால் எடுத்துச் செல்லப்பட்டது அப்பெண்ணின் சடலம்.

அவள் முடியாமல் படுத்த நாளில் இருந்தே தொட்டு தாலி கட்டியவன் அவளை விட்டகன்று போயிருந்தான். நெடுநாளாகியும் அவளது கண்ணில் அவன் படவே இல்லை. எல்லா வகையிலும் அவனுக்கேத்தவளாயிருந்த போது தேவைப்பட்டவள், ஆகாதவளானபோது எதற்கும் உதவாதவள் என்று அவனால் எறியப்பட்டாள்.

•••

முன்பொருமுறை புற்றுநோய் முற்றிய ரோசி சாமுவேலை அந்த ஆசுபத்திரி மருத்துவர்கள். ‘இப்பவோ - எப்பவோ எப்படியும் மரணம் நிச்சயம்’ என்று கூறி அங்கிருந்து குறிப்பிட்ட நாளில் வெளியேற்றும் நாள் குறித்தனர். அந்த நாளில் அவர் ஆசுவத்திரி அமைந்திருக்கும் நகர வெளிக்கு நண்பர்கள் இருவரை அனுப்பினார். அவர்கள் திரும்ப வந்த போது பெரியதொரு ‘கேக்’ கையில் இருந்தது.. புதிய உடையில் தரித்திருந்த ரோசி சாமுவேலின் முகம் முழுக்கவும் களிப்பு மிகுதியாயிருந்தது. சிரித்த முகத்தோடு தனது காரின் முன் பகுதியில் அந்த கேக்கை வைக்க சொன்னார். அவரது தோழமைகள் அங்கு கேக்கை வைத்தனர்.

பின்பு பல துண்டுகளாய் வெட்டி பிளந்தவர் நண்பர்களுக்கு பகிர்ந்தளித்தார். தானும் உண்டார். தனது மரண நாளை அவர் கொண்டாடியது பலருக்கும் தீராது துயரத்தை கொடுத்தும், அவர் முகம் மட்டும் களிப்புற் றிருந்தது.

‘சாமுவேல்... எங்கள விட்டுட்டு போறியேன்னு அழுது

துடிக்கிறோம்.... ஒனக்கு அந்த சங்கடம் ஒண்ணும் இல்லியா?' - சகாவு டேவிட்சன் நாக்கு குளறி சாடியது.

'டேவிட்சன் என்னை இந்த ஒலகத்து மருத்துவத்தால் மீட்க முடியாதுன்னு தெரிஞ்சி போன பெறகு எல்லோரும் போய் சேர வேண்டிய எடத்துக்குத்தானே போறேன்...'

அதென்ன ஜெனிச்ச நாளை மாத்திரம் தான் கொண்டாடணுமா? மரிச்சு போறதையும் சந்தோசமாய் ஏத்துக்கிறேன்... நீங்களெல்லாம் எப்பவும் என்னோட இருக்கிற சிநேகிதர்கள்.

ஆனா என்னோட மனைவி, பிள்ளைகள் யாருமே என்கூட இல்ல... இத்தனை நாளும் பெருமையாய் சொன்னேன்... கனடாவுல ஒருத்தன், ஆஸ்திரேலியாவுல இன்னொருத்தனுன்னு... எல்லாருமே என்னை விட்டு தூரமா போயிட்டாங்க... எனக்க உயிர் போன தேகத்தை மண்ணுக்குள்ள புதைச்சிடாதிங்கடே.... மருத்துவம் படிக்கிற பிள்ளையளுக்கு பிரயோஜனமாட்டு மருத்துவக் கல்லூரிக்கு தானமாக்கிடுங்க... டோன்ட் ஒர்ரி... ஐ டெத் வெரி ஹேப்பி'

-உற்ற நண்பர்கள் இரண்டொருவர் அவரது தோப்பியத்தைத் தொட்டு தாங்கிப் பிடித்தனர். காருக்குள் ஏறும் போது அவருடைய கண்கள் மாடியாய் எழும்பி நின்ற ஆசுபத்திரி கட்டிடத்தை கடைசியாய் ஏறெடுத்தது. அவ்விடத்தை விட்டு, அந்த கார் மறையும் வரை அந்த திசையை நோக்கியதாயிருந்தது அவருடைய சகாக்களின் பார்வைகள்.

மரண மிருகமானது விழுங்கும் தருவாயிலிருக்கும் வியாதியஸ்தர்களின் பார்வையில்படும் விதமாக வேத வசனங்கள் அடங்கிய பலகைகள் ரோசாப்பூ படங்களுடன் கண்ணாடி சட்டங்களுக்குள் அடைக்கப் பட்டு சிறைப் பட்டிருந்தன.. ஆசுபத்திரியின் சுவரெங்கும் நடுசாமத்து நாழிகைகளில் நோவுகளால் புலம்பும் ரோகிகளின்

குரல்கள் கேட்டு கண்ணயர்ந்து கிடக்கும் செவிலியர்கள் மடுத்து போவதுண்டு. ஒறங்காமலிருக்கும் சில வேளை களில் அவர்கள் ரெண்டு பேர் வேதாகமத்தை புரட்டி வசனங்களை விழுங்குவதில் மாத்திரமே கவனமா யிருப்பார்கள். அந்த ஆசுபத்திரியின் நியதிப்படி பைபிள் வசனத்தை உண்டு விழுங்கி இருக்கணும். அதை ஓய்வு நாளின் போது ஆராதனை வேளை தோறும் ஒப்புவிக்க வேண்டும் என்பது சட்டம்.

இதெல்லாம் போதாக்குறைக்கு மதமாற்றிகளாய் திரியும் தேவாதி தேவனின் ஊழியன்மாருக்கு ஓய்வு நாளின் பகல் பொழுதில் பதினொரு மணிதோறும் அனுமதியளிக்கப்பட்டிருந்தது. அவர்கள் நொம்பலத்தில் கிடப்போரைக் கண்டு

'ஓங்கள் வியாதியை கர்த்தர் குணமாக்குவார். அப்படி குணமாகி புதிய ஜீவனோடு நீங்கள் எழுந்து வரும் போது ஆண்டவர் இயேசுவுக்குள் மறுரூபமாகுங்கள்'.

மனச்சலவை செய்து வசியப்படுத்தும் நோக்கில் வார்டு வார்டாய் திரிந்தனர். பொதுவான சிகிட்சை பிரிவில் கிடக்கும் நோயாளிகளிடம் நெருங்கி துண்டு பிரதிகளை கொடுப்பதும்

'சீக்கிரமே இயேசு வருவார்' என்று காதுக்குள் கூவல் விடுத்து தோத்திரப் பாடல்களை செவிப்பறைக்குள் பாச்சிடும் அவ்வெள்ளைச் சீலை உடுத்திய ஸ்திரீகளும், அவர்களோடு வரும் கன்னத்து கிருதாவும், மீசையும் மழித்து சிரைத்தெடுக்கப்பட்ட சகோதரன்மாரும் பேசுவதோடு, அவர்களிடமிருக்கும் பத்து, இருவது ரூவாய் அழுக்கு நோட்டுகளையும் காணிக்கையாய் உருவி கொண்டு போவதில் கருத்தாயிருந்தனர்.

•••

ஆக்னசுக்கு வலது கால் அவளது சரீரத்தை விட்டு வெட்டி எடுக்கப்பட்டு விட்டது. மருத்துவர்கள் வழக்கம்

போல் 'காட் பிளஸ் யூ'- என்றவாறு அவ்வப்போது அவளுக்கு ஓத்திரவம் கொடுத்து கொண்டு வலம் வந்தனர். அவர்கள் கொடுத்த மருந்து மாத்திரை ஊசியெல்லாம் உயிர் தங்கும் கூட்டை அடைத்து ஜீவனை பிடிச்சி வைப்பதாயில்லை.

ஒவ்வொரு முறையும் நோயின் கொடுமையானது சரீரம் முழுக்கவும் அவளை தின்னத் தொடங்கியது. அதன் அறிகுறியாய் தேகமானது இழுவத் தொடங்கியது. கெட்டுப் போன சதையை வெட்டியெடுப்பதும், பஞ்சும் துணியும் அந்த இடத்தில் வச்சி அடைப்பதுமாய் வியாதியின் பாரம் சுமக்கும் தேகமாய் அவள் அந்த ஆசுபத்திரியின் துருபிடித்ததும் பிடிக்காததுமான வெள்ளை நிறமான கட்டிலில் படுத்து நீண்டு கிடந்தாள்.

அவள் வருத்தமும், பற்கடிப்புமாய் பாடுகளை சுமப்பவளாய் புலம்பினாள். அவ்வப்போது அவளது வாய்க்குள் முடங்கி கிடக்கும் நாக்கு ஏதேதோ ஔறியது. ஆசுபத்திரியின் மருந்தும் வீரியமுள்ள ஊசி மாத்திரையும் அவளை கிறக்கத்துக்குள்ளாக்கியதே தவிர எந்த ஒரு மீட்டலைவும் கொடுக்கவில்லை.

ஆக்னசுக்குத் தெரியும். தன்னை மரணத்துக்கு ஒப்புக் கொடுத்து விட்டதெல்லாம். இனி என்ன உயிர பிடிச்சி நிறுத்தி வச்சவா முடியும்... கண்ணை மூடி கிடந்த அவளுக்குள் கேரூபீன்கள் உடன்படிக்கை பெட்டிகளை சுமந்து கொண்டு போயின. சம்மனசுக்கள் பலவும் தேவாதி தேவனுக்கு துதியும் கீதமும் பாடி கிண்ணாரம் இசைத்து சென்ற வண்ணமாய் இருந்தன. அப்போதெல்லாம் அவள் புன்னகைத்துக் கொண்டாள். நோவிலும், பாடுகளின் வேதனைகளிலும் அவள் புன்னகைத்து பாடல்களை புலம்பல்களாய் முனங்கினாள்.

ஆக்னசின் ஒட்டிய சுண்டுகள் புன்னகைப்பது கண்டு மூத்த மொவன் சாமும். அவளுருவாய் நிற்கும் மொவளும், இளைய பயலும் மனசுக்குள் கொஞ்சம் ஆசுவாச

பட்டனர். ஆறேழு மாசம் ஆகியும் அந்த மிஷன் ஆசுபத்திரி மருந்து மாத்திரைகளாலும், ஊசியாலும் குளுக்கோசு குப்பிகளாலும் அவளுடைய ஜீவனை மீட்டெடுப்பதில் தோல்விதான் மிஞ்சியது.

இனி அவள் உயிரோடு இருக்கப் போவதில்லை எனத் தெரிந்தும் ஏதேதோ பன்னாட்டு மருந்து கம்பெனி ஊசிகளும் மருந்துகளுமாய் அவளுடைய சரீரத்துக்குள் துறுத்துவதில் கவனமாயிருந்தனர் மருத்துவர்களும், செவிலியர்களும். அந்த மருந்துகள் யாவும் அவளை வதை செய்வதாயிருந்தும், சாகும்வரை அவளை அந்த ஆசுபத்திரி வெண்ணிற உடை அணிந்த ஊழியன்மாரும், செவிலியர் குட்டியளும் விட்ட பாடில்லை.

ஆக்கினசின் காதுகளில் கேட்டுக் கொண்டே இருந்தது. கண்டன் விளை தெரசம்மை தேவாலயத்தின் திருநாள் கோலாகலமானது. ஒவ்வோர் ஆண்டும் அவளது பிள்ளையளோடு தெரசாளின் தேவாலயத்தை சுத்தி வலம் வருவாள். பாட்டும், களியும் சப்பரபவனியும் பேண்டு வாத்திய முழக்கங்களும் செறுப்பம் தொட்டே அவள் கண்டு ரசிச்சது. தெரசம்மையின் முன்பாய் முட்டங்கால் போட்டு முட்டாங்கி தலையோடு பாட்டெடுப்பதும். வீட்டுத் தோட்டத்தின் ரோசாப் பூக்களை பறித்தெடுத்து கொத்தாய் அவளது பாதத்தில் பரத்தி முட்டாங்கியில் முட்டங்கால் போட்டு பிரார்த்தனை செய்வதும் செறுப்பம் தொட்ட பழக்கம்.

கல்லியாணம் முடிஞ்சி மூணு பிள்ளையளோடு போன வருசம் வரை கூட திருவிழா காலங்களில் தேவாலயம் சுத்தி வந்த ஆக்னசுக்கு முதலில் பறி போனதே கால்தான். பொல்லாத சக்கரை வியாதியும். படபடப்பும் வலது காலை பறித்தெடுத்த போது பதறி உருகி போனவளின் மனசு ஒடுங்கி போனது.

தெரசம்மை தேவாலயத்தின் ஒம்பதாம்நாள் திருவிழா வானது கோலாகலம் கட்டியிருந்துது. படுக்கையில்

கிடந்த ஆக்னசின் காது மடல்களுக்குள் சப்பரபவனி பாடல்கள் ஊடுருவின. எல்லாம் முடிந்து அன்னாக்குல கிடந்த ஜீவன் அவளது சரீரத்தை விட்டு வெளியேறிய போது பத்தாம்நாளு திருவிழா கூட்டு திருப்பலி பாடலில் இல்லாமல் போனது ஆக்னசின் குரல் மட்டும்.●

கென்னடி மரித்து விட்டாள்

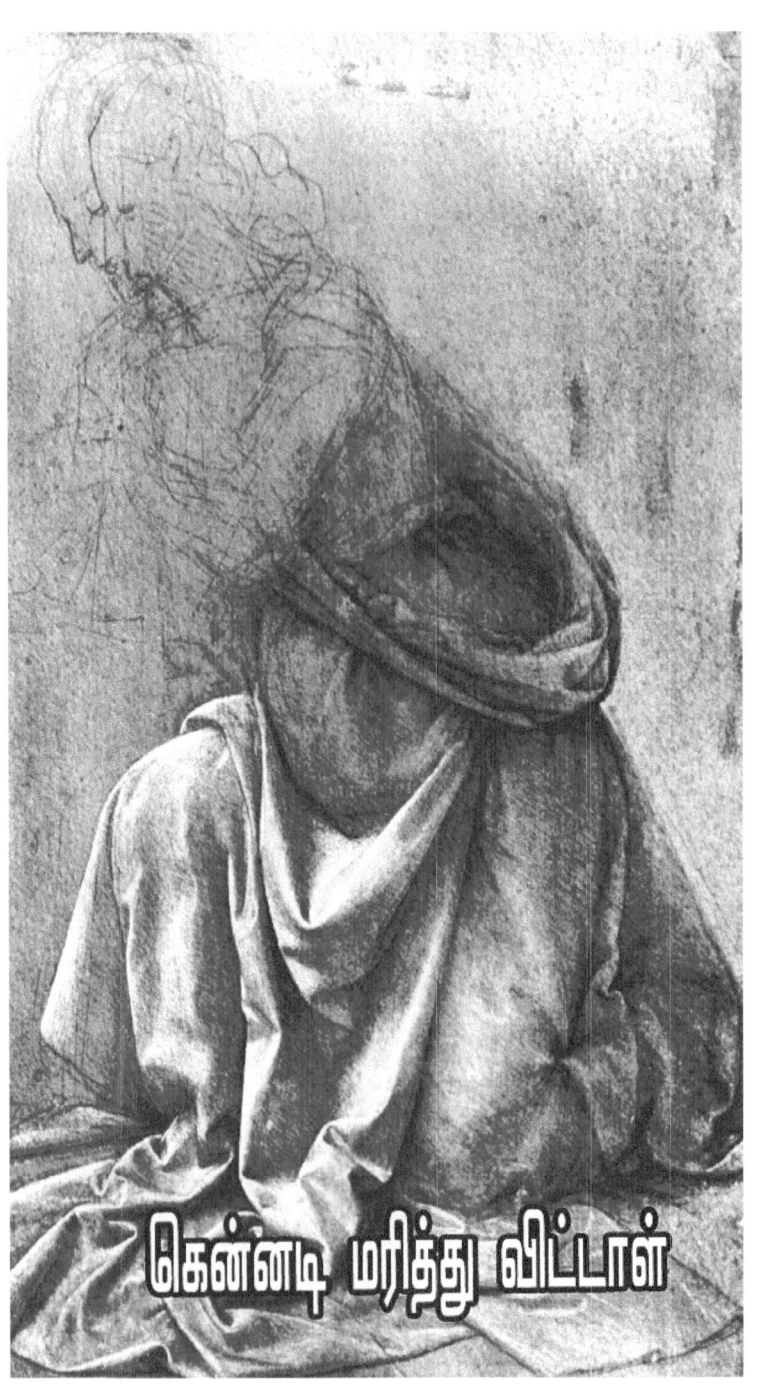

கென்னடியின் மரிப்பு காலமானது அடைமழையின் குளிர்கால நள்ளிரவின் நாழிகையாயிருந்தது. அக்காலம் தனுப்பும், வெறையலும் கொண்ட நடுநிசியின் உறைதலாய் எங்கும் வியாபித்து பரவியிருந்தது. அவனது வழக்கமான உயிர் மூச்சை சரீரத்தில் இருந்து பறித்தெடுத்து சென்ற மரணமிருகமானது, அவனை அனக்கமற்றவனாக்கி சடலமாக்கி விட்டு போயிருந்தது. கண்மூடாமல், வாயும் திறந்து நீண்டு மலந்து அந்த இரும்புக் கட்டிலில் கிடந்த அவனது தேகமானது சோரை உறைந்து போயி மரச்சுள்ளிபோல் மாறியிருந்தது. தொங்கிய குளுக்கோசு குப்பியிலிருந்து சொட்டு சொட்டாய் வடிந்து கொண்டிருந்த மருந்து வெள்ளமானது பாதியில் வழியாதவாறு தேங்கி தொங்கிய சொட்டாய் நின்றது.

கென்னடி ஏற்கனவே அவனது மரணத்தை முன்னறிவித்து இருந்தான். அதற்கேற்பவே அவனது ஜீவித கால நடத்தை கெடுதலாய் மாறிப் போயிருந்தது. சிகரெட்டு புகை இழுப்பும், டாஸ்மாக் குடியும் ஒருபாடு அவனது ரூபம் குலைச்சி, தெடமான தேகத்தை

சல்லியாக்கியிருந்தது. ஆசாரிப்பள்ளம் ஆசுபத்திரியின் அவசரவார்டு பிரிவில் அந்த இரும்புக் கட்டிலில் கிடந்தவனின் கன்னமிரண்டும் ஒட்டி ஒடுங்கி கண்ணி ரண்டும் குழிக்குள் விழுந்து வயோதிகத்தின் அடையாளம் தொட்டு அலங்கோலமாய் மாறியிருந்தான். அவனிட மிருந்து துள்ளிச்சாடித்திரிந்த அந்த பழைய செறுப்ப மெல்லாம் முற்றிலுமாய் விலகிப் போயிருந்தது.

எத்தனையோ முறை குடியையும், பீடி, சிகரெட்டு புகை உறிஞ்சலையும் அவனிடமிருந்து எடுத்துப்போட மருத்துவ சிகிட்சை எடுத்தும் யாதொரு பலனுமில்லாமல் போனது. இலகரியின் வாதையானது அவனை தன்வச மிருந்து மீளமுடியாதவனாய் ஆக்கியிருந்தது. அவனது ஒவ்வொரு கணப்பொழுதையும் அது விழுங்கியது. குடி, சிகரெட்டு புகையின் நெடி இல்லாத தருணமானது அவனுக்கு கசப்பாயிருந்தது. ஏகாந்த வெளியின் கிறக்கம் அவனுக்கு அவசியப் பட்டதாயிருந்தது. அதனால் எப்போதும் மண்டை மூளைக்குள் பற்றி பிடிக்கும் பான்பராக்கும் ஹான்சு புகையிலையும் வாய் சுண்டுக்கு அடியில் உருட்டி வைத்துக் கொண்டான். துப்பலின் ஊறல் பட்டு மூளையை அது கிறக்கும் போது சுகம் அனுபவித்தான். அவனுக்கு அது பிடித்துப் போயிற்று. அவைகளின் பிடிவிட்டு ஒரு நிமிடம் கூட அவனால் தன்னை நவுரமுடியாதவனாய் போதை கிறக்கமானது வட்டனாக்கியிருந்தது அவனை. ஆண்டுகளாகியும் அவன் அப்படியே பழகிப் போனான்.

இதன் கூடவே வேசிகளின் கூடாரம் புகுந்து புணர்தலின் சம்போகமும் சயனிப்புமாய் காலம் போக்கியவனை நாளா வட்டத்தில் அவனை ஊருக்குள் பயங்கர தொட்டி பயலாக்கி விட்டிருந்தது. அடர்த்தியான சிரசின் கேசம் உதிர்ந்து ஒன்றிரண்டு மட்டும் முள்ளாய் குத்தி நின்றது தலையில். கறுத்து புறுத்த சுண்டும், ஒல்லியான தேகமும் அவனது பழைய இளமை தடவிய ஒப்பனையை வருடாவருடம் அவனிடம் இருந்து பிடுங்கி

கொண்டு போனது. 'பயலுக்கு கப்பலு... இனி அவ்வளவு தான்' என்று அவனை எதிர்படுவோன்கள் முறுமுறுத்துக் கொண்டு அவனை விட்டு அப்பாலே விலகி நடப்பது முண்டு. 'பிலாந்தன் தாயோழி வாரான்...' என்று கூவிக்கொண்டு அவனை கண்டதும் ஓடி மறைவோரு முண்டு. வட்டன், பிலாந்தன் கிறுக்கன் லூசு பயல் இப்படியாய் பல, பல வட்டப் பெயர்களை அவனுக்கு சூட்டி சுமத்தியிருந்தனர் அவனது வட்டாரத்து ஆட்கள்.

இதெல்லாம் அறிந்தும் எதுபத்தியும் அவனுக்குள் யாதொரு சங்கடமுமில்லை. அறுவது, எழுவது வரை ஜீவிக்கணும் என்று ஒரு போதும் அவனுக்குள் எண்ணமோ, தோணலோ வந்ததில்லை. அப்படி நெனைப்பதெல்லாம் தனது நடத்தைக்கு விரோதமானது என்பதில் உறுதிகுலை யாமல் இருந்தான். தன்னுடைய சுகபோகத்துக்கு தடையாயிருந்ததை எல்லாம் விலக்கியே வைத்திருந்தான். வாழ்க்கை! இவ்வளவுதான், அதை கடைசி வரை களிப்புடன் கொண்டாடித் தீர்த்துவிடவே விருப்பமுடை யவனாயிருந்தான். சாவுப்படுக்கையின் நோவில் கிடந்த போதும் மருத்துவத்தை விடவும், அவனுக்கு அதிகமாய் தேவைப்பட்டது இலகரியின் மயக்கமும், அதனூடான சுகமும்தான்.

அவசர வார்டின் படுக்கைக்கு மேலே வெள்ளை நிறத்து துருபிடித்து போன மின்விசிறியானது 'கிறீச்... கிறீச்... சத்தத்துடன் தற்கொலை செய்து கொண்டவனின் கடைசி குரலாய் சுழன்று கொண்டிருந்தது. அந்த சத்தம் மட்டுமே தனிமையில் கிடந்த அவனோடு அவனது மரணத்தைக் குறித்து பேசிக்கொண்டேயிருந்தது. அவனைக் காண உற்றபெந்துக்கள் எவரும் அதிகம் வருவதில்லை. அவர்களை அவன் விரும்புவதுமில்லை. அவ்வப்போது அவனை காண வருவது சிநேகிதன் சகரியாசு மாத்திரம்தான்.

அவன் வரும்போதெல்லாம் மரணமிருகமானது

ஜான்போஸ்கோவின் இன்னொரு அத்தியாயம் ♦ 249

செறுவ செறுவ விழுங்கிக் கொண்டிருக்கும் சிநேகிதனின் ஆசையை நிறைவேற்றிட தவறுவதில்லை சகரியாசு. மருத்துவர், செவிலியர்களுக்குத் தெரியாமல் ஹான்சும், பான்பராக்கு உருண்டையையும் கென்னடியின் கொவுட்டுக்குள் வைத்து விடுவான். அதன் போதையிலேயே கென்னடியின் கண்ணுறக்கமானது. இனியதாய் அவனைத் தழுவிக் கொள்வதை துக்கம் அப்பிய முகத்தோடு கண்டு கொண்டே நிற்பான். குளுக்கோசு குப்பியிலிருந்து வடிந்து கொண்டிருக்கும் துளிகளானது உடலுக்குள் போகுதோ இல்லையோ, கென்னடிக்கு அவனது சிநேகிதன் சகரியாசு ஊட்டும் லகரி வஸ்துவின் மயக்கமும் ஏகாந்தமும் எங்கோ பெருவெளி நீலக்கடலிலும், வனத்திலுமாய் கூட்டிச்செல்லும். வானவீதியில் அவனை மிதக்க வைக்கும்.

ஒருமுறை திருப்பலி முடிந்துதான் வந்தான் சகரியாசு. அன்று ஞாயிற்றுக்கிழமை வேறு. இந்தக்கிழமைகளில் வரும் சகரியாசு நெடுநேரம் கென்னடியைப் பார்த்துக் கொண்டே நிற்பது வழக்கம். அப்போதெல்லாம் துள்ளிச் சாடி மறிஞ்சு திரிஞ்ச கென்னடி அவனது தோணலில் வருவதுண்டு. இன்றும் அப்படித்தான் வந்தான். சகரியாசுக்குள் அவர்களின் செறுப்ப காலமானது சித்திரமாய் நகரதொடங்கியது.

சட்டம்பி கென்னடி, ஊச்சாளி கென்னடி இப்படியாய் நாமம் தரித்து திரிந்தவன் நிரூபம் கென்னடியாய் மாறிய காலத்தில் அந்தோணியார் கோவில் முற்றம் மவுனித்துப் போனது. ஒத்த ஒண்ணு, தள்ளையும் - பிள்ளையும் என களியாட்டமாய், அந்த பரந்தவெளி முற்றமானது சாயங்காலம் தோறும் பயலுவளின் ஊளையும், கூவலுமாய் மாறும். துள்ளிச்சாடி மறிஞ்சு திரியும் கென்னடி ஒரு போதும் தோல்விக்கு தன்னை ஒப்புக்கொடுக்காதவனாய் மஸ்திரம் காட்டி மல்லுக்கு நிற்பவனாய் எதிராளி பயலுவளை அடித்து வீழ்த்துபவன்.

கென்னடியோடு கூட்டு சேர்ந்துட்டு அக்கிரமக்

காரனாய் திரிஞ்சான் ஊச்சாளி சகரியாசு. ஞான உபதேச கிளாசுகளில் நட்சத்திரம் டீச்சர் சின்னக்குறிப்பிடம் கதையாடும் போது, குசு விட்டு தள்ளுவதில் இருந்து குட்டியளுக்க பெறம் குண்டியை நுள்ளி பிச்சி அனக்க முண்டாக்குவது முதல் நட்சத்திரம் டீச்சரை முழுசாய் ஞானஉபதேச கிளாசு நடத்த விடாமல் ஆக்குவதெல்லாம் ஊச்சாளி சகரியாசுக்கும், சட்டம்பி கென்னடிக்கும் நேரம் போக்கு. குட்டியயெல்லாம் தொட்டிபயலுவ, கெட்ட பிசாசுகள், கொள்ளிவாய் என்றெல்லாம் வாய்க்கு வந்தபடி திட்டி கொட்டுவது இவனுவளுக்கு இளிப்பையும் நளிப்பையும் மட்டுமே தந்து குதூகலிக்க வைக்கும். ஆனாலும் சொரணை கெட்ட கச்சடை பயலுவளாய், பாவங்களையே செய்து கொண்டிருந்தான்கள் ரெண்டு பேரும்.

நட்சத்திரம் டீச்சரு இவனுவ ரெண்டுவரும் இருந்தா ஞான உபதேச கிளாசு எடுக்கமாட்டேன்னு பங்கு சாமியாரு பார்த்தோமாவிடம் எவ்வளவோ எடுத்துச் சொல்லியும் ஒண்ணும் எடுபடல. இதனாலேயே அவள் ஞான உபதேசம் கிளாசு எடுக்கியதை நிறுத்த வேண்டிய தாயிற்று.

நட்சத்திரம் போன பெறகு வந்தவள்தான் புளோரி டீச்சர். கென்னடியின் அனக்கமானது அடங்கிப் போனது அவளை கண்ட பிறகுதான். புளோரி டீச்சர் நெடுநெடு வென பார்ப்பதற்கு கருத்த சந்தமுடையவளாய் இருந்தாள். சிரசின் அடர்சுருள் கேசமானது இடுப்புவரைக்கும் தொட்டு படர்கொடியாய் கிடந்தது. காட்டன் கட்டம் போட்ட சீலை உடுத்திய ஏதேன் தோட்டத்து ஏவாளினை போலிருந்தாள். அவளது கண்ணிரண்டும் அன்பின் ஈரமும், தாகமும் கொண்டதுமாயிருந்தது. பாட்டும், அவள் பேச்சும் எல்லோரையும் ஈர்த்தது போலவே கென்னடிக்கும் பிடித்தமானது. இப்போது அவளே தனக்கு ஞான உபதேச கிளாசு வாத்திச்சியாய் வந்து விட்டாள். அவனுக்கு எதுவும் இயங்கவில்லை.

‘உனது வாலிப பிராயத்திலே புத்திமானாய் இருந்து, கடவுளுக்குச் சித்தமானதை செய்’ - அந்த ஞாயிறு ஞான உபதேச கிளாசு கென்னடியின் முன்பு இப்படித்தான் தொடங்கியது. வேதாகமத்து வசனம் மட்டுமல்லாம இடையிடையே அவளுடைய பாட்டும், கதையாடலுமாய் நாழிகை நகர்ந்து போன போது, சில நாட்களிலேயே கென்னடியின் சட்டம்பித்தனமும், சகரியாசின் ஊச்சாளி அக்கிரமும் முடங்கி மடங்கியது.

‘கென்னடி... ஒரு பாட்டு பாடுடே... எல்லோரும் கேக்குறோம்...’- புளோரி டீச்சர் சொன்ன போது பயல் கூச்சம் கொண்டு மடங்கித்தான் போனான்.

’என்னது டீச்சர் என்ன போய் பாட்டுன்னு...’

அவன் தலை கமந்து தொங்கிற்று.

‘அப்ப ஒண்ணு செய்டே... பேசாம பைபிள்ல இந்த வசனத்தை படி பாப்பம்’ அவள் திறந்து நீட்டிய அந்த பைபிளை இரண்டு கைகளால் வாங்கினான்.

‘செம்மையானவர்கள் பூமியிலே வாசம் பண்ணு வார்கள். உத்தமர்கள் அதிலே தங்கி இருப்பார்கள்...’

அவனது குரல் கணீரென ஒலித்த போது ஞான உபதேச கிளாசு பிள்ளைகள் கைதட்டினார்கள்.

‘அந்த வசனம் எதுல வருதுன்னு சொல்லு...’

‘எதுல வருதுன்னா... ஆ.. நீதிமொழிகள்ல...’

‘நீதிமொழிகள்ல... இழுக்காதடே கென்னடி...’

‘எனக்கு ஒண்ணும் மனசிலாகல...’

‘அட... தடிமாடனாட்டம் நிக்கியான் பாரு... இங்க குடுடே.....’

அவனிடமிருந்து பைபிளை வாங்கினா

‘இன்னா பாரு... நீதிமொழிகள் 2, 3-ல் 21-வது வசனம் தான் நீ படிச்சதுடே.....’

அதிகாரம் - வசனம் எப்படி படிக்க வேண்டும் என்பதை அவனுக்கு அன்று சொல்லி விளக்கி மனசிலாக்கினாள் புளோரி. ஒவ்வொரு வாரமும் வேதாகமத்தை வாசிக்கவும், நடுப்பூசை தோறும் திருப்பலி மேடையில் அவன் ஏறி நின்னு வாசிக்கவும் புளோரி டீச்சர் காரணமானாள்.

திருமண திருப்பலி காலங்களில் கென்னடிதான் வேதாகமம் படிப்பவனாயிருந்தான். மணஜோடி தொட்டு எல்லோருமே அவன் வாசிப்பைக் கேட்டு மனமொன்றி நிற்பதுண்டு. நாளாவட்டத்தில் ஊச்சாளி கென்னடி நிரூபம் கென்னடியாய் மொத்தமாய் மாறிப்போனதின் முன்கதையின் பிரதான தையாளியாய் இருந்தாள் புளோரி டீச்சர்.

அவனுக்கும்-இவளுக்கும் இடையேயான சிநேகிதம் எதுவும் கென்னடியின் இருதயத்துக்குள்ளிருக்கும் நாளங்களுக்குப் புரியவில்லை. கென்னடி மீது அவளுடைய பற்றும் பரிவும் அவனை செம்மையாக்கிக் கொண்டே போனது.

கென்னடி விவிலியத்தின் பக்கங்களை புரட்டிப் படிக்கும் வசனங்கள் வாழ்க்கை ஒப்பந்தம் செய்து கொள்ளும் ஜோடிகளுக்கு ஏற்றதாயிருந்தது. அவன் வாயசைப்பும், முள்ளம் பன்னியாய் குத்திட்டு நிற்கும் அடர்த்தியான தலைமுடியும், மூக்குக்கு கீழே முளைத்து கறுத்திருக்கும் இளம் மீசை முடியும் வசன உச்சரிப்பில் தானாய் அசையும். அவனது குரல் தேவாலயம் முழுக்கவும் திருமண திருப்பலிக்காய் பரவியிருப்போரின் உள்ளில் ஊடுருவும்.

பாட்டுக்காரி புளோரி டீச்சரின் விவாகத்தின் போது வாலிப பிராயம் அவனை தொட்டிருந்தது. அந்தோணி யார் தேவாலயத்தை விட்டும், அந்த பங்கை விட்டும் இடம்விட்டுப் போகும் அவளை மணமாலையும், ஜோடியுமாய் அவனால் பார்க்க சகிக்கவில்லை. கண்ணீருக்குள் மிதந்தன அவனது கண்கள். ஆர்மோனிய கட்டைகளின்

மெட்டுக்கேற்ப அவள் பாடும் கணங்களில் எல்லோருமே, இறையருளில் மூழ்கி உருகிப்போவதுண்டு.

பழைய ஹெர்குலிஸ் சைக்கிள்தான் அதிகமாய் உபயோகத்துக்கான பயன்பாட்டு வாகனமாகும். அந்த கென்னடிக்குரிய மிதிவண்டியில் புளோரி டீச்சருக்கும் அவன் சைக்கிள் மிதிக்க கத்துக் கொடுத்ததுண்டு. மூன்று வருடம்தான் தாண்டியிருக்கும். மஞ்சள்காமாலையில் அவள் மரித்துப் போனாள். புளியமூடு தோமையார் குருசடி பின்னால் மையப்பெட்டியில் வைக்கப்பட்டிருந்த அவளது முகம் புண்ணியாளி அல்போன்சம்மாளின் முகச்சாடையையாயிருந்தது. அவளது ஒத்த மொவன் கைக்குழந்தையாய் கென்னடியின் கையில் இருந்தான். புளோரி டீச்சரின் மோட்சவிளக்கு முடிஞ்சி போன பின்புதான் அவனுக்கு விசயம் தெரிஞ்சது. அவள் நோய் வாய்ப்பட்டு சாகவில்லை. கொல்லப்பட்டாள் என்பது.

இதயம் துடிச்சி அலறியது. எவருமில்லாமல் வெறிச் சோடிக் கிடந்த மழை இருளின் நாளில் அவளது கல்லறைத்தோட்டம் ஓடினான். கரும்பளிங்குக் கல்லில் பாட்டுக்காரி புளோரி துயரம் படரும் முகம் கொண்டு புன்னகைத்துக் கொண்டிருந்தாள். அவளது ரூபம் செதுக்கப்பட்ட கல்லில் தலை முட்டி அழுதான். அவனது ஒப்பாரிப்பாடல் கேட்டு சிமித்தேரி சாவடியிலிருந்து வெறையல் எடுத்த தேகத்தோடு வெளிப்பட்டார் வியாகுலமுத்து ஓதேயி. அந்த மழை இருளில் அவனை தூக்கி நிறுத்தி ஆறுதல் படுத்தினார். புளோரியின் மணவாளன் ஆடம்பரபிரியன். பெருந்தீனிக்காரனும், குடித்து, புசிப்பதுமாயிருந்தான். கூத்தியாள்மாரோடு குலவியதை புளோரி அறிஞ்சபோது, அவனிடமிருந்து வதை, உதைதான் கிட்டியது அவளுக்கு. அவ்வப்போது களியாமல் படுக்கையில் விழுபவளுக்கு மாப்பிள்ளைக்காரன் பர்னாந்து விழுங்குவதுக்கு கொடுத்த குளுசையும், மாத்திரையும் ஏதேதோ நோய்களுக்குடையதாயிருந்தது. அது பக்கவிளைவு கொண்டு அவளை கிடப்பில் போட்ட

போது, மஞ்சட்காமாலை வந்து அவள் மரண வியாகுலப் பட்டாள். 'அந்தோணியாரே எனக்க பிராணனை எடுத்துரும்...' இரத்தக் கண்ணீர் விட்டு நவநாள் திருப்பலி பாடலொன்றை அவள் வியாகுலம் கொண்டு பாடி முடிக்கையில் அவளிடமிருந்து அவஸ்தை கொண்ட ஜீவிதமானது முற்று பெற்றிருந்தது.

இதெல்லாம் கவனத்துக்கு வந்தபோது அழ மட்டுமே முடிந்தது கென்னடியால். ஒவ்வொரு பாடல்களையும் பாட்டுக்காரிகள், முகம் சிரித்து பாடுவது திருப்பலி பீடத்தின் முன்பு மட்டும்தான். அவர்கள் சிலுவை சுமக்கும் ஸ்திரீகள் என்பதை எவரும் மனசில் கொள்வதில்லை. 'ஒரு காலத்தில் அந்தோணியாரு கோயிலு பிரதான பாட்டுக்காரியா இருந்தவள் எனக்க மொவள் புலோ மினாள்.. வெட்டூர்ணிமடத்துல அவள கட்டிக் குடுத்தேன். கட்டியவனும் செரியில்ல, பெத்ததும் செரியில்ல. அவ படிய பாடுகள் எனக்கு மாத்திரம்தான் தெரியும்...' வியாகுலமுத்து ஓதேயி மொவள் புலோ மினாளின் ஜீவித சரித்திரத்தை விரிச்சபோது கலங்கியது கென்னடியின் கண்கள்.

'எனக்கப் பொன்னு மொவா அவாதான். இன்னு முடி எல்லாம் நரச்சி ஆஸ்பத்திரியிலும், வீடுவ தோறும் ஜோலி செஞ்சி கட்டியவனுக்கு தீவனம் போட வேண்டியிருக்கு... தவப்பனும், மொவனும் சேர்ந்து அவளை அடிச்சி வதைப்பது எல்லாம் வழக்கமாய் போச்சி. என்னோட வந்துரு மோளேன்னு விளிச்சும்... முடியாதுன்னுட்டா... எப்படியோ அவள மாதிரி ஒரு பொட்டபிள்ளைய பெத்து போடாம போயி சேரப்போறா. இன்னொரு கொமருவை பெத்து போட்டு அவளை போல பாடுகளை சுமக்க செய்துட்டா. அவள் பட்ட பாடுகள் அவளோட மட்டும் நிக்காமத்தானே நீளும். அதனால ஆண்டவனுக்கப் புண்ணியத்துல பொண்ணுவள பெத்து போடலை' வியாகுலமுத்து ஓதேயி பெருமூச்சுவிட்டார். கென்னடி அவரது கண்களை பார்த்தான்.

வியாகுலமுத்து ஓதேயி விடாமல் பேசினார்.

‘அதோ தோமையாரு குருசடி சுவத்தில் ஒட்டி இருக்கே அது நம்ம பங்குல உள்ள பாட்டுக்காரி கார்மலுடைய கல்லறை. மூடிவச்சிருக்கிற ஒவ்வொருத்தி யோட கல்லறையெல்லாம் எவ்வளவு அழகாயிருக்கு பாத்தியா? ஆனா அதுவ வாழ்ந்த வாழ்க்கை படுநரகம். கார்மலு பாட்டும் பாடுவாள், சிலுவைபாடு பக்தியும் இழுத்து - நிறுத்தி வேளமாடுவாள். அவளுடைய குரலானது கேக்கும்போது கண்ணுமுன்னாடி இயேசு படும்பாடு தெரியும்... சாமிக்கும் அவளுக்கும் ஆவாது. ஒரு முறை மைக்குல அவள் பாடிட்டே நிக்கும்போது பீடத்தை விட்டு இறங்கிய சாமி மைக்கை பிடிங்கிட்டு போயிட்டாரு. ‘ஓ... அவா... சந்தமும், பார்வையும் இன்னும் ஓர்மையவிட்டு போவல்ல. பெலயாடி மொவன் பால்தாசுவை நேசிச்சு விழுந்து போனவதான். அவனோட சேர்த்து ஒவ்வொரு தலதெறிச்ச ஆம்புள பயலுவளையும் வெறுத்து விரக்தியானவா. கடைசியில கல்யாணம் செய்யாமலயே போய் சேர்ந்துட்டா... இன்னைக்கு இந்த மழையிலும், வெயிலிலும் மூடிய மண்ணுக்குள்ளாடி எப்படித்தான் கிடக்கியாளோ?’

- ஓதேயி வியாகுலமுத்து ஒவ்வொரு பாட்டுக் காரிகளின் பாடுகளை எல்லாம் எடுத்துச் சொன்னபோது அதை கேட்டு கலங்கி நின்னான் கென்னடி. மழை நீரோடு அவனது கண்ணீர் சேர்ந்து சிமித்தேரி நிலத்தில் விழுந்தோடியது.

•••

கென்னடிக்கும் அவனுடைய சிநேகிதன் சகரியா வுக்குமான கூட்டுக்கட்டானது காலம் கொண்டு பூட்டப்பட்டதாகும். இரண்டுவரையும் எவர் நினைத்தும் இருவராய் பிரித்துத் தள்ள முடியாமல் போனதெல்லாம் பழங்கதை. நட்சத்திரம் வாத்திச்சியின் ஞான உபதேச கிளாசில் தொடங்கிய நட்புதான் இரண்டு பேருக்கு

முடையது. அப்பிராணியாய் வளர்ந்த கென்னடியை அடங்காத சட்டம்பியாய் மாற்றிய பெருமையெல்லாம் சட்டம்பி சகரியாவைத்தான் சேரும். அவனை அக் கிருமியாய் உருமாற்றிய சகரியா எப்போதும் அவனோடு கூட்டாளியாய் ஒட்டியுறவாடினான். அப்புறமென்ன சட்டம்பியும், ஊச்சாளியும் சேர்ந்து ஞானஉபதேச கிளாசில் இருந்தால் நட்சத்திரம் வாத்திச்சியின் பாடு பார சிலுவை சுமக்கும் பாடுகள்தான் ஞாயிறுதோறும்.

அக்கிரமம் செய்வதும், கிர்த்திருமித்தனம் காட்டுவது மாய் நாட்கள் நகர்ந்து போயின. நட்சத்திரம் வாத்திச்சி அந்தோணியார் முதல் சகல புனிதர்களையும் முறு முறுப்புகளோடு துணைக்குக் கூப்பிட்டும் எந்த பலனும் இல்லாமல்தான் போனது. குட்டை சாமியார் றைமண்டிடம் பராதி சொல்லியும் பலனில்லை.

தக்கலை எலியாசியார் தேவாலயத்தில்தான் உறுதி பூசுதல் வகுப்பு நடத்தப்பட்டது. அப்போது சகரியாவின் குசும்புதனம் குசு குசுவாய் கிளம்பி மொத்த பேரையும் நாறடிச்சதுண்டு. தாங்க முடியாத மதர் குளோரி வாய்க்கு வந்தபடி ஆத்திரமூட்டும் வர்த்து வானங்களை கக்கினாள்.

“எம்மோ மரியம்மையே ஏசுவே என்ன தின்னுட்டு வருதுவளே... என்ன வாடை.... என்ன வாடை....” என்று மூக்கை முட்டாங்கியில் பொத்தியும், கைலேஞ்சி கொண்டு வாய்க்குள் அமுக்கியும் குமட்டல் வராத குறைதான்!

தேவாலய திருநாள் காலங்களில் பத்தாம் நாளின் போது இரவு தொடங்கி நடு நாழிகை வரை நடக்கும் அருள்தாசின் நாடகத்துக்கு பரந்து கூடி இருப்போரெல் லாம் கைதட்டி ஆரவாரம் செய்யும்போது கென்னடியின் குரல் அமைதியை கிழிக்கும் ஊளையாய் மாறும்.

சகரியாவோ அடுத்தக் காட்சிக்கு சமயமானால் போதும் “ஓய்... அண்ணே... அருள்தாசே... சீலைய ஒயத்தும் ஓய்” என்று மேடையின் முன்பக்கமாய் மூடி கிடக்கும் கலர்கலர் படுதாவை நோக்கி கூச்சலிட்டு தானக்கெடு

விளிப்பான். அருள்தாசின் நிலமை படுசங்கடமாகிப் போகும். அவன் ஒவ்வோராண்டு பத்தாம் நாள் திருவிழாவின் போதெல்லாம் நாடகம் போட பங்கு சாமியாரிடம் மன்றாடாத குறைதான். குட்டை சாமியார் அவனை எரிச்சலோடுதான் நோக்குவார். "அருள்தாசே... எதுக்கு மண்ணாங்கட்டி டிராமா எல்லாம்.... அதுக்கு பதிலு அன்னை வேளாங்கண்ணி படமோ, புனித அந்தோணியாரோ இன்னும் கருணாமூர்த்திப் படம் எல்லாம் காட்டினால் போதாதாக்கும். வீணா செலவை இழுத்து வச்சாதப்பா" என்று சீறுவார்.

" இல்ல சாமி... நம்ம ஊரு பயலுவளுக்க தெறமைய காட்ட இதொண்ணுதான் வாய்ப்பு. இந்த ஒரு முறையும் குடுங்க பாதர். அசத்திக் காட்டிடுவோம்" என்று கெஞ்சுவான் அருள்தாசு. அவனுடைய மன்றாட்டை கேட்டருள்வார் குட்டை சாமியார் றைமண்டு. படாத பாடுபட்டு பத்தாம் திருநாளின் சாமத்தில் அருள்தாசு நாடகம் போடுவதின் பின்னணி எல்லாம் இப்படியானது தான். இதெல்லாம் தெரிந்தும் கூவி குமைப்பதுதான் சகரியாவுக்கும், கென்னடிக்குமான ஈனங்கெட்ட வேலையாய் இருக்கும். ஒம்பதாம் திருநாள் சப்பரப் பவனியில் பாட்டுக்காரிகளை பார்த்து நளியடிப்பதும், கன்னியாத்திரிமாரை வட்டபெயரிட்டு விளிப்பதுமாய் சப்பரத்தோடு நவுண்டு நவுண்டு நகர்ந்து போவான்கள் ரெண்டுவரும். கொள்ளிவாய் பிசாசுக்கு பிடிச்ச பயலு வளாட்டு இருந்தாலும், ஞாயிறு தவறாமல் தேவாலய திருப்பலியில் பங்கெடுத்து ஒருவருக்கொருவர் சமாதானம் எல்லாம் முணுமுணுத்துக் கொண்டு வெளியேறுவான்கள்.

ஒரு முறை திருப்பலியில் சகரியா சமாதானம் சொல்வதற்கு எதிர் நின்ற முகத்தை பார்த்த போதுதான் பேயறஞ்சி போனான். "ஒருவருக்கொருவர் சமாதானம் கூறிக் கொள்ளுங்கள்" என்று சாமியார் சொல்லி முடித்ததும் சகரியா எதிர் முகம் பார்த்தான். அந்த முகம் மீசை வற்கீசு வாத்தியாருடையதாயிருந்தது. காக்கி நிக்கரு

கிழிய கிழிய புளியமாறு கொண்டு குண்டியை கிழிச்சவரு தான் அவர்.

மீசை வற்கீசு வாத்தியாருதான் சகரியாவுக்கு மட்டுமல்ல, கென்னடிக்கும் கூட மோளூ முட்டும். அப்படியொரு தைரியம் கொண்டவர். காது முறுக்கியும், கையிடுக்கில் நவுட்டியும், பிரம்படி, புளியங்கம்பு, பேரக்கம்பு கொண்டு விளாசியும்தான் அவருடைய கணக்குபாட வகுப்புகள் நடக்கும். அஞ்சாங்கிளாசு வாத்தியார்தான், ஆனால் உலகம் மொத்தம் குறிச்சும் வகுப்பு பிள்ளைகளிடம் பேசி அறிவூட்டுவதில் வல்லவர் மீசை வற்கீசு வாத்தியார். மீசை வற்கீசு வாத்தியாருணா எல்லோருக்கும் அவர்மீது மரியாதையும் மதிப்பும் உண்டு.

சகரியா சமாதானம் சொல்ல முடியாமல் முழுங்கிக் கொண்டான். ஆனால் அவர் அவனுடைய முகம் நேராய் பார்த்து சமாதானம் சொன்னார். அதுக்கப்புறமெல்லாம் ஆளுபாத்துதான் திருப்பலியை காண நிற்பான் சகரியா. அப்படியொரு பேடி அவனுக்கு மீசை வற்கீசு வாத்தியாரைக் கண்டு.

தேவாலய வளாகத்து முற்றமானது எல்லாக்காலமும் அனக்கம் கொண்டதாகவே இருக்கும். ஒத்தஒண்ணு ஓலைப்பந்து, தள்ளையும் பிள்ளையும் களி, கண்ணாம் பொத்தி, கள்ளன் போலீசு விளையாட்டு, குட்டியளின் கிந்தியாட்டம்னு எல்லா நாளும் செறுப்பங்களின் அடிபொளி கண்டு ரசித்து கொண்டு நிற்பார் கையோடு குழந்தை இயேசுவை தாங்கிக்கொண்ட வட்டமொட்டை வழுக்கைதலை அந்தோணியார்.

இப்படியான விளையாட்டுகளின் காலங்களில் சட்டம்பி கென்னடியும், சகரியாவும் அங்கு ஓடியாடி சாடி திரியாத குறைதான். எல்லா விளையாட்டுமாடி நளியடிச்சி அக்கிரமம் செய்து கலவரக்கார பயல்களாய் மாறிடு வான்கள். அதுக்கப்புறம் குட்டை சாமியார் முன்னாடி நின்னு பாவமன்னிப்பு கேட்பது வழக்கமாகி போகும்.

இப்படியான கென்னடியின் மறுரூபக்காலமானது ஞானஉபதேச கிளாசில் நட்சத்திரம் வாத்திச்சியிடம் இருந்து விடுபட்டு புளோரி டீச்சர் வசமான போதுதான். புனித அல்போன்சாளின் சாயலோடு முகரூபம் கொண்ட அவள் ஞானஉபதேச கிளாசில் வந்தபோது கென்னடியின் ஊச்சாளித்தனம் அடங்கியது. பாட்டு, கதை, சின்னக் குறிப்பிடம் வாசிப்பு, வேதாகம கதையாடல் என்று புளோரி டீச்சர் சண்டேகிளாஸ் எனப்பட்ட ஞான உபதேச வகுப்பில் தேவாலய பங்கு பிள்ளையளோடு ஒன்றிபோய் இருந்தாள்.

கென்னடியை வழிக்கு கொண்டு வருவதுக்கு அவள் எடுத்த எல்லாமே கை கூடியது. முதலில் அவனுக்கு வேதாகமத்தின் அதிகாரங்களின் வாசிப்பு, எப்படி படிக்க வேண்டும், தொனியும் குரலும் ஏற்றம் - இறக்கம் கொண்டதாய் எப்படி இருத்தல் அவசியம் என்பது முதல் அவனுக்குள் அடித்து இறக்கினாள். வேதாகம வசனங்களை படித்து அவனும் தேறினான். அப்படியே நிரூபம் கென்னடியாய் காலப்போக்கில் மாறி திருப்பலி பீடத்தில் நின்றபோது மீசை வற்கீசு வாத்தியார் மட்டுமல்ல, பாட்டுக்காரிகள், பங்கு மக்கள் என எல்லோருமேதான் அசந்து போயினர். “ எல்லாம் கடவுளின் செயல் ” என்றாள் சுருளு பாட்டி. கென்னடிதான் பங்கில் நடக்கும் அத்தனை விவாகங்களுக்கும் வேதாகம் படிப்பவனாய் வந்து நின்றான். நிரூபம் கென்னடியாய் காலம் அவனை மறுரூபமாக்கியது. எல்லாவற்றுக்கும் புளோரி டீச்சரின் அருள்பாலிக்கும் கண்களும், மாசில்லாத அன்புமே அடித்தளமாயிருந்தது. அதன் பின்பு அருள்தாசுடைய பத்தாம் திருநாள் நாடகத்தில் கூட நடித்தான். எல்லோருக்கும் பிரியப்பட்டவனாய் கென்னடி மாறிய போது சகரியாவின் ஊச்சாளித்தனம் வலுவிழந்து போனது. அவனும் உருமாறவேண்டியது காலத்தின் கட்டாயமானது.

•••

புளோரி டீச்சரின் மரணம் கென்னடியால் சகித்துக் கொள்ளவோ, மறக்கடிக்கப்பட்டு போகும் சம்பவமாய் இல்லாமல் போயிற்று. ஓர்மைகளுக்குள் வந்து புளோரி டீச்சர் அவனை அன்பின் கரம் கொண்டு அணைத்தாள். நெனப்பும், தோணலும் காலம் ஓடி கழிந்தும் கென்னடிக்குள் இருந்து ஒழிந்து போகாததாயிற்று.

•••

ஓர்மையின் அடுக்குகளில் புளோரியின் புன்னகை வந்து படும்போதெல்லாம் குலைந்து போனான். சகரியாசு தான் அவனை தேற்றி எடுத்தான். அதற்கு தேவையான தாய் இலகரியும், புகையுமாயிருந்தது. நாளாவட்டத்தில் அவையிரண்டும் கென்னடியை வசப்படுத்திக் கொண்டன. அவனால் ஒருநாள் கூட மதுவின் நெடி இல்லாமல் வாழ முடியாத நிலை உருவான போதுதான் எங்கெங்கோ விழுந்து கிடந்தான். மழைக்கால செழி தொழியிலும், சாக்கடையிலும் லெவலத்து கிடப்பவனை சகரியாசு கூட்டாளிமாரோடு தூக்கி குளிச்ச வச்சி வீட்டில் கொண்டு சேர்ப்பது வழக்கமாயிருந்தது. இப்படியான காலகட்டத்தின் ஒருநாளில் புளோரி அவனுடைய கண்ணுறக்கம் கலைச்சி அவனுக்கு முன்பாய் நின்றாள். அவனது முகத்தைத் தொட்டு துயரம் துடைத்தாள். அவளது மாரோடு சேர்த்தணைத்துக் கொண்டது, அவனுக்கு இதமாயிருந்தது. ஆனால் எல்லாமே நினைப்பின் தோணலும், கனவுகளின் அரூபமாயிருந்தது. கென்னடி மறுபடியும் அக்கிருமியாய் மாறிபோனான். குடியும், புகையுமாய் திரிந்தவன், அடி-தடியிலும் கூட இறங்கினான். அவ்வப்போது போலீசு வீட்டுக்கு வருவதும் வழக்கமாயிற்று. கோர்ட்டு கச்சேரியுமாய் ஏறி இறங்கினான். அவனுக்குள் கொள்ளிவாய் பிசாசு குடிபுகுந்து கொண்டது. போதையற்ற நாட்களானது அவனை வெறியனாய் மாற்றியது. எப்போதும் குடிகுடி என குடித்து நாட்களைப் போக்கினான்.

அவனுடைய நாட்கள் கொடியதாய் மாறியது. அந்த நாட்களில்தான் கோட்டாறு ஆசுப்பத்திரிக்குள் ஓர் நடுநாழிகையில் புகுந்தான். அவசர வார்டு பிரிவுக்குள் போனவன் புளோரியின் மணவாளன் பர்னாந்துவை தேடினான். ஒருபக்க சுவரோடு வடக்கு பக்கமாய் நோய் கொண்டு நலிவுற்று கிடந்தான் பர்னாந்து. அவனை நோக்கி நடந்தான். ஏனைய ரோகிகள் நோவுகளின் நொம்பலத்தால் முறுமுறுத்தும் ஏதோதோ முனங்கிக் கொண்டும் கண்ணயர்ந்து கிடந்தனர். அவர்களை திடீரென பர்னாந்துவின் அலறல் சத்தமானது அதிர்ச்சியுடன் எழ வைத்தது. அந்த ஆசுபத்திரியை தாண்டி நகரெங்கும் பர்னாந்துவின் ஓலம் சாமத்தில் பரவியது. காவலுக்கு நின்ற போலீசார் அந்த வார்டை நோக்கி ஓடினர். அதற்குள் கென்னடி வெறிகொண்ட மிருகமாய் மாறி மதில்சுவர் ஏறி சாடியோடினான். ஆனால் வெளியில் இரவு ரோந்து போலீசு அவனை மடக்கினர். அவனிடம் இருந்து மீட்ட கடாலி கொலைகத்தியில் பர்னாந்துவின் சோரையின் கறை உலராதிருந்தது. நள்ளிரவோடு போலீசு அவனை பிடித்ததும், பர்னாந்துவை கொலைசெய்ததும் மறுநாள் காலை தினசரி ஊடகங்களில் செய்தியாயிருந்தது. அவன் கொலைக்காரன் என்பது ஊர்ஜிதமானபோது ஊரைத் தாண்டியும் அது பரவியது. சட்டத்தின் பிடிக்குள்ளிலிருந்து விடுபட முடியாத கென்னடி பதினாறு வருடங்களின் ஜெயில் வாழ்க்கையில் தள்ளப்பட்டான். இதனால் சகரியாசுவின் நிலமை அதோகதியாகியது. எங்கோ போனவன் நெடு நாட்களுக்கு பிறகாய் ஊருக்குள் வந்தபோது வெறிச்சோடி கிடந்தது அந்தோணியார் தேவாலய முற்றம்.

சிநேகிதன் கென்னடியையோ காலமானது சல்லடையாக்கி யிருந்தது. அவனை தேடியோடியவன் காணாமல் போன ஆட்டை காணும் ஏக்கத்தில் களைத்துருகி போனான். பிற்பாடு கென்னடியை கண்டபோது காலமும், வயதும் அவனை ஒடுக்கி முடுக்கியிருந்தது. ஆட்கொல்லி நோயால் உடலுருகி

போயிருந்தவனை சகரியாவே ஆசாரிபள்ளம் ஆசுபத்திரியில் கொண்டு சேர்ப்பித்தான். அவனருகில் இருந்து முந்தைய கால முன்கதை சுருக்கமெல்லாம் பேசினான். அப்போதெல்லாம் கென்னடியின் மூடிய கண்களின் இமைகள் வழியே கண்ணீர் மட்டுமே வழிந்தது.

சகரியாசுவின் நரைச்சு வெளுத்த தலைமுடிகள் அவர்களுடைய முந்தைய காலத்தை அவனுக்குள்ளாய் அவ்வப்போது கதைத்தது. கென்னடியின் மரணமானது ஆசாரிப்பள்ளம் ஆசுபத்திரியில் நிகழ்ந்த அம் மழைக்கால குளிரின் நள்ளிரவில் வெளியில் விடாது கொட்டிய மழையின் இரைச்சல் அவன் காதுகளுக்குள் ஓலங்களாய் ஒலித்தது நிற்காமல். ♦

பின்னிணைப்புகள்

வட்டார வழக்குச் சொல்லகராதி

அ

அக்கிருமி - சொல் பேச்சு கேட்காதவன்
அட்டேடியலும் - பெண்கள் அணியும் நகை
அடவு - தந்திரம், களரி சண்டை
அடிச்சு பாப்பம் - அடித்து பார்ப்போம்
அடுப்பங்கரை - சமையலறை
அத்துவாளி - உழைப்பாளி
அந்தி - மாலை
அப்பச்சி - தாத்தா
அப்பியிருந்தது - பூசியிருந்தது
அருவக்காரன் - உறவினர்
அறுத்திட்டே - திட்டிக் கொண்டு
அவளுக்க பாட்டை - அவளது வாழ்க்கையை
அழஞ்சி - குழைத்து
அழுக்கு பாண்டை - பல நாட்கள் துவைக்காத கந்தல் துணி
அளக்கியா - பேசுகிறாய்
அளவங்காட்டி - உதட்டை கோணலாக்கி பரிகாசிப்பது
அன்னாக்கு - தொண்டை
அனத்தி - சூடாக்குவது
அனக்கம் - பொருட்கள் அசையும் ஒலி, சத்தம், ஓசை

இ

இடவாடு - ஒப்பந்தம்
இடையில - நடுவில்
இடிவுழுவானே - இடி விழுந்தவனே (சாபமிடும் வார்த்தை)

இத்துபோன - நைந்துபோன
இலகரி - போதை
இன்னு - இன்று
இஷ்டம் - விருப்பம்

ஈ

ஈக்கில் - தென்னை ஓலையில் இருந்து தொடப்பம் உருவாக்க எடுக்கப்படும் குச்சி

உ

உச்சை - மதியம்
உடுமுண்டு - உடுத்தியிருந்த வேட்டி
உண்டாக்கி உடும்போது - கர்ப்பம் உருவாக்கும் போது
உப்புகுத்தி கால் - காலின் பின்பகுதி
உத்தியோகம் - வேலை
உத்திரம், கழிக்கோல் - ஓடு வீட்டு கட்டுவதற்கான பனைமரப் பொருட்கள்
உருப்படி - தங்க ஆபரணம்
உருப்படுவியாடே - நன்றாக வாழ்வாயா?
உழிஞ்சார் - பார்த்தார்
உழிஞ்சி நோக்குதல் - கூர்ந்து கவனிப்பது, மறைந்திருந்து பார்ப்பது
உற்றபெந்துக்கள் - நெருங்கிய உறவினர்கள்

ஊ

ஊச்சாளி - ஊரை அச்சுறுத்துவன்
ஊச்சாளித்தனம் - ரவுடித்தனம்
ஊத்தி வயத்த - தொப்பையான வயிறு
ஊழப் பாட்டொலி - ஓளறலோடு கூடிய பாடல்

எ

எஞ்ச வேலை? - எங்கே வேலை?
எரணம் முட்டியது - சாப்பாடு தொண்டையை அடைத்தது
எரப்பாளி - பிச்சை எடுத்து வாழ்பவன்
எளக்காரம் - அசட்டை செய்தல்
எளையவள் - இளையவள்

ஏ

ஏத்தம் - உயர்வு, அதிகரித்தல், மேடு
ஏத்துபாக்க - தங்கள் அரவணைப்பில் பாதுகாப்பதற்கு
ஏதேசம் - தோராயமாக
ஏந்தினாள் - வலிமையைப் பிரயோகித்தாள்
ஏலா - வயல்வெளி
ஏலு - உடல் வலிமை

ஒ

ஒங்க ஆளுக்க - உங்கள் விருப்பமான நபரது
ஒட்டிய கொவுடு - ஒடுங்கிய கன்னம்
ஒடப்பரந்தாள் - சகோதரி
ஒணந்து - உலர்ந்து
ஒணர போடுதல் - காய போடுதல், உலர்த்துதல்
ஒணப்பு கெட்டவ - மானம் கெட்டவள்
ஒத்தினாள் - தொட்டாள்
ஒப்புராளத்த - (ஒப்புரளம்+அத்து+ஐ) ஆத்திரத்தை
ஒப்புராளம் - திகைப்பு, கோபம், படபடப்பு
ஒம்மட்ட - உங்களிடம்
ஒயத்தி - மேல்நோக்கி, உயர்த்தி
ஒருபாடு நேரமாச்சி - அதிக நேரமாகிவிட்டது
ஒலவமரம் - ஒலவம் பஞ்சு மரம்
ஒழிப்பிச்சி - தவிர்த்து
ஒழிவான் - மறைவான்
ஒறச்சது - நிலைமை புரிந்தது
ஒறைத்தது - மனதுக்கு புரிந்தது

ஓ

ஓத்திரவமிக்க - தொந்தரவு தரக்கூடிய
ஓத்ரவமாய் - தொந்தரவாக
ஓதேயி - உபதேசி (வீடுகள் தோறும் சென்று மதப்போதனை செய்பவர்)
ஓந்தான் - ஓணான்
ஓர்மை - ஞாபகம்

க

கக்கத்தில் - அக்குள்பகுதி
கக்கியது - வாந்தி எடுத்தது
கச்சோடக்காரன் - வியாபாரி
கசேரி - இருக்கை
கஞ்சி சட்டி - கஞ்சிப் பானை
கண்ணவஞ்சி போனவ - கண் கெட்டு போனவள்
கண்ணு மங்குதல் - கண்பார்வை தெளிவின்மை
கள்ள பண்டம் - பேரப் பிள்ளைகளுக்கு தாத்தா / உறவினர்கள் அன்புடன் மறைத்து வைத்து சாப்பிடக் கொடுக்கும் தின்பண்டம் (பலகாரம்)
கண்டுராக்கு - காண்டிராக்டர்
கணக்கு குறிச்சி வைப்பது - கணக்கை எழுதி வைத்தல்
கதம்பை - தேங்காயின் மேல்பகுதி
கதையளப்பாரு - கதைகளைக் கூறுவார்
கப்பலு - பால்வினை நோய்
கம்போறு - கண்பேறு, திருஷ்டி
கமத்தி - கவிழ்த்து
கருத்தாயிருந்தான் - குறியாக இருந்தான்
கலஞ்சி - கலைந்து
கலுங்கு - தண்ணீர் செல்லும் பாலத்தின் மீது மக்கள் அமரும் பகுதி
கலையாதேயும் - மனம் குமுற வேண்டாம்
களியாமல் - உடலுக்கு முடியாமல்
காஞ்சது - காய்ந்தது
காய்மாறத்த - பொறாமை
காரியகாரி - தனது வேலையில் கண்ணும் கருத்துமாக இருப்பவள்
காரியம் - தேவையான செயல்
கிட்டல - கிடைக்கவில்லை
கிடுக்கம் - நடுக்கம்
கிடுங்கினான் - நடுங்கினான்
கிணாட்டாம போவியா - பாவனை காட்டாமல் போ

கிணாட்டல்	-	மகிழ்ச்சியை வெளிப்படுத்தும் உடல்மொழி
கிர்த்திருமித்தனம்	-	மோசமான குணம், விஷமத்தனம்
கிழடுதட்டிப் போன	-	வயதான
கிளாஞ்சி	-	தேங்காய் ஒட்டியிருக்கும் பகுதி
கின்னாரம்	-	இசைக்கருவி
குச்சங்காளி	-	தேங்காயின் துவக்க காய்
குட்டி	-	இளம்பெண்
குட்டிய	-	பெண் பிள்ளைகள்
குட வண்டி	-	தொப்பை
குண்டணி	-	புறணிபேசுதல்
குண்டாம்பெட்டி	-	சகுனித்தனம்
குண்டாம்பெட்டி சங்கதி	-	அந்தரங்க கதை
குண்டணி மூட்டுதல்	-	கோள் மூட்டுதல்
குண்டுருளி கண்	-	கோலிக்குண்டு போன்ற கண்கள்
குணைஞ்ச	-	குனிந்து, பணிந்து, வளைவது
குத்தவச்சிட்டிருந்த	-	குந்த வைத்து அமர்ந்திருந்த
குமைப்பதற்கு	-	குலைப்பதற்கு
குருசு	-	சிலுவை
குலச்சியிருந்தது	-	குலைத்திருந்தது
குளிசை	-	மாத்திரை
குளை	-	இலை தளை
கூட்டுகட்டு	-	நட்புவட்டம்
கூட்டுகார	-	நண்பர்கள்
கூட்டு சேர்ந்து	-	இணைந்து
கூட பெறப்பு	-	உடன்பிறந்தவர்கள்
கூதற	-	கேவலமான
கூப்புகை	-	கும்பிட்டு
கூம்பு	-	முனை / நுரையீரல்
கூழையன்	-	உயரம் குறைந்த நபர்
கெட்டிட்டு	-	திருமணம் செய்துவிட்டு
கெட்டியாச்சா?	-	செலுத்தியாகி விட்டதா? திருமணமாகி விட்டதா?
கெதி	-	அதீத ஆசை

கெதியத்தவள	-	அனாதையானவளான என்னை
கெதியத்துதவ	-	ஆதரவற்றவர்கள்
கெளரம் (கிளரம்)	-	உயரம்
கெளறல்	-	கிழறுதல்
கைமறியல்	-	கடன்
கைமாத்து	-	தேவைக்கு
கைலாஞ்சி	-	கைக்குட்டை
கொக்கா	-	அக்கா
கொலஞ்சி	-	குலைந்து
கொண்டி	-	கொக்கி
கொண்ணன்	-	அண்ணன்
கொணஞ்சி சிரிச்சி	-	குழைவாகச் சிரித்து
கொத்தனை பாத்து	-	கொத்தனாரைப் பார்த்து
கொதியாய் கெதிச்ச	-	ஆசையாய் விரும்பிய
கொதும்பு	-	தென்னை மரத்தில் உள்ள காய்ந்த பாளை
கொப்புளிச்சி	-	கொப்பளித்து
கொப்புளிச்சான்	-	வாய்க்குள் நீரைவிட்டு துப்புதல்
கொம்மை	-	அம்மா, தாய்
கொமஞ்சி	-	நிலைகுலைந்து
கொமரு மக்க	-	வயதுக்கு வந்த பெண் பிள்ளைகள்
கொய்து	-	எடுத்துக் கொண்டு
கொருத்துகட்டிய	-	கோர்த்து கட்டப்பட்ட
கொல்லமரத்து கொப்பு	-	முந்திரி மரக் கிளை
கொல்லாவு மூடு	-	முந்திரி மரத்து வேர்பகுதி
கொவுட்டுக்குள்	-	வாய்க்குள்
கொவுந்தது	-	ஈரமானது, நவுத்தது
கோதலாய் (235)	-	தளர்ந்ததாய்
கோரி ஊத்தினான்	-	மோந்து ஊற்றுவது
கோறும் பவுறும்	-	கவுரவமும் - மகிழ்ச்சியும்

ச

சக்கோட்டை	-	பலாப்பழ விதை
சகித்து	-	பொறுத்து

சங்கடம்	-	வருத்தம், கவலை
சங்கதி	-	தகவல்
சட்டம்பி	-	அடங்காதவன்
சட்டம்பிதனம்	-	அக்கிரமம்
சடங்காயி	-	வயதுக்கு வந்து, பருவமடைந்து
சதச்சி	-	நொறுக்கி
சந்தமாட்டு இருத்தல்	-	அழகாக சம்பளங்காலு போட்டு கால்களை மடக்கி உட்காருதல்
சம்மனசு	-	தேவதூதன்
சல்லியமாக்கியது	-	தொந்தரவு செய்தது
சலம்பளாய்	-	கலகலவென
சவச்சாள்	-	மென்றாள்
சவுட்டி	-	மிதித்து
சவுட்டு	-	காலால் மிதிப்பது
சாக்காலம்	-	மரணத்திற்குரிய இறுதிகாலம்
சாப்பில்	-	பாக்கெட்டில்
சாய்ச்சிட்டு	-	சாய்த்துவிட்டு
சாரம்	-	புதியதாக கட்டுமானம் நடைபெறும் வீட்டில் உயரமான இடங்களில் காற்றாடி கம்புகளால் அமைக்கப்படும் வேலை செய்யுமிடம்
சிநேகம்	-	அன்பு
சில்லாட்டை	-	தென்னை மரத்தில் உள்ள உலர்ந்த ------------------
சின்னக்குறிப்பிடம்	-	கத்தோலிக்க மதப் பிள்ளைகளின் ஜெப புத்தகம்
சின்னையன்	-	சித்தப்பா
சீதமாய் (175)	-	
சுண்டு	-	உதடு
சுருளு	-	மணமகனின் சித்தப்பா மகன்களுக்கு வழங்கப்படும் அன்பளிப்பு பணம்
சுள்ளி	-	மரத்திலிருந்து உலர்ந்து விழுந்த மரக்கிளை
செனம்	-	வேகமாக

செத்தைய (3) - ஓலைப்பிரை
செம்பர் - பெண்களின் மேலாடை
செம்பருத்தி வறுக்கை - செம்பருத்தி ரக உயர்சுவை பலாப்பழம்
செல்ல மொவளே - அன்பு மகளே
செழி தொழி - சேறு சகதி
செறஞ்சிட்டே - முறைத்துக் கொண்டு
செறஞ்சேன் - முறைத்தேன்
செறுக்கவோ - தடுக்கவோ
செறுசாட்டு - சிறிய அளவில்
செறுசு - சிறுபிள்ளைகள்
செறுத்து வைத்துபேச - தடுத்து நிறுத்தி பேச
செறுப்பத்திலேயே - இளம் வயதிலேயே
செறுப்பம் - இளமை
செறுவ செறுவ - மிக மெதுவாக
செறையாய் - எரிச்சலாய்
சென்னா - சொன்னால்
சென்னியளா - சொன்னீர்களா
செனம் - வேகமாக, துரிதமாக
சேன இல - கருணைக்கிழங்கு இலை
சொக்காரன் - உறவினர்
சொக்காரி - உறவுக்காரப் பெண்
சொவப்பு - சிகப்பு
சோமாலை (130) - ஜெபமாலை
சோரை - இரத்தம்

த

தங்கு வியாலை - தொலைதூர பகுதியில் குடியிருந்து பணியாற்றுவது
தஞ்சி - பை
தந்தடம் - தந்திரம்
தமாசு - நகைச்சுவை
தரும ஆஸ்பத்திரி - இலவச மருத்துவமனை
தலக்கிறக்கம் - தலைசுற்றல்

தலச்செமடாட்டு	-	தலைச்சுமையாக
தலதோசம்	-	சளி
தலமாட்டுக்கு மேலே	-	தலைக்கு மேலே
தவப்பன்	-	தந்தை
தழுத்து	-	செழித்து
தள்ளக்காரி	-	தாய்
தள்ளம்பாறிட்டே	-	தடுமாறிக் கொண்டு
தள்ளும்	-	விலகி தூரமாக நிற்கவும்
தள்ளை	-	தாய்
தறிச்சு	-	முறித்து
தனக்க பாட்டை	-	தன்னுடைய வாழ்க்கையை
தனுப்பாகியும்	-	குளிர்மையடைந்த பின்னரும்
தனுப்பு	-	குளிர்
தாங்குறவர்	-	உதவி செய்பவர்
தாடே	-	தருவாயா?
தாமசம்	-	தங்கியிருத்தல்
தாமசிப்பு	-	குடியிருப்பது
தாமசிக்கிற	-	வாழ்ந்து வரும்
தாமசிக்கும் இடம்	-	வாழ்விடம் (தங்குமிடம்)
தாமசிப்போர்	-	குடியிருப்பவர்கள்
தானக்கெடு	-	கெட்ட வார்த்தை
திரிதல்	-	அலைதல்
தின்னிருப்பான்	-	சாப்பிட்டு இருப்பான்
துக்கம் அப்பிய முகம்	-	துயர் படிந்த முகம்
துக்க மணி	-	மரண மணி
துஞ்சிலை	-	நுனிபகுதி
துப்பலு	-	உமிழ்நீர்
துருசமாய்	-	வேகமாக
துள்ளிப்புட்டான்	-	தட்டான் பூச்சி வகை
துறுத்துட்டிருந்தாள்	-	உறுத்திக் கொண்டிருந்தாள்
தூத்து	-	பெருக்குதல்
தெடம் (112)	-	தெம்பு / பலம்
தெடமாட்டு திரிஞ்ச	-	

காலம்	-	வலிமையாக நடந்து திரிந்த காலம்
தெத்திபின்னி	-	பின்னிப் பிணைந்து
தெழுவு	-	சோற்று வடிநீர்
தேறியதும்	-	கிடைத்ததும்
தொட்டிப் பயல்	-	அடங்காப்பிடாரி
தொட்டியள்	-	தவறான நபர்கள்
தொடைச்சி	-	சுத்தம் செய்து
தொம்பி	-	தம்பி
தொவச்ச சாரம்	-	அலக்கிய கைலி
தொவட்டி	-	உலரச் செய்வது
தொன்னச்சி	-	பருத்த உடம்பு
தோணல்	-	யூகம்
தோதான நாள்	-	சரியான நாள்
தோப்பியம்	-	தோள்பட்டை
தோர்த்து	-	துண்டு

ந

நச்சி கொண்டாள்	-	அரைத்து தூளாக்குதல்
நவநாளு	-	புனிதர்களின் நினைவு திருப்பலி
நவுண்டான்	-	நகர்ந்தான்
நவுண்டு	-	நகர்ந்து
நவுரத் துவங்கினர்	-	நகர்ந்தனர், விலகத் துவங்கினர்
நளியடி	-	பரிகாசம் செய்து, கேலி கிண்டல் செய்தல்
நாரோலு	-	நாகர்கோயில்
நாளகளிச்சி	-	நாளை மறுதினம்
நாறு பெட்டி	-	பனைமட்டை நாரில் பின்னப் பட்ட பெட்டி
நாறுபெட்டிகளில் வாரி-	-	நார்பெட்டிகளில் நிரப்பி
நுள்ளல்	-	கிள்ளுதல்
நுள்ளி பிச்சி	-	கிள்ளி காயப்படுத்தி
நேரு	-	உண்மை
நொம்பலம்	-	வலி, வருத்தம்
நோவு	-	வலி

ப

பகரம்	-	பதிலாக
படிய வேதனை	-	அனுபவிக்கும் துயரம்
படுதா	-	திரைச்சீலை
பதியமானவை	-	நடப்பட்டவை
பம்மினாள்	-	பதுங்கினாள்
பயலுவ	-	வாலிபர்கள்
பரத்தியது	-	பரப்புவது
பராதி	-	புகார்
பரியாசம்	-	கேலி
பவுறு கொண்டாட்டம்	-	பசிக் கொடுமை
பழஞ்சாக்கு	-	பழைய சாக்கு
பள்ளை	-	நெஞ்சு பகுதி / மார்பு
பறிகொடுத்த	-	இழந்த
பாச்சல்	-	பாய்ச்சல்
பாஞ்சி	-	பாய்ந்து
பாட்டக்காரரு	-	குத்தகைதாரர்
பாட்டுக்காரரு	-	பாடல் பாடுபவர்
பாவப்பட்டதுவ	-	ஏழைகள்
பிடுங்குவது	-	பறித்துக் கொள்வது
பிரலாபித்தாள்	-	கூறினாள்
பிராயம்	-	வயது
பிரிச்சி	-	பிரித்து, குளிர்சாதனப்பெட்டி
பிருது	-	வாரிசுகள்
பிளசரு	-	பண்டைய கார்
பிறவிருத்தி	-	நடத்தை
பீக்கிறி	-	தேவையற்ற கேடுகெட்ட
பீச்சல்	-	வயிற்றுப்போக்கு
பீத்தண்ணி	-	வயிற்றுப்போக்கு
புடுக்கு	-	ஆண்களின் மர்ம உறுப்பு
புளிச்சும்	-	புளித்தது
பூக்களை தொளித்தன	-	பூக்களை கீழே சொரிந்தது
பூச்சை	-	பூனை
பூமுகவாசல்	-	வீட்டின் முக்கிய வாசல்

பெஞ்சாதி	-	மனைவி
பெஞ்சி	-	இருக்கை
பெயி	-	சென்று
பெருந்தரவாடு	-	செல்வாக்கான குடும்பம்
பெரை	-	பந்தல், அறை
பெலயாடி மோனே	-	கெட்டவார்த்தையில் அழைப்பது
பெறம்ம	-	பின்பகுதி
பெறமோடி	-	பின்பக்கமாக
பேஞ்சேன்	-	பேசினேன்
பேடி	-	பயம்
பேயுது	-	சண்டை பிடிப்பது
பேரக்கம்பு	-	கொய்யா மரக்கிளை
பேல்சியக்காரன்	-	வெளிநாட்டில் வேலை செய்பவன்
பேல்சியா	-	வெளிநாடு
பைய்ய	-	மெதுவாக
பொட்டச்சிமார	-	பெண்களை
பொடிஞ்சி	-	பொடியாகி
பொடி மீனு	-	சிறு மீன்
பொத்தலும் பீத்தையுமாய்	-	ஓட்டை உடைசலாய்
பொத்து	-	உடைந்து
போலாம்	-	செல்லலாம்
போவம்	-	கிளம்பி செல்வோம்
போறீய?	-	செல்கிறீர்கள்?
போஜனம்	-	உணவு

ம

மக்கமாரு	-	வாரிசுகள்
மங்கட்டை	-	பாழடைந்த வீடு
மசங்கிய கெழங்கு	-	தடியால் இடித்து கிளறி கலவை யாக்கிய அவித்த மரவள்ளிக் கிழங்கு
மட்டுப்பாவு வீடு	-	பங்களா வீடு
மட்டை	-	தென்னை ஓலை பகுதி
மடக்கு மடக்கு	-	கடகடகடவென

மடங்கும்	-	உருகும்
மடிக்காமல்	-	தயங்காமல்
மண்டக்காட்டனும்	-	மண்டைக்காடு பகுதியைச் சார்ந்தவன்
மண்டைக்கு கெண்டைக்கு	-	பலவிதமான கெட்டவார்த்தைகள்
மண்டையன்	-	அறிவற்றவன்
மத்தவ	-	பெரிய ஆளு
மத்திரம்	-	சவால்
மர்க்கப்படுவார்கள்	-	பரிதாபப்படுவார்கள்
மரக்கழண்டவனாய்	-	அறிவற்றவனாக
மரிப்பு	-	மரணம்
மலந்தார்	-	சாய்ந்தார்
மலந்து	-	நிமிர்ந்து
மலர்சொரி பாடல்	-	மணமக்களை வாழ்த்திப் பாடும் பாடல்
மலர்ந்தார்	-	படுக்க சாய்ந்தார்
மழை தெவந்தபாடில்லை	-	மழை நிற்பதுபோல் தோன்றவில்லை
மறஞ்சதும்	-	மறைந்த உடன்
மறுக்கமாய்	-	கவலையாக
மறைவு	-	மறைத்து வைத்தல்
மனசிலாக்கவில்லை	-	புரிந்து கொள்ளவில்லை
மனசிலாகல	-	புரியவில்லை
மனசிலாயி போன விசயம்	-	ஏற்கெனவே தெரிந்த விசயம் மனசிலாயி போன
மஸ்திரம்	-	சவால்
மாக்கான்	-	தவளை
மாம்பட்டை	-	வடிசாராயம்
மாரில்	-	மார்பில்
மாவு	-	மாமரம்
மாறுகண்ணி	-	சாய்வான கண் பார்வை கொண்டவள்
மானக்கேடு	-	நாணக்கேடு, வெட்கம்
மிசிறு கூடு	-	மரத்தில் கூடுகட்டி வாழும் ஒருவகை எறும்பும் / கூடும்
முக்கு	-	முச்சந்தி

முக்குதல் - மூழ்கடித்தல்
முகச்சாடை - முகத்தோற்றம்
முங்கி - மூழ்கி
முட்டங்கால் - முட்டுகளை மடக்கி நிற்பது
முடுதம் - தேவாலய பொறுப்பாளர்
முற்றம் - வராந்தா
முறி - அறை, துண்டு
மூட்டி தச்ச சாரம் - இணைச்சி தையல் இட்ட லுங்கி
மூப்பத்தி - தாய்
மூப்பிலு - தந்தை
மேக்கே - மேற்கு பகுதியில்
மையப்பெட்டி - சவப்பெட்டி
மைனி - அண்ணன் மனைவி
மொகரை - முகம்
மொவளை - மகளை
மொவன் - மகன்
மொளக் கம்பு - மூங்கில் கம்பு
மொனங்கல் - முனகல்
மோண்டழிச்ச தடயங்கள் - மோத்திரம் பெற்த பகுதிகள்
மோரக்கட்டை - முகத்தை
மோளுவ - மகள்கள்
மோளு முட்டும் - சிறுநீர் கழிக்க உந்துதல் ஏற்படுவது
மோனுவ - மகன்கள்
மோனே - மகனே
மோட்ச விளக்கு - இறந்தவர்களை நினைவுகூறும் திருப்பலி

ய

யானங்களில் - பாத்திரங்களில்

ர

ராவு - உரசுதல் / தேய்த்தல்
ரெண்டு வேரு - இரு நபர்கள்
ரோகி - நோயாளி

ல

லம்பிலம்பி - தள்ளாடி

லாயக்கற்றவன்	-	எதற்கும் உதவாதவன்
லேட்டி	-	பெண்ணை அழைக்கும் சொல்
லேவை	-	அடையாளம்
லொடக்கு நிக்கர்	-	தொளதொளவென கொண்ட அரை நிக்கர்

வ

வச்சி	-	வைத்து
வட்டப்பெயர்	-	கேலியாக அழைக்கும் பெயர்
வட்டனாட்டும்	-	மனநிலை பாதிக்கப்பட்டவராக
வட்டா	-	மனநில பாதிப்பா
வட்டு (164)	-	பைத்தியக்காரன்
வளப்பு	-	வளர்த்தல்
வதங்கியது	-	வாடியது
வர்த்துவானம்	-	தனது சொந்த கருத்து
வலிய வீடு	-	பெரிய வீடு, முதல் வீடு, பாரம்பரியமான வீடு
வலையான்	-	சிலந்தி
வவுறு பசி	-	வயிற்றுப் பசி
வஸ்து	-	சொத்து / நிலம்
வாண்டிட்டு	-	வாங்கிவிட்டு
வாண்டினியட்டி	-	வாங்கினாயா
வாத்திச்சி	-	பெண் ஆசிரியை
வாய்ப்பாறுவது	-	புலம்புதல்
வாயாடிட்டு	-	சண்டை போட்டுக் கொண்டு
வார்த்தபாடு	-	திருமண நிச்சயதார்த்தம்
வாரியல்	-	வீட்டின் முன்வாசல் உயரப்பகுதி
வாலாங்கொட்டை மரம்	-	பாதாம் மரம்
விக்கியதுக்கு	-	விற்பதற்கு
விசயம்	-	ஏற்கெனவே தெரிந்த விசயம்
வியாலக்காரன்	-	வேலைக்காரன்
வியாலை	-	வேலை
விருதே	-	வெறுமனே, தேவையின்றி
விளிச்சது	-	அழைத்தது
விளிப்பாள்	-	அழைப்பாள், கூப்பிடுவாள்

வீட்டடி	-	வீடு சார்ந்த இடம்
வூட்டு நடை	-	வீட்டின் முன்பகுதி
வெகளம்	-	சண்டை
வெகளமாடுவாள்	-	சண்டை போடுவாள்
வெசர்ப்பு	-	வியர்வை
வெரட்டாத குறையா	-	துரத்தாத குறையாக
வெலக்கவா போறேன்?	-	விலக்கவா செய்வேன்?
வெள்ளமடி	-	மது அருந்துதல்
வெளக்குமாறு	-	துடைப்பம்
வெறையல்	-	உடல் நடுக்கம்
வேதக்கர மாப்பிள்ள	-	கத்தோலிக்க மதத்தின் மணமகன்
வேளத்த	-	(வேளம்+அத்து+ஐ) நாட்டு நடப்புகளை பேசுவது
வைது	-	திட்டி
வைதான்	-	திட்டினான்
வைப்புக்காரன்	-	சமையல்காரர்

ஜ

ஜீவித காலம்	-	வாழ்க்கை காலம்
ஜெனிச்சனர்	-	பிறந்தனர்
ஜோலி	-	வேலை

ஸ

ஸ்தலம்	-	இடம்